सावित्रीबाई फुले पुणे विद्यापीठाच्या ऑगस्ट २०२३ पासून सुरू झालेल्या एम. ए.
इतिहास (मध्ययुगीन भारतातील संकल्पना आणि संस्थांचा विकास) (HIS - 551 MJ) या विषयाच्या
अभ्यासक्रमासाठी व इतर विद्यापीठांच्या संबंधित अभ्यासक्रमासाठी उपयुक्त पुस्तक

AF747503

इतिहास

(मध्ययुगीन भारतातील सकल्पना आणि संस्थांचा विकास)

(HIS - 551 MJ)

M. A. - I (Sem. - II)

As per New Education Policy (2020)

Dr. Bharati Navthar
(M.A., B.Ed., M.Phil., Ph.D.)
Shri Shivaji Shikshan Prasark Mandal Arts, Science and Commerce College, Rahuri.

Dr. Swati Kalbhor
(M.A., M.Phil., Ph.D.)
C. K. Goyal College, Dapodi, Pune.

२०२४

SUCCESS PUBLICATIONS

प्रकाशक :
डॉ. राजेश पाटणे
सक्सेस पब्लिकेशन्स
राधाकृष्ण अपार्टमेंट, ५३५ शनिवार पेठ,
आप्पा बळवंत चौक, प्रभात टॉकिज समोर, पुणे ४११ ०३०
फोन नं : ०२०-२४४३४६६२
मोबा. - ९३२५३१५४६४

आवृत्ती
२०२४

संपादक
श्री. वाल्मिक गायकवाड

अक्षरजुळणी :
कु. वर्षा लोखंडे

मुखपृष्ठ :
कु. वर्षा लोखंडे

***ISBN NO.* - 978-81-19939-67-1**

प्रस्तावना

सावित्रीबाई फुले पुणे विद्यापीठाच्या एम.ए. या शैक्षणिक वर्षासाठीच्या अभ्यासक्रमात या वर्षापासून सुधारणा करण्यात आली आहे. नवीन शैक्षणिक धोरण २०२० ची अंमलबजावणी करण्यात आली आहे. इतिहास (मध्ययुगीन भारतातील संकल्पना आणि संस्थांचा विकास) (HIS - 551 MJ) या पेपरच्या अभ्यासक्रमात करण्यात आलेल्या सुधारणांची ऑगस्ट २०२३ पासून अंमलबजावणी होत आहे. या सुधारित अभ्यासक्रमासाठी उपयुक्त असलेले पुस्तक आपल्या हाती देताना विशेष आनंद होत आहे. प्रस्तुत पुस्तकात मध्ययुगीन भारतातील संकल्पना आणि संस्थांचा विकास याबाबत महत्त्वपूर्ण विवचेन करण्यात आले आहे. त्यामुळे या पुस्तकाचे स्वागत विद्यार्थी व प्राध्यापक करतील हा विश्वास आहे.

पुस्तकाच्या सुरूवतीला मध्ययुगीन भारताची संकल्पना स्पष्ट करण्यात आली आहे. मध्ययुगीन भारताच्या इतिहासाचे अध्ययन वेगवेगळ्या साधनांच्या आधारे केले जाते. प्रस्तुत पुस्तकात मध्ययुगीन भारताच्या इतिहासाची फारसी, प्रादेशिक व परकीय साधने याबाबत विवेचन करण्यात आले आहे. मध्ययुगीन भारतातील राज्यविषयक सिद्धांत आणि राज्यनिर्मितीची प्रक्रिया याबाबत स्पष्टता देण्यात आली आहे. मध्ययुगीन भारतातील केंद्रीय व प्रांतिक प्रशासनाचा आढावा घेण्यात आला आहे. मनसबदारी व्यवस्था याबाबत विवेचन करण्यात आले आहे. मध्ययुगीन भारतातील कृषी अर्थव्यवस्थेबाबत उपयुक्त माहिती देण्यात आली आहे. मध्ययुगीन भारतातील सामाजिक स्तरीकरण व गतिशीलता, नवीन वर्गांचा उदय, शैक्षणिक संस्था, भक्ती संप्रदाय, सूफी संप्रदाय या घटकांच्या आधारे तत्कालीन समाजव्यवस्थेचा आकृतीबंध जाणून घेण्यात आला आहे. एकूणच मध्ययुगीन भारतातील संस्था व संकल्पनांची माहिती पुरविणारे हे एक उपयुक्त पुस्तक आहे.

पुस्तक लेखनासाठी अनेक संदर्भ ग्रंथांची मदत झाली. पुस्तक लेखनाच्या बाबतीत महाविद्यालयाचे प्राचार्य, व्यवस्थापन सदस्य, सहकारी प्राध्यापक व प्राध्यापकेतर कर्मचारी, अभ्यासमंडळ सदस्य, विविध ग्रंथालयाचे ग्रंथपाल, विविध महाविद्यालयातील प्राध्यापक मित्र यांचे सहकार्य व प्रोत्साहन मिळाले. संदर्भ ग्रंथांच्या लेखकांसहीत इतर सर्वांविषयी आम्ही कृतज्ञता व्यक्त करतो. तसेच पुस्तकाचे प्रकाशक डॉ. राजेश पाटणे व सौ. विद्या पाटणे आणि सक्सेस पब्लिकेशन मधील कर्मचारी वर्ग यांच्याविषयी देखील आम्ही कृतज्ञता व्यक्त करतो.

With best wishes.

By Author

Syllabus

M. A. – I (Sem. - II) History

Medieval India: Evolution of Ideas and Institutions (HIS 551 MJ)

Unit	Contents	Lecture
1.	**Definition and Sources** **a)** Defining Mediaeval India **b)** **Sources** **i)** Persian sources **ii)** Regional language sources **iii)** Foreign sources: Travellers' accounts, European records	15
2.	**The state in Medieval India: Perceptions and Practice** **a)** Modern theories of the mediaeval state: Theocracy, Feudal, Segmentary, Patrimonial-Bureaucratic and Successor States **b)** Mediaeval Theories of the State: Farabi, Ghazzali, Shukracharya, Barani, Abul Fazl, Ramachandrapant Amatya **c)** State formation in peninsular India - Bahamani, Vijayanagar, Marathas	15
3.	**Administrative Systems** **a)** Central and Provincial **b)** Mansabdari **c)** Agrarian systems	15
4.	**Society and Economy** **a)** Social mobility and Stratification; the emergence of new classes: Administration, agrarian, mercantile **b)** Educational Institutions **c)** Religion and social change - Bhakti and Sufi **d)** Trade - internal and external **e)** Arrival of the Europeans	15

❖ अनुक्रमणिका ❖

मध्ययुगीन भारतीय इतिहासाची व्याख्या आणि साधने

प्रकरण १

▷ प्रस्तावना :

एखाद्या विषयाचा ऐतिहासिक संदर्भ द्यायचा असल्यास त्याची विश्वासार्हता ही त्या विषयाच्या संदर्भात भूतकाळात लिहिल्या गेलेल्या अथवा कोणत्याही मूर्त स्वरूपातील स्त्रोतांवरून ठरत असते. मध्ययुगीन भारताच्या इतिहासाची लिखित व पुरातत्त्वीय साधने फार मोठ्या प्रमाणात आणि मूळ स्वरूपात उपलब्ध आहेत. लिखित साधनात दर्जेदार ऐतिहासिक साहित्य, आत्मचरित्रे, बखरी, प्रवासवर्णने, परकीयांची इतिवृत्ते इत्यादीचा तर पुरातत्त्वीय साधनात काही आजही दिमाखाने उभ्या असलेल्या, तर काही भग्नावस्थेत असलेल्या वास्तूशिवाय लेख, आलेख, नाणी व पुरातन वस्तू यांचा समावेश होतो. या मुबलक प्रमाणात उपलब्ध असलेल्या विश्वसनीय साधनांमुळेच आज मध्ययुगीन भारताचा मोगल इतिहास एखाद्या भव्य चित्रपटासारखा आपल्या डोळ्यांपुढे उभा राहतो. अलीकडच्या काही वर्षांमध्ये इतिहासाकडे पाहण्याचा एक नवीन दृष्टिकोन पुढे येत आहे. आतापर्यंत इतिहास म्हणजे राजेमहाराजांची चरित्रे, त्यांची युद्धे, त्यांनी गाजविलेले पराक्रम, त्यांचे विलासी जीवन हीच कल्पना होती; परंतु नवीन 'दृष्टिकोनानुसार' इतिहासातील दडलेल्या सर्वसामान्य माणसाचा व त्याच्या कर्तृत्वाचा आढावा घेण्याचा प्रयत्न होत आहे ही चांगली गोष्ट आहे शिवाय राष्ट्रवादी, प्रादेशिक तथा डाव्या विचारसरणीतूनही इतिहासाचा शोध घेतला जात आहे.

▷ १.१ मध्ययुगीन भारत :

भारतीय इतिहास प्राचीन युग–मध्ययुग – आधुनिक भारत अशा तीन टप्प्यात अभ्यासला जातो. अश्मयुग, ताम्रपाषाण युग, धातुयुग अशा काळाचा अभ्यास 'प्राचीन युग' यामध्ये केला जातो, तर त्यानंतरच्या प्रगत मानवाचा इतिहास मध्ययुगात अंतर्भूत होतो. भारतात मुख्यत: चोल सत्ता, सुलतानशाही, बहामनी राज्य, मोघल सत्ता, मराठा सत्ता, रजपूत अशा प्रकारच्या सत्तांचा, त्या काळातील राजकीय, सामाजिक जीवनाचा अभ्यास केला गेला. 'मध्ययुग' भारताच्या इतिहासात महत्त्वपूर्ण आहे. अनेक स्थित्यंतरे, प्रगती या काळात झाली. विशेषत: भारतात स्थापित व विस्तृत झालेल्या मोगल सत्तेचे प्रभुत्व या काळात अतिशय महत्त्वपूर्ण ठरले होते.

१.१.१ अर्थ :

मध्ययुगीन भारत हा भारतीय उपखंडाच्या इतिहासातील एक महत्त्वाचा कालखंड आहे, जो अंदाजे ८ व्या ते १८ व्या शतकापर्यंत पसरलेला आहे. हा काळ राजकीय, सांस्कृतिक आणि सामाजिक–आर्थिक बदलांचा साक्षीदार होता. त्याची सुरुवात पूर्वीच्या साम्राज्यांच्या ऱ्हासाने झाली, ज्यामुळे संघर्ष आणि सांस्कृतिक देवाणघेवाण या दोन्हीद्वारे

वैशिष्ट्यीकृत प्रादेशिक शक्ती आणि राज्यांचा उदय झाला. नंतरच्या मध्ययुगीन टप्प्यात दिल्ली सल्तनत आणि मुघल साम्राज्यासारख्या बलाढ्य साम्राज्यांचा उदय झाला, विविध संस्कृतींच्या परस्परसंवादामुळे केंद्रीकृत शासन आणि सांस्कृतिक एकत्रीकरण सुरू झाले.

१.१.२ व्याख्या :

मध्ययुगीन भारताच्या कालखंडच्या इतिहासकारांनी दिलेल्या व्याख्या पुढीलप्रमाणे आहेत :

१) सतीश चंद्र :

"मध्ययुगीन भारत एक राजकीय विखंडन, नवीन सामाजिक गटांची निर्मिती, शहरीकरण, व्यापारीकरण आणि प्रादेशिक भाषा व साहित्य यांचे स्फटिकीकरण आहे."

२) इरफान हबीब :

"मध्ययुगीन भारत हा सरंजामशाही, प्रादेशिकता आणि सांस्कृतिक उत्पत्तीचा उदय आहे."

३) रोमिला थापर :

"मध्ययुगीन भारत एक सांस्कृतिक समन्वय आहे, प्रादेशिक संस्कृतींची उत्क्रांती आणि विविध धार्मिक सम दायांमधील परस्परसंवाद आहे."

४) पर्सिव्हल स्पेयर :

"मध्ययुगीन भारत हा प्राचीन काळापासून आधुनिक काळातील संक्रमणाचा काळ आहे, जो राजकीय बदल, इस्लामिक प्रभावांचे आगमन आणि नवीन राज्ये व साम्राज्यांच्या उदयाने चिन्हांकित आहे."

५) बिपन चंद्र :

"मध्ययुगीन भारत एक सांस्कृतिक संश्लेषण, धार्मिक चळवळी आणि शक्तिशाली साम्राज्यांचा उदय आहे, ज्याचे भारताच्या समृद्ध वारशात योगदान आहे."

१.१.३ मध्ययुगीन भारताची वैशिष्ट्ये :

मध्ययुगीन भारताची काही वैशिष्ट्ये प्रमुख वैशिष्ट्ये पुढीलप्रमाणे आहेत :

१) इस्लामिक राजवंशांचा उदय :

१२ व्या शतकात दिल्ली सल्तनत आणि १६ व्या शतकात मुघल साम्राज्ये भारतात इस्लामिक राजवटीचे आगमन आणि स्थापना या कालावधीचे साक्षीदार आहे. यामुळे संस्कृतींचे मिश्रण झाले आणि इंडो-इस्लामिक कला, वास्तुकला आणि साहित्याची भरभराट झाली.

२) सामंतवादी समाज :

समाजाची मुख्यत्वे श्रेणीबद्ध प्रणालीमध्ये रचना करण्यात आली होती. शासक वर्गात राजे, सरदार आणि सरंजामदार, त्यानंतर व्यापारी, कारागीर आणि शेतकरी यांचा समावेश होता. जातीय विभागणी प्रचलित होती आणि समाज खोलवर स्तरित होता.

३) सांस्कृतिक समन्वय :

विविध संस्कृती विशेषत: हिंदू आणि इस्लामिक परंपरा यांच्यातील परस्परसंवादामुळे कला, वास्तुकला आणि साहित्य यांचे मिश्रण झाले. या कालखंडात ताजमहालचे बांधकाम, पर्शियन, तुर्की आणि भारतीय स्थापत्य शैलींचे मिश्रण यासारख्या इंडो-इस्लामिक वास्तुकलांचा विकास झाला.

४) आर्थिक वृद्धी :

या काळात भारतीय उपखंडात आणि जगाच्या इतर भागांसोबत व्यापाराची भरभराट झाली. सिल्क रोडसारख्या व्यापारी मार्गांच्या स्थापनेमुळे वस्तू, प्राणी आणि तंत्रज्ञानाची देवाणघेवाण सुलभ झाली.

५) भाषा आणि साहित्य :

प्रशासकीय कामकाजात पर्शियन आणि अरबी या प्रमुख भाषा होत्या, तर हिंदी, बंगाली आणि तमिळ यासारख्या प्रादेशिक भाषांचा विकास आणि भरभराट होत राहिली. उर्दू आणि पर्शियन सारख्या भाषांमधील साहित्यकृतींमध्ये लक्षणीय वाढ झाली.

६) सूफीवादाचा प्रभाव :

इस्लामचा एक गूढ परिमाण असलेल्या सूफीवादाने लोकप्रियता मिळवली आणि प्रेम, सहिष्णुता व अध्यात्म यावर जोर देऊन सामाजिक सौहार्दात योगदान दिले. भारतीय उपखंडात इस्लामचा प्रसार करण्यात सुफी संतांनी महत्त्वपूर्ण भूमिका बजावली.

७) राजकीय विभाजन :

भारताने अनेक प्रादेशिक राज्ये आणि साम्राज्यांचा उदय आणि पतन पाहिले, ज्यामुळे एक विखंडित राजकीय परिदृश्य निर्माण झाले. वेगवेगळ्या शासकांमध्ये संघर्ष आणि युद्धे झाली, ज्यामुळे सीमा बदलल्या आणि सत्ता संघर्ष झाला.

८) तांत्रिक प्रगती :

या काळात विज्ञान, गणित आणि खगोलशास्त्रात प्रगती झाली. भास्कर आणि आर्यभट्ट यासारख्या प्रख्यात गणितज्ञांनी या क्षेत्रात महत्त्वपूर्ण योगदान दिले.

९) पारंपारिक हस्तकलेचा ऱ्हास :

औद्योगिकीकरणाच्या आगमनाने आणि व्यापाराच्या पद्धतींमध्ये बदल झाल्यामुळे, पारंपारिक कारागिरांच्या कलाकुसरीत घट होऊ लागली, ज्यामुळे अनेक कुशल कारागिरांच्या उपजीविकेवर परिणाम झाला.

१०) आव्हाने आणि परकीय आक्रमणे :

या कालावधीत मंगोल, तुर्क आणि पर्शियन लोकांसारख्या विविध परकीय शक्तींनी आक्रमणे देखील झाली, ज्यामुळे कधीकधी राजकीय अस्थिरता आणि व्यत्यय निर्माण झाला.

१.१.४ मध्ययुगीन भारताचे इतिहासलेखन :

मध्ययुगीन भारताचे इतिहासलेखन हे एक जटिल आणि वैविध्यपूर्ण क्षेत्र आहे जे कालांतराने विकसित झाले आहे. यात ८ व्या शतकापासून ते १८ व्या शतकापर्यंतच्या भारताच्या इतिहासाचा अभ्यास आणि व्याख्या करण्यासाठी वापरल्या जाणाऱ्या विविध दृष्टीकोन, परिप्रेक्ष आणि पद्धतींचा समावेश आहे.

१) इतिवृत्त आणि वर्णनांचा इतिहास :

मध्ययुगीन भारताचा प्रारंभिक इतिहास बहुधा शासक किंवा दरबारी अधिकाऱ्यांनी तयार केला होता, ज्याचा उद्देश राजवंशांचा गौरव करणे आणि त्यांच्या कर्तृत्वावर जोर देणे हा होता. हे ग्रंथ, जसे की कल्हानाच्या राजतरंगिणी, मूलभूत स्त्रोत म्हणून काम करतात परंतु अनेकदा सत्ताधारी वर्गाच्या बाजूने पक्षपाती होते, घटनांचे आणि सामाजिक प्रगतीचे निवडक कथन चित्रित करते.

२) पर्शियन आणि अरबी स्त्रोत :

मध्ययुगीन भारतीय इतिहासलेखनाला आकार देण्यासाठी पर्शियन आणि अरबी ग्रंथांचा ओघ महत्त्वपूर्ण ठरला. अल-बिरुनी आणि इब्न बटूता सारख्या विद्वानांनी भारतीय समाज, संस्कृती आणि शासनाची तपशीलवार माहिती दिली, त्यावेळच्या सामाजिक-राजकीय परिदृश्यात, विशेषत: इस्लामिक राजवटीत मौल्यवान अंतर्दृष्टी दिली.

३) वसाहतवादी व्याख्या :

जेम्स मिल आणि माउंटस्टुअर्ट एल्फिन्स्टन यासारख्या वसाहतवादी इतिहासकारांनी भारतीय इतिहासाकडे युरोकेंद्री दृष्टिकोनातून पाहिले. भारतीय इतिहासाच्या दस्तऐवजीकरणात योगदान देताना, त्यांच्या कार्यांनी अनेकदा भारताला स्थिर आणि युरोपीय हस्तक्षेपाची गरज असल्याचे चित्रित केले आहे, जे पूर्वाग्रह आणि स्वदेशी संस्कृती व सामाजिक संरचनांची मर्यादित समज दर्शवते.

४) राष्ट्रवादी पुनरुत्थान :

वसाहतवादी व्याख्यांना प्रतिसाद म्हणून भारतीय इतिहासकारांनी आर.सी. मजुमदार आणि जदुनाथ सरकार यासारख्या भारतीय इतिहासकारांनी भारताच्या ऐतिहासिक कथनावर पुन्हा दावा करण्याचा प्रयत्न केला. त्यांनी स्वदेशी स्त्रोतांवर भर दिला आणि भारतीय इतिहासाच्या वसाहतवादी कथनाला मागास किंवा कनिष्ठ म्हणून विरोध करत भारतीय राज्यकर्ते, संस्कृती आणि समाज यांच्या योगदानावर प्रकाश टाकला.

५) मार्क्सवादी विश्लेषण :

मार्क्सवादी इतिहासकार जसे की डी.डी. कोसंबी आणि आर.एस. शर्मा यांनी मध्ययुगीन भारताच्या सामाजिक-आर्थिक संरचनांचे विश्लेषण करण्यासाठी मार्क्सवादी तत्त्वे सादर केली. त्यांनी कृषी संबंध, सरंजामशाही आणि समाजावरील आर्थिक संरचनांच्या प्रभावाच्या अभ्यासावर लक्ष केंद्रित केले. वर्ग गतिशीलता आणि सामाजिक बदल समजून घेण्यासाठी एक चिकित्सक दृष्टीकोन प्रदान केला.

६) सबल्टर्न दृष्टीकोन :

रणजित गुहा आणि दीपेश चक्रवर्ती यासारख्या अभ्यासकांच्या सबल्टर्न स्टडीज ग्रुपने दुर्लक्षित आवाजांवर लक्ष केंद्रित केले. त्यांनी शेतकरी समुदाय, जमाती आणि मागास जातींचा इतिहास शोधून काढला. ज्याचे उद्दिष्ट पारंपारिक ऐतिहासिक खात्यांमध्ये ऐतिहासिकदृष्ट्या दुर्लक्षित किंवा मौन केलेल्या कथांचे अनावरण करणे, मध्ययुगीन भारताची अधिक समावेशक आणि वैविध्यपूर्ण समज प्रदान करणे हे होते.

७) आंतरविद्याशाखीय दृष्टीकोन :

मध्ययुगीन भारताचे समकालीन इतिहासलेखन आंतरविद्याशाखीय पद्धती एकत्रित करते. त्यामध्ये पुरातत्त्वीय निष्कर्ष, साहित्यिक स्त्रोत, लिंगभाव अभ्यास आणि प्रादेशिक दृष्टीकोन यांचा समावेश केला जातो, ज्यामुळे त्या कालावधीची अधिक व्यापक आणि सूक्ष्म माहिती मिळते.

८) चिकित्सक पुनर्व्याख्या :

इतिहासलेखनाच्या सद्यकालीन प्रवाहामध्ये विद्यमान कथांचे चिकित्सक पुनर्मूल्यांकन समाविष्ट आहे. इतिहासकार प्रस्थापित व्याख्येचे पुनर्परीक्षण करतात, पूर्वाग्रहांना आव्हान देतात आणि पूर्वी दुर्लक्षित पैलूंचा शोध घेतात, ज्यामुळे मध्ययुगीन भारतीय इतिहासाच्या अधिक जटिल आणि स्तरित समजामध्ये योगदान प्राप्त होते.

९) प्रादेशिक गतिशीलतेचा प्रभाव :

विद्वान मध्ययुगीन भारतातील प्रादेशिक इतिहासाच्या महत्त्वावर अधिकाधिक भर देतात. मध्ययुगीन भारतीय समाजांना आकार देणाऱ्या वेगवेगळ्या प्रभावांची कबुली देऊन ते वेगवेगळ्या प्रदेशांमधील संस्कृती, भाषा आणि सामाजिक-राजकीय संरचनांची विविधता ठळकपणे मांडतात.

१०) सतत उत्क्रांती :

मध्ययुगीन भारताचे इतिहासलेखन हे एक गतिमान क्षेत्र आहे, जे सतत नवीन शोध, पद्धती आणि दृष्टीकोनांद्वारे विकसित होत आहे. कालखंडातील गुंतागुंत उलगडण्याचा आणि मध्ययुगीन भारताच्या बहुआयामी इतिहासात नवीन अंतर्दृष्टी देण्याचा प्रयत्न करत ते सीमांना पुढे ढकलत आहे.

१.१.५ मध्ययुगीन भारताच्या इतिहास लेखनातील प्रवाह :

मध्ययुगीन भारताच्या इतिहास लेखनातील प्रवाह खालीलप्रमाणे आहेत :

१) आंतरविद्याशाखीय दृष्टीकोन :

मध्ययुगीन भारतातील समकालीन इतिहासकार पुरातत्वशास्त्र, कला, इतिहास, साहित्य आणि मानववंशशास्त्र यासारख्या विविध विषयांना एकत्रित करून आंतरविषय दृष्टिकोनाचा अवलंब करतात. हा समग्र दृष्टीकोन त्या काळातील सामाजिक-सांस्कृतिक, आर्थिक आणि राजकीय पैलूंचे सखोल आकलन करण्यास सक्षम करतो. उदाहरणार्थ, पुरातत्व शोध हे व्यापार नेटवर्क, शहरी केंद्रे आणि भौतिक संस्कृतीची पुनर्रचना करण्यास मदत करतात, मजकूर स्त्रोतांना ते पूरक असतात.

२) सामाजिक इतिहासावर लक्ष :

मध्ययुगीन भारताच्या सामाजिक इतिहासाचे अन्वेषण करण्याच्या दिशेने एक महत्त्वपूर्ण बदल झाला आहे. इतिहासकार सामान्य लोकांचे जीवन, त्यांचे दैनंदिन अनुभव, सामाजिक पदानुक्रम, कौटुंबिक संरचना, धार्मिक प्रथा आणि सांस्कृतिक परस्परसंवाद यांचा शोध घेत आहेत. हा दृष्टीकोन शेतकरी, कारागीर, महिला आणि उपेक्षित गटांसारख्या विविध समुदायांच्या जिवंत वास्तवाची माहिती प्रदान करतो.

३) प्रादेशिक इतिहास :

विद्वान मध्ययुगीन भारतातील प्रादेशिक इतिहासाच्या महत्त्वावर भर देतात. एकवचनी कथनाऐवजी, राज्यकारभार, संस्कृती, अर्थव्यवस्था आणि सामाजिक संरचनांच्या संदर्भात प्रदेशांमधील विविधतेची ओळख आहे. या प्रवृत्तीचा उद्देश विविध प्रदेशांची विशिष्टता आणि व्यापक ऐतिहासिक प्रक्रियांद्वारे त्यांचे परस्परसंवाद ठळक करणे हा आहे.

४) लिंगभाव दृष्टीकोन :

इतिहासलेखन एक महत्त्वपूर्ण विश्लेषणात्मक श्रेणी म्हणून लिंगभाव हा घटक वाढत्या प्रमाणात समाकलित करते. हे मध्ययुगीन भारतातील स्त्रियांच्या भूमिका, स्थिती आणि अनुभवांचे अन्वेषण करते, पूर्वीच्या पुरुष-केंद्रित कथांना आव्हान देते. हा दृष्टीकोन स्त्रियांची परिस्थिती, विविध क्षेत्रात त्यांचे योगदान आणि त्या कालावधीतील लिंगभाव संबंधांची गुंतागुंत प्रकट करतो.

५) सुधारणावादी दृष्टीकोन :

समकालीन इतिहासकार प्रस्थापित कथनांची उजळणी आणि टीका करण्यात गुंतलेले आहेत. ते औपनिवेशिक आणि राष्ट्रवादी व्याख्यांना आव्हान देतात, पूर्वाग्रह, पक्षपात आणि पूर्वीच्या ऐतिहासिक कार्यांमधील गृहितकांवर प्रश्नचिन्ह उपस्थित करतात. या चिकित्सक पुनर्मूल्यांकनाचे उद्दिष्ट मध्ययुगीन भारतीय इतिहासाचे अधिक सूक्ष्म आणि अचूक आकलन सादर करणे आहे.

६) सांस्कृतिक देवाणघेवाणीवर भर :

मध्ययुगीन काळात सांस्कृतिक देवाणघेवाण, परस्परसंवाद आणि संकरीकरण शोधण्यात स्वारस्य वाढत आहे. यामध्ये मध्ययुगीन भारतातील सांस्कृतिक बहुलवादाच्या समृद्धतेवर प्रकाश टाकणारी कला, स्थापत्य, भाषा, धार्मिक समन्वय आणि विविध धार्मिक व सांस्कृतिक समुदायांमध्ये विचारांचा प्रसार यांचा समावेश आहे.

७) आर्थिक इतिहास आणि व्यापार नेटवर्क :

मध्ययुगीन भारतातील आर्थिक इतिहास आणि व्यापार नेटवर्कवर इतिहासकार अधिकाधिक लक्ष केंद्रित करत आहेत. यामध्ये कृषी संरचना, व्यावसायिक क्रियाकलाप, शहरीकरण, तांत्रिक प्रगती आणि प्रादेशिक अर्थव्यवस्थांचा भारतातीशी आणि व्यापक जगाशी असलेला परस्परसंबंध यांचा समावेश आहे.

८) मौखिक परंपरांचा समावेश :

विद्वान मध्ययुगीन भारतीय इतिहास समजून घेण्यासाठी मौखिक परंपरांचे मूल्य ओळखत आहेत. लोकजीवनपद्धती अभ्यास आणि विविध समुदायांमधील मौखिक कथा वैकल्पिक दृष्टीकोन प्रदान करतात, लिखित स्त्रोतांना पूरक असतात आणि स्थानिक इतिहास व सांस्कृतिक पद्धतींची माहिती देतात.

९) उत्तर–वसाहतिक आणि सबल्टर्न दृष्टीकोन :

उत्तर–वसाहतिक सिद्धांत आणि सबल्टर्न अभ्यासांचा प्रभाव इतिहासलेखनाला आकार देत आहे. हे दृष्टीकोन उपेक्षित आवाजांच्या महत्त्वावर भर देतात, हेजिमोनिक कथांना आव्हान देतात आणि शेतकरी, आदिवासी समुदाय व मागासलेल्या जातींसारख्या सबल्टर्न गटांच्या स्थितीवर प्रकाश टाकतात.

१०) डिजिटल मानवशास्त्र आणि नवीन तंत्रज्ञान :

मध्ययुगीन भारताच्या अभ्यासात डिजिटल मानवशास्त्र साधने आणि तंत्रज्ञानाचा वापर मोठ्या प्रमाणावर होत आहे. डिजिटल संग्रहण, जीआयएस मॅपिंग, मजकूर खनन आणि तथ्य विश्लेषण संस्था, जतन आणि ऐतिहासिक माहितीच्या मोठ्या प्रमाणावर विश्लेषण करणे, संशोधन आणि अर्थ लावण्यासाठी नवीन मार्ग उघडणे सुलभ करते.

▷ १.२ मध्ययुगीन भारताच्या इतिहासाची साधने :

मध्ययुगीन भारताचा अभ्यास करणे हे विविध स्त्रोतांवर अवलंबून आहे; ज्यामध्ये राजतरंगिणी आणि ऐन–इ–अकबरी सारख्या ऐतिहासिक ग्रंथांचा समावेश होतो. शासक आणि अनुदानांचा तपशील देणारे शिलालेख, सांस्कृतिक बारकावे प्रतिबिंबित करणाऱ्या अमीर खुसरो आणि कबीर सारख्या कवींच्या साहित्यकृती, पुरातत्व शोध याद्वारे देखील उपयुक्त माहिती मिळते. वास्तुशास्त्रीय चमत्कारांचे अनावरण, बाह्य दृष्टीकोन देणारी प्रवासवर्णने, शासनव्यवस्थेवर प्रकाश टाकणाऱ्या कायदेशीर नोंदी, सर्जनशीलता प्रदर्शित करणारी कला, आर्थिक पैलू प्रकट करणारी नाणी, विश्वासांना प्रकाश देणारे धार्मिक ग्रंथ आणि सामाजिक मूल्ये दाखवणारी हस्तलिखिते या प्रत्येकाची अनोखी झलक त्या काळातील दाखवणाऱ्या सामाजिक, आर्थिक, सामाजिक, आर्थिक आणि धार्मिक परंपरा इ.

१.२.१ फारसी भाषेतील साधने :

भूतकाळातील मानवी कर्तृत्वाचे अभिव्यक्तीकरण करून वर्तमानकाळातील समाजाला मार्गदर्शन करण्याचे सर्व कार्य इतिहासाला दृष्टी स्वरुपात पार पाडावे लागते. म्हणून भूतकाळ हा इतिहासाचा प्रतिपाद्य विषय आहे. घडून गेलेल्या घटनांची माहिती मिळविणे कठीण काम असते; कारण उपलब्ध असलेल्या मर्यादित साधनसामग्रीवरून भूतकालीन इतिहास मिळवावा लागतो. अनेक पाश्चात्त्य विचारवतांनी भारतीयांवर अशी टीकेची झोड उठविलेली आहे की, भारतीयांना इतिहास लेखनाची पद्धत अवगत नाही; परंतु भारतात प्राचीन काळात इतिहास हा विषय अनिवार्य म्हणून होता असा अनेक ग्रंथात उल्लेख आहे. 'राजतरंगिणी ' सारखा ग्रंथ हा पाश्चिमात्यांच्या टीकेला सडेतोड उत्तर देऊ शकतो. तरीही मध्ययुगीन भारताच्या इतिहासाच्या अभ्यासाला लागणारी पुरेशी साधनसामग्री भारतीय भाषेत उपलब्ध नाही, कारण त्याला राजकीय परिस्थिती जबाबदार होती. या काळात अरबी व पर्शियन भाषेने राजाश्रय मिळविलेला होता. साहजिकच भारतीय भाषेचे मोल कमी झाले होते. भारतीय भाषेत जे काही लिखाण आहे ते थोड्या प्रमाणात आहे; परंतु ऐतिहासिक दृष्टीने आपणाला अरबी व पर्शियन भाषांच्या साधनांचा आधार घेऊन मध्ययुगीन भारताचा इतिहास अजमावून घ्यावा लागतो. तो पुढीलप्रमाणे.

एखाद्या विशिष्ट काळाविषयीच्या माहितीचे साधन म्हणजे पुरावा होय. राजघराण्याविषयी किंवा राजवटीच्या माहितीसाठी जो पुरावा उपलब्ध असतो त्यास साधन म्हणतात. तो लिखित असतो किंवा अलिखित असतो.

१) मासिरे–आलमगिरी :

साकी मुस्तैदखान याने हा ग्रंथ लिहिला. तो औरंगजेब बादशहाच्या दरबारी अधिकारी होता. १७०९ साली म्हणजे औरंगजेबाच्या मृत्यूनंतर दोन वर्षांनी औरंगजेबाचा हा चरित्र ग्रंथ लिहिला. साकी मुस्तैदखान हा औरंगजेबाच्या खास तैनातीमधील अधिकारी असल्याने मोगल–मराठा संघर्षामधील अनेक महत्त्वपूर्ण घटना त्याने आपल्या डोळ्याने पाहिल्या होत्या. तसेच बादशहाच्या मातब्बर आणि विश्वासू अधिकाऱ्यांकडून मिळालेल्या सर्व हकीगती त्याने या ग्रंथात लिहिल्या आहेत. बादशहाचे राज्यारोहन व दरम्यानच्या काळामधील सर्व घटना आणि घडामोडी त्याने दिल्या आहेत. त्यातील तारखा अचूक आहेत. रॉयल एशियाटीक सोसायटी ऑफ बेंगॉल या संस्थेने इ. स. १८७१ मध्ये हा ग्रंथ प्रसिद्ध केला. जदुनाथ सरकार यांनी या ग्रंथाचे इंग्रजीमध्ये भाषांतर केले. सेतू माधव पगडी यांनी हा ग्रंथ मराठीत अनुवादीत केला. ग्रंथकर्त्याने औरंगजेबाचे पराक्रम विस्ताराने सांगितले आहेत. मात्र त्यांच्या नामुष्कीचे प्रसंग सांगताना त्याची तारांबळ उडते असे श्री. पगडी म्हणतात.

२) तारीखे–खाफीखान :

'मुन्तखबुललुबादए महंमदशाही' असे या ग्रंथाचे मूळ नाव आहे. 'तारीखे–खाफीखान' असेही त्याला नाव आहे. महंमद हाशिम खाफीखान याने इ.स. १७३४ मध्ये हा ग्रंथ लिहून पूर्ण केला. त्यामध्ये औरंगजेब बादशहा ते इ.स. १७३४ पर्यंतचा इतिहास आहे. औरंगजेबाच्या दक्षिण मोहिमेच्या वेळी तो हजर होता. मोगलांची दुर्दशा त्याने प्रकट केली आहे. छत्रपती शिवाजीच्या हालचाली, संभाजी महाराजांचा स्वभाव, कर्तृत्व, धनाजी संताजीचा पराक्रम, राजाराम आणि ताराबाई यांची कामगिरी, इत्यादी गोष्टींवर या ग्रंथात प्रकाश टाकला आहे. मराठे आणि मोगल यांच्यातील अनेक लढायांचे वर्णन त्याने केलेले आहे.

३) तारीखे–दिलकुशा :

औरंगजेबाच्या पदरी असणाऱ्या भिमसेन सक्सेना यांनी हे आत्मचरित्र लिहिले आहे. दक्षिण मोहिमेच्या वेळी तोही औरंगजेबाबरोबर होता. मराठ्यांबरोबरचे अनेक समर प्रसंग त्याने पाहिले होते. पन्हाळ्याच्या वेढ्याच्या वेळी तो हजर होता. इ.स. १६५६ ते इ.स. १७०९ पर्यंतचा इतिहास या ग्रंथात आहे. या ग्रंथातून आपणास छत्रपती शिवाजी, संभाजी, राजाराम, महाराणी ताराबाई यांनी औरंगजेब बादशहाशी केलेल्या संघर्षाची प्रथम दर्जाची माहिती मिळते. संभाजीच्या वधानंतर मराठ्यांनी बादशाही फौजेची केलेली दाणादाण त्याने प्रामाणिकपणे वर्णन केली आहे.

४) फुताहाते–आलमगिरी :

औरंगजेब बादशहाच्या मुख्य न्यायाधिशाचा कारकून ईश्वरदास नागर याने हा ग्रंथ लिहिला आहे. ईश्वरदासाला इ.स. १६८० पर्यंत बादशहाच्या छावणीत वास्तव्य करावे लागले. त्याने हा ग्रंथ इ.स. १७१० ते १७२० या दरम्यान लिहिला. श्री. पगडी यांनी तो 'मोगल–मराठा संघर्ष' या नावाने मराठीत अनुवादीत केला. शाहीस्तेखानाची मोहीम (१६६०) ते सातारच्या वेढ्यापर्यंतची (१७००) हकीकत या ग्रंथात आहे. ईश्वरदासाच्या या ग्रंथातून आपणास छत्रपती संभाजी, कविकलश, दुर्गादास,अकबर, राजाराम, संताजी, बादशाही सरदार यांच्याबद्दल माहिती मिळते. संभाजीराजे औरंगजेबापुढे जराही झुकले नाहीत. उलट डोळे काढल्यानंतर त्यांनी अन्नत्याग केला. संभाजीच्या शेवटच्या दिवसांची हकीकत ईश्वरदासाने व्यवस्थित दिली आहे.

५) खुतूते–शिवाजी :

म्हणजेच, शिवाजी महाराजांची पत्रे. शिवाजी महाराजांबरोबरच औरंगजेब, अकबर, जुल्फीकारखान, जयसिंह, शाहू यांचीही पत्रे यात आहेत. शिवाजी महाराजांनी जिजीयाच्या निषेधार्थ लिहिलेल्या पत्रांचाही त्यात समावेश आहे.

६) हफ्त अंजुमन :

हा मिर्झाराजे जयसिंग याच्या पत्रांचा संग्रह आहे. शिवाजीचा पाडाव करण्यासाठी दक्षिणेत आलेल्या जयसिंगने वेळोवेळी बादशहाला पत्रे पाठविली आहेत. ती या संग्रहामध्ये आहेत. त्याचा चिटणीस उदयराज याने या पत्रांचा संग्रह करून ठेवला. जयसिंगच्या दक्षिणेतील मोहिमा, त्याचे डावपेच यावर या पत्रातून प्रकाश पडतो.

७) लुत्फुल्लाखानाची पत्रे :

लुत्फुल्लाखान हाही मोगली सरदार होता. संताजी आणि धनाजी यांच्याशी त्याच्या अनेक लढाया झाल्या. त्याच्या पत्रातून आपणास या लढायांचा वृत्तांत समजतो. लुत्फुल्लाखानाची ४० पत्रे श्री. पगडी यांनी अनुवादीत करून मोगल-मराठा संघर्ष या पुस्तकात दिली आहे.

८) मातब्बरखानाची पत्रे :

मातब्बरखान हा मोगली सेनानी नाशिकचा ठाणेदार होता. मोगल सेनाधिकारी आणि बादशहा यांना त्याने लिहिलेली काही पत्रे यात उपलब्ध आहेत. जेठमल याने ही पत्रे एकत्रित करून 'कारनामा' ग्रंथ लिहिला. या पत्रामधून संभाजी आणि राजाराम महाराज यांच्या काळातील मोगल-मराठा संघर्षाची माहिती मिळते.

९) बुसातीन-उस-सलातीन :

मुहंमद इब्राहीम अझ्झुबैरी याने १८२४ च्या सुमारास हा ग्रंथ लिहिला. त्यात विजापूरच्या आदिलशाहीचा इतिहास आहे. शिवाजीच्या हालचाली, पराक्रम, राजकारण, आदिलशाहीशी त्यांचे संबंध यांचा अभ्यास करण्यासाठी हा ग्रंथ उपयुक्त आहे.

१०)अखबारात :

मोगली बादशहाच्या दरबारात सरकारी अधिकाऱ्यांनी ज्या-ज्या घडामोडी घडत, त्या लिहून ठेवत. त्याबरोबरच मोठ्या सरदारांच्या हस्तकाकडून दरबारातील वार्ता, तारीखवार धन्याला कळविल्या जात. अशा वार्तापत्रांनाच अखबारात असे म्हणतात. मोगलाचे दक्षिणेतील संघर्ष, राजकीय-लष्करी हालचाली, मुलकी व्यवस्था, मोगलांचे जय-पराजय, ठाणेदार, किल्लेदार यांच्या हालचाली, त्यांची नावे अशा नोंदी त्यात आहेत. मराठ्यांचा तारीखवार इतिहास लिहिण्यासाठी अखबारात फारच उपयुक्त आहे.

११) तारीखे-इरादतखान :

हा ग्रंथ मीर मुबारक उल्ला इरादतखान याने लिहिला. बादशहा शहाआलम ते बादशहा फरूखसियरपर्यंतची माहिती या ग्रंथात आहे.

१२) मिराते-अहमदी :

हा ग्रंथ अली मुहंमदखान याने लिहिला. त्याने इ. स. १७४८ मध्ये हा ग्रंथ लिहून पूर्ण केला. मुहंमदखान हा गुजरात प्रांताचा दिवाण होता. गुजरात मध्ये मराठ्यांनी केलेल्या स्वाऱ्यांचा सर्व वृत्तांत त्याने आपल्या ग्रंथात लिहून ठेवला आहे.

१३) सियार-उल्-मुतख्खरीन :

सय्यद गुलाम हुसेन याने इ.स. १७८२ च्या सुमारास हा ग्रंथ लिहिला. मराठा राज्यात ताराबाई आणि छत्रपती शाहू यांच्यामधील संघर्ष त्याने वर्णन केला आहे. तसेच निजाम-मराठा संबंधावरही प्रकाश टाकला आहे.

१४) आईन-ए-अकबरी :

अबु-अल-फझल इब्न मुबारक याने देखील पर्शियन भाषेत लिहिले आहे. त्याने अकबराच्या कारकिर्दीतील राजकीय घटनांचे वर्णन केलेले नाही परंतु त्याचे प्रशासन कायदे, नियम, कायदे इत्यादींचे वर्णन केले आहे. आईन-ए-अकबरीला अकबराच्या कारकिर्दीतील संस्कृती आणि प्रशासनाचे मौल्यवान स्त्रोत मानले जाते. सम्राट अकबराच्या कारकिर्दीत अबु-अल-फझल इब्न मुबारक यांनी रचलेली ऐन-इ-अकबरी हा एक विस्तृत

पर्शियन दस्तऐवज आहे जो मुघल साम्राज्याचे प्रशासन, अर्थव्यवस्था, समाज आणि सांस्कृतिक आचारसंहितेचे तपशीलवार वर्णन करतो. पाच पुस्तकांचा समावेश असलेल्या या ग्रंथात शाही न्यायालय, प्रशासकीय यंत्रणा, लष्करी संघटना, महसूल यंत्रणा आणि विविध धर्मांबाबत अकबराच्या सर्वसमावेशक धोरणांचे बारकाईने वर्णन केले आहे. आपल्या अनुभवजन्य दृष्टीकोनासाठी आणि मोहक गद्यासाठी प्रसिद्ध, हे सर्वसमावेशक कार्य एक महत्त्वपूर्ण प्राथमिक स्त्रोत म्हणून उभे आहे, जे मुघल साम्राज्याच्या कार्यप्रणालीबद्दल आणि अकबराच्या शासनाबद्दल गहन माहिती देते, धार्मिक सहिष्णुता, प्रशासकीय सुधारणा आणि भारताच्या समृद्ध सामाजिक परंपरेवर भर देते.

१.२.२ प्रादेशिक भाषेतील साधने :

इतिहास हे एक शास्त्र आहे. इतिहासाचा शास्त्रशुद्ध अभ्यास व लिखाण करण्यासाठी ऐतिहासिक साधनांचा उपयोग करावा लागतो. मोगल, भारतातील ब्रिटिश सत्ता व शिवशाहीचा इतिहास इत्यादी ची लिखित व अलिखित स्वरूपात साधने उपलब्ध आहेत. यामध्ये बखरी, राजनैतिक अधिकाऱ्यांची निरीक्षणे, पत्रव्यवहारातील कागदपत्रे, आज्ञापत्र, वास्तू, नाणी, शिल्प, विविध भाषांमधील साधने इत्यादी अभ्यासासाठी उपलब्ध आहे.

१.२.२.१ लिखित साधने :

इतिहास हे एक शास्त्र आहे. म्हणून इतिहास लेखनात शास्त्रशुद्धता टिकून ठेवण्यासाठी देशी साधनांचा वापर अनिवार्य ठरतो. ठरावीक प्रदेशाची एक भाषाशैली असते, त्याचा प्रभाव साहजिकच तेथील प्रदेशांवर पडतो. इतिहास लेखनामध्ये प्राथमिक साधनात देशी साधनांचा वापर होत असतो. मध्ययुगीन समाजव्यवस्थेचा राजकीय, सांस्कृतिक अभ्यास करण्यासाठी विपुल प्रमाणात देशी साधने उपलब्ध आहेत. त्यात सभासद बखर, शिव-दिग्वीजय बखर, पेशवे दफ्तर, जेधे शकावली, आज्ञापत्र इत्यादी प्रमुख होत. या सर्वांमधून केंद्रीय प्रशासन व्यवस्था, वतनदार, बलुतेदार, किल्ले, आरमार, युद्ध-तह या सर्वांबाबत इत्यंभूत माहिती मिळते. या सर्वांचा आढावा पुढील मुद्यांच्या आधारे घेता येईल :

अ) शिवकालीन साधने :

१) बखर :

मराठी साधनांमध्ये बखरींना अनन्यसाधारण महत्त्व आहे. बखरींचे स्वरूप चरित्रग्रंथाप्रमाणे होते. बखरींमध्ये तत्कालीन इतिहास शद्वबद्ध केल्याचे दिसते. बखरकारांनी अनेक ठिकाणी अतिशयोक्ती केलेली दिसते. तरीही, बखरींमध्ये ऐतिहासिक सत्य असल्यामुळे त्यांचे महत्त्व नजरेआड करता येत नाही. बखरींमध्ये खालील बखरी महत्त्वाच्या आहेत :

i) सभासद बखर :

कृष्णाजी अनंत सभासद हा या बखरीचा कर्ता होय. बखर वाङ्मयामध्ये सभासद बखर ही सर्वात जुनी मानली जाते. सभासदाने ही बखर इ.स. १६९७ मध्ये लिहिली. त्यावेळी तो राजाराम महाराजांच्या पदरी जिंजी येथे होता. छत्रपती शिवाजी महाराजांचा पराक्रम त्याने स्वत: पाहिला आणि ऐकला होता. छत्रपती राजाराम महाराजांच्या आज्ञेने ही बखर सभासदाने लिहिली आहे. या बखरीमध्ये छत्रपती शिवाजी महाराजांचा जन्म, त्यांचे पराक्रम, त्यांचा मृत्यू या सर्व घटना दिल्या आहेत. मात्र, यातील वर्णन फारच संक्षिप्त आहे. यात छत्रपती शिवाजी महाराजांची राज्यकारभार यंत्रणा, लष्करव्यवस्था, प्रदेश, गड, खजिना, सरदार याबाबतच्या विविध विषयांवर लिखाण केलेले आहे. ही बखर समकालीन असल्यामुळे त्यातील सत्यता अधिक आहे.

ii) ९१ कलमी बखर :

'श्री शिवछत्रपतींची ९१ कलमी बखर' या नावाने ही प्रसिद्ध आहे. या बखरीमध्ये ९१ कलमे आहेत. त्यात मालोजीराजे भोसले ते शिवाजी महाराज यांच्यापर्यंतचा इतिहास सांगितला आहे. ही बखर दत्ताजी त्रिंबक वाकनीवस याने १६८६ ते १७०७ च्या दरम्यान लिहिली असावी. वि. स. वाकसकर यांनी ती प्रकाशित केली.

iii) चिटणीस बखर :

मल्हार रामराव चिटणीस याने ही सप्त प्रकरणात्मक बखर लिहिली. सात प्रकरणांची ही बखर इ. स. १८११ मध्ये लिहिली. मल्हार रामराव हा खंडो बल्लाळचा पणतू होता. मल्हार रामरावाने ही बखर आख्यायिका, ऐकीव माहिती, सातारच्या दफ्तरखान्यातील माहिती याआधारे लिहिली आहे. तसेच ही बखर लिहिताना वडिलोपार्जित कारकीर्द, दिनचर्या, शिवाजीने पाठविलेली कागदपत्रे यांचा उपयोग मल्हार रामरावाने केला असे भाष्य इतिहासाचार्य राजवाडे करतात. ग्रँट डफच्या ग्रंथात न सापडणाऱ्या अनेक गोष्टी रामरावाच्या चरित्रात आहेत.

iv) चित्रगुप्ताची बखर :

रघुनाथ यादव चित्रगुप्त (चित्रे) हा या बखरीचा कर्ता आहे. ही बखर सभासद बखरीवरच आधारित आहे. त्याने बखरींमध्ये अधूनमधून कविता घुसडल्या आहेत. हा देखील बाळाजी आवजी चिटणीस यांच्या घराण्यातला होता. शिवाजी महाराजांची आणि त्यांच्या काळातील कर्त्या पुरुषांची ऐकलेली बरीच माहिती त्याला होती. सभासद बखरीमध्ये नसणारी आडनावे चित्रगुप्त देतो. चित्रगुप्ताची ही बखर इ.स. १७६५ मध्ये लिहिली गेली आहे.

v) दलपतरायाची बखर :

दलपतराय हा शिवाजी महाराजांच्या विरोधी पक्षात होता. त्याने ही बखर लिहिली असल्यामुळे या बखरीला खूप महत्त्व आहे. शिवकाळाचा अभ्यास करताना विरोधी मंडळीमध्ये शिवाजी महाराजांबद्दल काय मत होते याचा अंदाज घेण्यासाठी या बखरीचा खूप उपयोग होतो. दलपतरायाच्या बखरीमधील तारखा महत्त्वाच्या आहेत.

vi) शिवदिग्विजय बखर :

ही बखर इ.स. १८१८ साली लिहिली आहे. हिचा कर्ता कोण आहे हे माहीत नाही. दांडेकर आणि नंदुरबारकर या इतिहास संशोधकांनी तिचे संपादन करून इ.स. १८९५ साली ती प्रसिद्ध केली. या बखरींमध्ये शिवाजीच्या कारकिर्दीतील अनेक घटना, शिवाजी महाराजांचे पराक्रम याबद्दल वर्णन आहे. ही बखर लिहिताना आपण दाखले, पत्रे, बारनिशी, जुने ग्रंथ यांचा आधार घेतला आहे असे बखरकार नमूद करतो. या बखरीमध्ये राजाराम महाराजांना राजपद मिळावे यासाठी राणी सोयराबाईने काय-काय केले याचे सविस्तर वर्णन आहे.

vii) मराठी साम्राज्याची छोटी बखर :

इ.स. १८१७ च्या दरम्यान ही बखर लिहिली गेली असावी व ही बखर 'काव्येतिहाससंग्रह' या मासिकात इतिहासकार बाळाजी जनार्दन मोडक यांनी छापली. या बखरीमध्ये ठिकाणे, वेळ, व्यक्ती याबाबतची बरीच चुकीची माहिती आहे. मात्र, या बखरींमध्ये शिवचरित्रामधील काही नव्या बाबी समोर येत असल्याने ही बखर महत्त्वाची आहे.

viii) चिटणीसकृत संभाजी महाराजांची बखर व राजाराम महाराजांची बखर :

मल्हार रामराव चिटणीस यानेच या दोन बखरी लिहिलेल्या आहेत. छत्रपती संभाजी आणि छत्रपती राजाराम यांच्या चरित्राचा अभ्यास करण्यासाठी या बखरी फारच उपयुक्त आहेत कारण बखरकार संभाजी महाराजांबद्दल विरोधी वक्तव्य करतो, तर छत्रपती राजारामाविषयी प्रशंसोद्‌गार काढतो. त्याच्या बखरीमधून शिवशाहीतील अनेक सरदार घराणी, त्यांचे पराक्रमी पुरुष व घटना याबाबत माहिती मिळते. मराठ्यांच्या स्वातंत्र्य युद्धाचा आढावाही या बखरीत आहे. तसेच छत्रपती संभाजी महाराजांच्या जीवनातील अनेक विवादास्पद घटना यात आहेत.

शिवशाहीवर प्रकाश टाकणाऱ्या या काही महत्त्वाच्या बखरी आहेत. त्यात अनेक ठिकाणी दोष आहेत. जोपर्यंत अस्सल कागदपत्रे मिळत नाहीत तोपर्यंत आपणास या बखरींवरच अवलंबून राहावे लागते. शिवकाळामधील इतिहासातील त्रुटी, मोकळ्या जागा याबाबतची माहिती बखरींमुळे आपणास मिळू शकते.

२) इतर मराठी कागदपत्रे :

मराठी कागदपत्रांना मराठ्यांच्या इतिहासात अव्वल स्थान आहे. या कागदपत्रात प्रामुख्याने शिवाजी, संभाजी, राजाराम, ताराबाई, इत्यादींची आज्ञापत्रे, इनामपत्रे, वतनपत्रे, निवाडे असे कागद आहेत. किल्लेदार, सुभेदार, ठाणेदार, प्रधान यांची पत्रे आहेत. ब्रम्हसभा, गोतसभा यांची निवाडापत्रे आहेत. वतनाबाबतची व खटल्याबाबतची कागदपत्रे उजेडात आणून प्रसिद्ध करण्याचे काम जिनसीवाले चिपळूणकर, किर्तने, साने, मोडक, पारसनीस, विजापूरकर, राजवाडे, खरे, भावे, वा.वा. खरे, सरदेसाई यासारख्या अनेक इतिहास संशोधकांनी केले. या ऐतिहासिक ग्रंथमालेत ताराबाईकालीन कागदपत्रे तसेच शिवशाहीच्या शेवटच्या काळावर प्रकाश टाकणारी अनेक कागदपत्रे आहेत. पुण्याच्या भारत इतिहास संशोधक मंडळाने मराठी काळातील अनेक कागदपत्रे प्रकाशात आणण्याचे काम केले.

३) जेधे शकावली :

शिवाजीच्या काळात काही घराण्यांना महत्त्वाच्या घटना स्मरणाने लिहून ठेवण्याची सवय होती. अशाच काही घराण्यांनी लिहून ठेवलेल्या नोंदी इतिहास संशोधकांच्या हाती लागल्या आहेत. या एकत्रित नोंदींच्या कागदास 'शकावली' असे म्हणतात. लोकमान्य टिळकांना कारीचे जेधे देशमुख यांच्या घराण्याच्या दफ्तरात एक शकावली सापडली ती त्यांनी 'शिवचरित्र प्रदीप' या ग्रंथात छापली. शिवाजी महाराजांशी निगडित असणाऱ्या लोकांनी या शकावल्या त्याच काळात लिहिल्या आहेत. शकावलीमधील नोंदी, तारखा अचूक आहेत. या शकावलीमध्ये १६१८ ते १६९७ पर्यंतच्या नोंदी आहेत. अनेक महत्त्वाच्या घटना कालक्रमाने त्यामध्ये आल्या आहेत. शकावलीमधील नोंदी त्रोटक आहेत.

४) आज्ञापत्र :

शिवशाहीमधील प्रधान रामचंद्रपंत अमात्य यांनी 'आज्ञापत्र' हा ग्रंथ लिहिला. शिवाजी महाराजांची राजनीती या ग्रंथामध्ये पूर्णपणे उतरली आहे. भावी पिढीतील वारसांना मार्गदर्शक ठरावा म्हणून अमात्यांनी हा ग्रंथ लिहिला आहे. आज्ञापत्र नऊ प्रकरणांचे आहे. त्यात राजा, प्रधान मंडळ, व्यापार, सावकार वतने, वतनदार, किल्ले, आरमार याबाबतचे विचार मांडलेले आहेत. याबरोबरच अनेक राजनैतिक तत्त्वे या ग्रंथात आहेत. शिवकालीन राजनीतीचे उत्कृष्ट प्रतिबिंब यामध्ये आपणास पाहावयास मिळते.

ब) पेशवेकालीन साधने :

पेशवाईच्या इतिहासासाठी लागणारी अनेक लिखित साधने, अस्सल कागदपत्रे आज उपलब्ध आहेत.

१) पेशवे दफ्तर :

पेशवाईचा इतिहास सांगणारी असंख्य कागदपत्रे पेशवे दफ्तरामध्ये उपलब्ध आहेत. त्यामध्ये आपणास उत्तर पेशवाईचा समग्र इतिहास पाहावयास मिळतो. रियासतकार सरदेसाई यांनी ४५ खंडामधून, पेशवे दफ्तरामधून महत्त्वपूर्ण कागदपत्रे प्रसिद्ध केली आहेत. मराठीतील कागदपत्रे मोडी लिपीत आहेत. मराठीचे २९,५०० रुमाल आहेत. यासाठी पेशवे दफ्तरात रोजकीर्द प्रसिद्ध आहे. प्रांत व प्रशासकीय विभागांच्या महसुलाचे अंदाज त्यात आहेत.

२) राजवाडे संकलित २२ खंड :

इतिहासाचार्य वि. का. राजवाडे यांनी पेशवेकालीन कागदपत्रे संकलित करून २२ खंड प्रकाशित केले.

३) पेशव्यांच्या रोजनिशी :

पेशवेकाळात दैनंदिन घटना लिहून ठेवण्याची पद्धत होती. रावबहादूर गणेश, चिमणाजी वाड यांनी पेशवे रोजनिशीमधील महत्त्वपूर्ण माहिती जमा केली आहे. ही पेशवे कालखंडातील बरीचशी उपयुक्त माहिती आहे.

४) शाहूची रोजनिशी :

रावबहादूर गणेश, चिमणाजी वाड यांनीच शाहूची रोजनिशी संपादित करून प्रकाशित केली. त्यातून शाहूच्या कारकिर्दीबद्दल बरीचशी माहिती मिळते. शाहू दफ्तर, पेशवे दफ्तर, आंग्रे दफ्तर, सातारच्या महाराजांचे जमाव दफ्तर, कर्नाटक दफ्तर, सोलापूर दफ्तर अशी कागदपत्रे पुण्याच्या शासकीय अभिलेखागारात आहेत. शाहू महाराज दफ्तरात इ. स. १७४९ पर्यंतची कागदपत्रे आहेत. इ. स. १८६५ च्या अखेर पर्यंतची मराठी कागदपत्रे सातारा महाराजांच्या दफ्तरात आहेत. शाहू महाराजांच्या दफ्तरामध्ये दैनंदिन हिशोबाचे ग्रामीण भागांचे वृत्तांत, देणग्या, वतन, इनाम, दानधर्म याबाबतच्या नोंदी, सेनाधिकाऱ्यांचे अहवाल, पत्र व्यवहार, घरगुती कागदपत्रे, सनदा, पत्रांच्या नकला, इत्यादी कागदपत्रे आहेत. भारत इतिहास संशोधक मंडळाच्या दफ्तरखान्यात कागदपत्रांखेरीज पोथ्या, शिलालेख, ताम्रपट, नाणी, भुर्जपत्रे, दुर्मिळ ग्रंथ, इत्यादी साधने आहेत. तसेच येथील कागदपत्रामध्ये सामाजिक, राजकीय, आर्थिक, प्रशासकीय, धार्मिक व इतर कागदपत्रेसुद्धा आहेत.

या सर्व स्त्रोत–साधनांचे सूक्ष्मपणे निरीक्षण करता असे दिसून येते की, मध्ययुगीन महाराष्ट्राच्या इतिहासामध्ये देशी साधनात बखरीमध्ये प्रामुख्याने सभासद बखर, ९१ कलमी बखर, चिटणीस बखर, चित्रगुप्ताची बखर, दलपतरायाची बखर, शिवदिग्विजय बखर इत्यादींचा समावेश होतो. याशिवाय आज्ञापत्र हे मराठी भाषेतील महत्त्वाचे साधन आहे. या राजनैतिक तत्त्वे असलेल्या ग्रंथात तत्कालिन शिवकालीन राजनीती, लष्करी व्यवस्था, आर्थिक व्यवस्था इत्यादी सर्वांचे वस्तुनिष्ठपणे विवेचन आढळते.

क) देशी भाषेतील इतर लिखित साधने :

१) पृथ्वीराज विजयकाव्य : जयवंत :

पृथ्वीराज चौहानच्या वंशजांच्या विषयीची माहिती या ग्रंथात लिहिली आहे. या ग्रंथावरुन चौहान वंशावर मोठ्या प्रमाणात प्रकाश पडतो.

२) हमीर महाकाव्य : न्यायचंद्र :

राजा हमीर याच्या विषयीचे वर्णन या काव्यात आहे. चौहान वंशजांविषयीसुध्दा यात माहिती आहे. या काव्यात काल्पनिकता कमी प्रमाणात आहे.

३) सुजनचरित्र (वाङ्मय) काव्य : चंद्रशेखर :

यांनी या ग्रंथात चौहान घराण्याविषयी माहिती लिहिली आहे. चौहान घराण्यातील बऱ्याच राजांचे चरित्र या ग्रंथात आहे.

४) राजतरंगिनी : कल्हण :

कल्हण या इतिहासकाराने हा ग्रंथ रचला. या ग्रंथात काश्मिरचा इतिहास आहे. यात ११५० ते अकबराच्या काश्मीर विजयापर्यंतचा इतिहास शास्त्रशुध्द पद्धतीने या ग्रंथात लिहिला गेला आहे.

५) महूश विजयम : गंगादेवी :

विजयनगरच्या गादीवर हिंदूंचा राजा होता. त्याच्या काळात मदुरा व विजयनगरचे युद्ध झाले. विजयनगरच्या दरबारात संस्कृत भाषेला महत्त्व होते. मदुरा आणि विजयनगरच्या शासनांबाबत माहिती या संस्कृत ग्रंथात आहे.

६) अर्वदेश वृत्तांत संग्रह :

या ग्रंथात अकबर कालखंडाविषयी माहिती आहे. देशातील लहान – लहान राजांबरोबर अकबराचे संबंध कसे होते याबाबतची माहिती दिली आहे.

७) हिरा सौभाग्यम् :

या ग्रंथात जैनधर्मीय लोक आणि अकबर यांच्या संबंधाविषयी माहिती आहे.

८) अमरकाव्य वैशाली : खानोड भट :

मेवाडचा राजा आणि त्यांचे वंशज यांचा इतिहास या ग्रंथात आहे. मेवाडचे शासन आणि मुघल यांचे संबंध कसे होते याचा उल्लेख यामध्ये आहे.

९) वीरभावुदाय काव्यम : रणछोड भट :

रंदा येथील वाघोरा राजासंबंधीची माहिती यात आहे.

१०) जगन्नाथ पंडित :

जगन्नाथ पंडित यांनी बरेच ग्रंथ लिहिले. त्यांचे ग्रंथ पुढीलप्रमाणे आहेत. रास गंगाधर, असफ विलास,बहामनी विलास. वरील ग्रंथात शहाजहान विषयाची माहिती जगन्नाथ पंडित यांनी दिलेली आहे.

११) पृथ्वीराज रासो – चंद्रभाट :

ऐतिहासिक माहिती देणारा मिश्रभाषेतील ग्रंथ आहे; परंतु या ग्रंथात कल्पनाविलास जास्त आहे.

१.२.२.२ संस्कृत, हिंदी, राजस्थानी व कानडी साधने :

मध्ययुगीन भारताचा अभ्यास करताना मराठी, फारसी, परकीय साधनांबरोबरच संस्कृत, हिंदी, राजस्थानी व कन्नड साधनांचा अभ्यास करणे ही अगत्याचे आहे. ही साधने जरी वाङ्मयीन स्वरूपाची असली तरी ऐतिहासिक घटनांचा पाठपुरावा करण्यासाठी या दुय्यम स्त्रोतांचा मोलाचा वाटा आहे ही साधने काव्ये रूपातील आहेत. चरित्र वर्णन वा प्रसंगवर्णने, प्रत्यक्ष पाहून किंवा माहिती मिळून ती रचलेली आहेत. या साधनातील काही दोष सोडले तर त्यांची विवेचन पद्धत समग्र वृत्तांत देणारी असल्याने इतिहासात त्यांचे स्थान निरंतर आहे.

अ) संस्कृत साधने :

१) राधामाधवविलास चंपू :

जयराम पंडित (पिंड्ये) याने इ.स. १६५३–५४ च्या सुमारास शहाजीराजांच्या दरबारी बंगळूर मुक्कामी 'राधामाधवविलास चंपू' हा काव्यग्रंथ लिहिला. हा ग्रंथ संस्कृत भाषेमध्ये आहे. या ग्रंथात शहाजीराजे हा प्रमुख विषय आहे. त्यात शहाजीराजाचे चरित्र आणि पराक्रम यांचे वर्णन केलेले आहे. दक्षिणेतील शाह्या आणि त्यांच्या हालचाली व राजकारण यावर हा ग्रंथ प्रकाश टाकतो. इतिहासाचार्य वि. का. राजवाडे यांनी या ग्रंथाची पोथी शोधून काढून इ.स. १९२२ मध्ये तिला विद्ववत्तापूर्ण प्रस्तावना देऊन प्रसिद्ध केली.

२) कवि परमानंदाचे शिवभारत :

कवि परमानंद याने 'शिवभारत' हा ग्रंथ संस्कृत भाषेत लिहिला. या ग्रंथाचे एकूण ३२ अध्याय आहेत. ग्रंथाची सुरुवात मालोजी, शहाजीराजे ते शिवाजी महाराजांच्या दक्षिण कोकण विजयापर्यंत आहे. हा सर्व इतिहास काव्यरुपात आहे. शिवाजीने शृंगारपूरचे राज्य घेईपर्यंतचा इतिहास त्यात आहे. त्यानंतरचा शिवशाहीचा इतिहास अपूर्ण आहे. हा ग्रंथ १९२७ साली स.म. दिवेकर यांनी संपादित केला.

३) अनुपुराण :

कवि परमानंद यानेच 'अनुपुराण' हा काव्यग्रंथ लिहिला. हा ग्रंथ १९५२ साली बडोदा ओरिएन्ट्रल इन्स्टिट्यूटने प्रसिद्ध केला. शेजवलकराच्या मते, शिवभारत व अनुपुराण यांची भाषाशैली भिन्न असल्यामुळे अनुपुराण हे काव्य परमानंदाने लिहिले नसून त्याचा मुलगा देवदत्त आणि त्याच्यानंतर गोविंद या नातवाने रचले आहे. शहाजीराजांपासून संभाजी महाराजांपर्यंतचा भोसले कुळाचा काव्यमय इतिहास या ग्रंथामध्ये आहे. हा ग्रंथ संभाजी व शिवाजी यांच्यातील संबंध अभ्यासण्यासाठी उपयुक्त आहे.

४) पर्णालपर्वत ग्रहणाख्यान :

'पर्णालपर्वत' म्हणजे 'पन्हाळगड'. जयराम पंडित याने हा काव्यग्रंथ लिहिला. छत्रपती शिवाजी महाराजांनी मार्च १६७३ मध्ये पन्हाळगड दुसऱ्यांदा काबीज केला हाच या काव्यग्रंथाचा विषय आहे. प्रतापराव गुजर याने

उम्रानीजवळ बहलोलखानाशी केलेल्या लढाईपर्यंतची माहिती जयरामाने यात दिली आहे. स. म. दिवेकर यांच्या मते, हा ग्रंथ १६७४ च्या आसपास लिहिला असावा. शिवचरित्राचा अभ्यास करण्यासाठी हा ग्रंथ अत्यंत उपयुक्त आहे.

५) शिवराज्याभिषेक कल्पतरू :

हा संस्कृत काव्यग्रंथ आहे. त्यात २३४ श्लोक आहेत. अनिरूद्ध सरस्वती याने हा ग्रंथ लिहिला. निश्चलपुरी आणि गोविंद यांच्यातील संवाद त्यात आहेत. शिवाजीचा दुसरा राज्याभिषेक हा या ग्रंथाचा मुख्य विषय आहे. या ग्रंथात गागाभट्टाने केलेला पहिला वेदोक्त राज्याभिषेक कसा चुकीचा होता आणि निश्चलपुरीने केलेला राज्याभिषेक कसा योग्य होता हे सांगितले आहे.

६) राज्य व्यवहारकोश :

धुंडीराज लक्ष्मण व्यास या पंडिताने रघुनाथ हणमंते याच्या देखरेखीखाली हा ग्रंथ लिहिला. शिवाजी महाराजांच्या आज्ञेने त्यांनी फारसी भाषेचे मराठीवर झालेले आक्रमण दूर करण्यासाठी या कोशाची निर्मिती केली.

७) राजारामचरितम् :

केशव पंडिताने इ.स. १६९० च्या सुमारास या काव्यग्रंथाची रचना केली. वा. सी. बेंद्रे यांनी तंजावरच्या ग्रंथालयात हा ग्रंथ शोधून काढला. छत्रपती संभाजी महाराजांच्या वधानंतर उद्भवलेली परिस्थिती, त्याबरोबरच राजाराम महाराजाचा जिंजीचा प्रवास या ग्रंथामध्ये वर्णन केला आहे. कदाचित केशव पंडित स्वत: राजाराम महाराजांबरोबर जिंजीच्या प्रवासात असावा. ऐतिहासिकदृष्ट्या महत्त्वपूर्ण साधन म्हणून 'राजाराम चरितम्' या ग्रंथाला महत्त्व आहे.

ब) हिंदी साधने :

'शिवराज भूषण' हा कवि भूषणचा हिंदी काव्यसंग्रह महत्त्वाचा आहे. छत्रपती शिवाजी महाराजांचा पराक्रम, औरंगजेबाचे धार्मिक अत्याचार, हिंदू धर्म आणि संस्कृती यांच्या रक्षणासाठी शिवाजी महाराजांनी केलेले प्रयत्न असे विषय त्यात आहेत. कवि भूषण उत्तर प्रदेशात राहत होता. शिवरायाच्या कीर्तीने मोहीत होऊन तो त्यांच्या दरबारी आला असे मत सरदेसाई यांनी मांडले आहे. शिवरायाच्या पराक्रमाची गाथा सांगणारे ५२ छंद या ग्रंथात आहेत.

१) भक्ती आणि सुफी साहित्य :

मध्ययुगीन काळात भक्ती आणि सुफी चळवळींचा उदय झाला ज्याने हिंदी साहित्यावर खोलवर प्रभाव टाकला. कबीर, मीरा बाई, सूरदास आणि तुलसीदास यासारख्या भक्ती कवींनी धार्मिक सीमा ओलांडून, प्रेम, अध्यात्म आणि परमात्म्याशी थेट संबंध यावर लक्ष केंद्रित करणारी भक्ती कविता रचली. त्यांचे श्लोक बहुतेक वेळा स्थानिक हिंदीत लिहिलेले असून भक्तीवर जोर देतात आणि सामाजिक नियमांवर टीका करतात, ज्यामुळे ते भारतीय साहित्याचा अविभाज्य बनतात.

२) रामायण आणि महाभारताची पुनरावृत्ती :

रामायण आणि महाभारत यासारख्या महाकाव्यांचे स्थानिक भाषांमध्ये, विशेषत: हिंदीमध्ये पुनर्लेखनाने साहित्यिक परिदृश्यास आकार देण्यात महत्त्वपूर्ण भूमिका बजावली. तुलसीदासांच्या रामचरितमानस आणि इतर कवींच्या कृतींनी या महाकाव्यांना जनसामान्यांच्या जवळ आणले, ज्यामुळे ते अधिक सुलभ आणि संबंधित बनले.

३) प्रादेशिक भिन्नता आणि लोक परंपरा :

मध्ययुगीन काळातील हिंदी साहित्य एकसमान नव्हते परंतु विविध प्रदेशांमध्ये वैविध्यपूर्ण होते, स्थानिक संस्कृती आणि बोलींचे प्रतिबिंब होते. लोकगीते, बालगीते आणि मौखिक परंपरा यांनी या विविधतेत मोठे योगदान दिले.

या प्रादेशिक भिन्नतेने हिंदी साहित्यात सखोलता आणि समृद्धता जोडली, स्थानिक चालीरीती आणि विश्वासांचे सार कैद केले.

४) सामाजिक भाष्य आणि सुधारणा :

अनेक हिंदी साहित्यकृतींनी सामाजिक भाष्य आणि सुधारणांचे व्यासपीठ म्हणून काम केले. भक्ती कवींनी त्यांच्या श्लोकांद्वारे सामाजिक रूढी, जातीय भेदभाव आणि धार्मिक दांभिकतेवर अनेकदा टीका केली तसेच समानता, प्रेम आणि आध्यात्मिक प्रबोधनाचा पुरस्कार केला.

५) भाषा आणि लिपी यांचा प्रभाव :

एक भाषा म्हणून हिंदीची उत्क्रांती आणि लेखनासाठी देवनागरी लिपीचे रुपांतर यामुळे साहित्यकृतींचे जतन आणि प्रसार होण्यास हातभार लागला. संस्कृतमधून स्थानिक भाषांमध्ये झालेल्या या बदलामुळे साहित्य अधिक व्यापक श्रोत्यांसाठी अधिक सुलभ झाले आणि त्याचा व्यापक प्रसार सुलभ झाला.

६) साहित्यिक प्रकार आणि त्यांचे योगदान :

दोहा, पद आणि कविता यासारखे विविध साहित्य प्रकार या काळात बहरले. हिंदी साहित्याच्या समृद्धतेला आणि वैविध्यतेला हातभार लावत कवींनी वेगवेगळे प्रयोग केले.

७) संरक्षण आणि सांस्कृतिक प्रभाव :

शासक, श्रेष्ठ आणि श्रीमंत व्यापाऱ्यांचा समर्थन आणि आश्रयामुळे हिंदी साहित्याच्या विकासाला चालना मि ळाली. रॉयल कोर्ट हे साहित्यिक क्रियाकलापांचे केंद्र बनले, कवी आणि लेखकांना त्या काळातील सांस्कृतिक लोकभावना प्रतिबिंबित करणाऱ्या उल्लेखनीय कलाकृती तयार करण्यासाठी प्रोत्साहित करतात.

८) सातत्य आणि प्रभाव :

मध्ययुगीन हिंदी लेखकांच्या साहित्यिक योगदानाने भावी पिढ्यांचा पाया घातला, ज्याने नंतरच्या हिंदी आणि भारतीय साहित्यावर प्रभाव टाकला. त्यांच्या कथावस्तू, शैली आणि तत्त्वज्ञान त्यानंतरच्या काळात साहित्यिक प्रयत्नांना प्रतिध्वनी आणि प्रेरणा देत राहिले.

क) राजस्थानी साधने :

अनेक रजपूत सरदार औरंगजेबाच्या दरबारी होते. त्या सरदारांचे वकिल, बातमीदार आपल्या धन्यास दरबारामध्ये घडलेली सर्व माहिती, प्रत्येक घटना लिहून कळवीत असत. मराठ्यांचा इतिहास लिहिण्यासाठी ही राजस्थानी पत्रे अतिशय उपयुक्त आहेत. राजस्थानी डिंगल भाषेमध्ये ही पत्रे आहेत.

ड) कानडी साधने :

मराठा इतिहास लिहिण्याच्या दृष्टीने कानडी साधने मोलाची भर घालतात. या साधनांमध्ये गोविंद वैद्य यांचे 'कंठिरवनरसराजविजयम्', चिकदेव या राजाचे 'बिन्नपी' आणि लिंगण्णा या कविचे 'केळदिनृपविजयम्', इत्यादी यांचा समावेश होतो. संभाजीचे चरित्र अभ्यासण्यासाठी बिन्नपी या काव्यग्रंथाचा उपयोग होतो. इ.स. १७७० च्या सुमारास 'केळदिनृपविजयम्' हा ग्रंथ लिहिला. बेदनूरच्या (केळदिच्या) राजांची चरित्रे त्यात आहेत. त्याच्या अनुषंगानेच शिवाजी महाराज, संभाजी, राजाराम यांच्या चरित्रावर प्रकाश टाकणारी माहिती मिळते.

एकूणच संस्कृत, हिंदी, राजस्थानी व कानडी या स्त्रोतांमधून लहान-लहान ऐतिहासिक घटितांची माहिती मिळते. ही माहिती काव्यरूपाने व स्फूर्ती पोवाड्याच्या रूपात असली तरी तत्कालीन ऐतिहासिक घटना समजून घेण्यासाठी ही साधने महत्त्वाची कामगिरी बजावतात. निर्भय सत्य सापडत नसले तरी मूळ साधनांना पूरक म्हणून कानडी, संस्कृत, राजस्थानी, हिंदी भाषेतील साधने फायदेशीर आहेत.

१.२.३ परकीय साधने :

मध्ययुगीन काळात अरब, इटालियन आणि पोर्तुगीज प्रवासी अधिक प्रमाणात भारतात आलेले होते. त्यांनी भारतातील राजकीय, आर्थिक, सामाजिक परिस्थितीचे वर्णन आपल्या प्रवास वर्णनात केलेले असल्याने आपल्याला त्यांच्या प्रवास वर्णनावरून मध्यकाळातील इतिहास समजून घेण्यास मदत होते. काही प्रवाशांचे प्रवासवर्णन पुढीलप्रमाणे:

अ) मध्ययुगीन भारताच्या इतिहास लेखनाची परकीय साधने :

१) इब्न बतूता : किताब –उ– रेहला :

हा अरब प्रवासी १३३३ साली भारतात आला. त्यावेळी भारतात तुघलकांचे राज्य होते. त्याच्या प्रवासवर्णनाला किताब – उ– रेहला असे म्हणतात. (रेहला – प्रवास वृत्तांत) त्यावेळी महंमद तुघलक हा दिल्लीचा बादशहा होता. त्या काळातील प्रशासकीय माहिती, परकीय व्यापार, सागरी व्यापार, भारतातून होणारी विविध वस्तूंची निर्यात इत्यादींची माहिती आपल्या प्रवासवर्णनात दिली आहे.

२) अब्दुल रज्जाक :

पर्शियन रहिवासी हा तो पर्शियन भाषेतील जाणता पंडित म्हणून त्याची ख्याती आहे. खोरासान प्रांतातील हा रहिवासी होता. त्याला झामोरियन राजाकडे पाठविले होते. त्याने या वास्तव्यात विजयनगरच्या साम्राज्याविषयी बरीच माहिती लिहून ठेवली. भारतातील प्रशासनाविषयी माहिती त्याने आपल्या प्रवास वर्णनात लिहून ठेवली आहे.

३) निकोलाय मनुची – स्टोरिया द मोगोर :

मोगल काळात याने अनेक पदे भूषविली. त्याने कधी गोलदांज तर कधी काही ठिकाणी वैद्य म्हणून काम केले आहे. औरंगजेबाने दिल्लीची गादी कशा प्रकारे मिळविली याबद्दलची माहिती त्याने लिहिली आहे.

'स्टोरिया द मोगोर' हा ग्रंथ त्याने लिहून ठेवला आहे. निकोलाय मनुचीने विजयनगरला भेट दिल्यानंतर त्याने मुघल व विजयनगर यांची तुलना केली.

४) अल्फान्सो डी अल्बुकर्क :

याचा संबंध गुजरातशी आल्यामुळे त्याने पोर्तुगीज आणि गुजरातचे शासन यांच्या सबंधाचे लिखाण केले आहे.

५) मार्को पोलो :

हा तेराव्या शतकात भारतात आला. त्याने दक्षिण भारताविषयी माहिती लिहिली. तेथील खानपान, पेहराव,समाज व्यवस्था , राजकीय व्यवस्था याबद्दलची माहिती प्रवासवर्णनात पाहावयास मिळते.

६) बार्बोसा :

हा १५१६ साली भारताच्या दक्षिण दिशेला कोचीन या ठिकाणी आला. त्याने विजयनगरच्या साम्राज्यातील आर्थिक जीवनाविषयींची अधिक माहिती प्रवासवर्णनात लिहिली.

७) डोमींगो पेस :

या प्रवाशाने विजयनगरच्या लष्कराविषयीची माहिती प्रवासवर्णनात लिहिली.

८) बर्नियर :

याने भारतातील बाजारपेठा, मालाचा दर्जा, व्यापारी कशा प्रकारे गिऱ्हाईकांची फसवणूक करतात याविषयीचे लिखाण केले आहे.

९) विल्यम फीच :

त्याने बंगालमधील ब्राह्मण लोकांचे वर्चस्व कसे आहे याविषयी लिहिले तसेच त्याने अहमदनगरला भेट दिली. त्याने नगरच्या लोकजीवनाविषयी माहिती प्रवासात वर्णनात दिली आहे.

१०) थेबनॉट व कबेरी :

मुघल काळातील सरदार यांच्या खानापानाच्या पद्धती, भारतातील स्त्रीजीवन, मुघल बादशहा कशा प्रकारे सण – उत्सव साजरे करतात. भारतात कोणकोणते खेळ खेळले जात तसेच भारतातील शिक्षण पद्धती कशा प्रकारची होती याचीही माहिती वरील प्रवाशांनी आपल्या प्रवासवर्णनात दिलेली आहे.

११) इंग्रजी साधने :

ईस्ट इंडिया कंपनीने हिंदुस्थानात वखारी स्थापन केल्या. मुंबई, सुरत, राजापूर, धरणगाव, कलकत्ता, मद्रास, कारवार या ठिकाणी त्या वखारी होत्या. ज्या-ज्या भागात इंग्रजांच्या वखारी होत्या त्या-त्या भागात घडणाऱ्या सर्व राजकीय आणि व्यापारी घडामोडी आपल्या प्रमुख वखारीला लिहून कळविल्या जात. भारतामधील ब्रिटिशांची ही प्रमुख वखार भारतामधील सर्व वृत्तांत इंग्लंडमधल्या आपल्या डायरेक्टरांना लिहून कळवीत असे. हे वृत्तांत आजही उपलब्ध आहेत. या वृत्तांतांमधून आपणास मराठ्यांचे राजकारण, मोहीमा, हालचाली, वखारींचे वृत्तांत, मंडळांच्या बैठकीचे ठराव पहावयास मिळतात. मराठ्यांचा तारीखवार इतिहास लिहिण्यासाठी त्याचा खुपच उपयोग होतो. ईस्ट इंडिया कंपनीची हजारो कागदपत्रे लंडन, मुंबई, मद्रास, कलकत्ता येथील सरकारी दफ्तरखान्यात मिळतात. 'English Records on Shivaji' या ग्रंथात शिवाजी महाराजांच्या संबंधित इंग्लीश कागदपत्रे छापली आहेत. त्याचा उपयोग शिवचरित्राचा अभ्यास करण्यासाठी होतो. शिवकाळातील मराठ्यांच्या कर्नाटकातील हालचाली समजून घ्यायला मद्रासच्या फॅक्टरी रेकॉर्डस्‌मधील कागदपत्रांचा उपयोग होतो. श्री. वा. सी. बेंद्रे यांनी लंडनच्या इंडिया ऑफिसमधील शेकडो कागदपत्रे नक्कल करून आणली आहेत. डॉ. सुरेंद्रनाथ सेन यांनी १९२७ साली 'Foreign Biographies of Shivaji' हा ग्रंथ संपादित केला आहे. या ग्रंथात त्यांनी फ्रेंच, पोर्तुगीज, इंग्रज अशा लेखकांचे महाराजांबद्दलचे लिखाण इंग्रजीत अनुवादीत करून प्रसिद्ध केले आहे. तसेच त्यांनी डच कागदपत्रे इंग्रजीत अनुवादीत करून या ग्रंथात प्रसिद्ध केली आहेत. इंग्रज व्यापाऱ्यांनी शिवाजींशी केलेले करारनामे आणि वकिलांचे वृत्तांतही त्यात आहेत. हेन्री ऑक्झिडेन हा इंग्रजाचा वकील शिवाजींच्या राज्याभिषेकाच्या वेळी रायगडावर हजर होता. त्याच्या लिखाणातून बरीच माहिती मिळते.

१२) पोर्तुगीज साधने :

मराठ्यांच्या स्वराज्याला लागूनच पोर्तुगीजांच्या गोवा, साष्टी, बारदेश या ठिकाणी वखारी होत्या. साहजिक मराठ्यांच्या राजकारणाचे पडसाद त्यांच्या कागदपत्रांमध्ये उमटले आहेत. मराठ्यांच्या इतिहासाला उपयुक्त अशी शेकडो कागदपत्रे लिस्बन आणि एव्होरा या ठिकाणच्या दफ्तरखान्यात आहेत. हिंदुस्थानातील पोर्तुगीज व्हॉईसरॉयने आपल्या राजाला लिहिलेली पत्रे, मराठे आणि मोगल सरदारांना लिहिलेली पत्रे, मंडळांचे ठराव अशी साधने आहेत. डॉ. पिसुर्लेकर यांचा 'पोर्तुगीज-मराठा संबंध' हा ग्रंथ महत्त्वाचा आहे. क्रोस्मि-द-ग्वार्द याने शिवाजी महाराजांचे चरित्र लिहिले आहे. महाराष्ट्र राज्य साहित्य आणि संस्कृती मंडळ यांनी पोर्तुगीज कागदपत्रांचे मराठी अनुवाद, मराठ्यांच्या इतिहासाची साधने – पोर्तुगीज दफ्तर या नावाने दोन खंडात प्रकाशित केले आहे. त्यातून पोर्तुगीज-मराठा संबंध आणि मराठा इतिहासाचा अभ्यास करण्यास मदत होते.

१३) फ्रेंच आणि डच साधने :

फ्रेंच वखारवाल्यांनी मायदेशी लिहिलेली पत्रे, हिंदी राजे व सेनानींना लिहिलेली पत्रे लंडन आणि पॅरिस येथील दफ्तरखान्यात आहेत. फ्रेंच गव्हर्नर मार्टिनची रोजनिशी शिवकाळाचा अभ्यास करण्यासाठी फार उपयुक्त आहे. मार्टिनची रोजनिशी मराठ्यांच्या कर्नाटकातील हालचाली समजून घेण्यासाठी उपयुक्त आहे. मराठ्यांच्या हालचाली, महाराजांची कर्नाटक मोहीम, राजारामाच्या काळात जिंजीचा वेढा याबाबत पहिल्या दर्जाची माहिती यात आहे. डॉ. हाताळकर यांचा 'Relations between the French and Marathas (1668-1815)' हा ग्रंथ महत्त्वाचा आहे. मराठ्यांच्या इतिहासात उपयुक्त अशी डच साधने इतर साधनांच्या मानाने कमी आहेत. मराठे

इतिहासाशी संलग्न असणारी डच साधने हेग, बटाव्हिया, लंडन या ठिकाणच्या दफ्तरात आहे. डॉ. बाळकृष्ण यांनी 'Shivaji the Great' हा ग्रंथ चार खंडात पूर्ण करण्यासाठी या डच रेकॉर्डस्‌चा आधार घेतला आहे. ॲमस्टरडॅम येथील वेस्ट इंडियन स्कॉलर्स हाऊसमध्ये डचांचा सर्व पत्रव्यवहार संकलीत केला आहे. मराठ्यांच्या हालचाली समजण्यास त्यांचा खूप उपयोग होतो.

ब) परकीय प्रवाशांचे प्रवास वृत्तांत :

मराठेशाही कालखंडातील परकीय प्रवाशांचे प्रवासवृत्तांत पुढीलप्रमाणे :

१) जॉन फ्रायर :

इ.स. १६७२ ते १६८१ या काळात ईस्ट इंडिया कंपनीत सर्जन म्हणून काम करणाऱ्या जॉन फ्रायरने रायगड, मुंबई, कारवार, जुन्नर, कोकण, गोवा या ठिकाणांना भेटी दिल्या होत्या. शिवराज्याभिषेकाच्यावेळी तो रायगडावर हजर होता. 'Travels in India in the 17th Century' या वृत्तांतात त्यांनी प्रवासादरम्यानची माहिती दिली आहे. संभाजी महाराज आणि शिवाजी महाराज यांच्या चरित्राबाबत उपयुक्त माहिती या प्रवास वर्णनात आहे. मराठ्यांच्या हैद्राबाद मोहिमेचा वृत्तांत या प्रवास वर्णनात आहे. राज्याभिषेकाचे वर्णन त्याने वास्तववादी केले आहे.

२) निकोलस मनुची :

हा इटालियन प्रवासी होता. इ.स. १६५६ मध्ये वयाच्या १७ व्या वर्षी तो भारतात आला. तो कायमचाच येथे राहिला. इ.स. १७१७ साली त्याचा भारतातच मृत्यू झाला. भारतातील वास्तव्यादरम्यान त्याने हिंदुस्थानभर प्रवास केला. दाराशुकोह, शहा आलम, औरंगजेब, पोर्तुगीज, इंग्रज यांच्याकडे त्याने काम केले. प्रवासादरम्यान त्याने जे जे पाहिले, जे जे ऐकले, जे जे अनुभवले ते सर्व त्याने 'Storia Do Mogoir' (मोगलांचा इतिहास) यात लिहून ठेवले आहे. विल्यम आयर्विन याने त्याच्या या ग्रंथाचे इंग्रजी भाषांतर चार खंडात केले. महाराष्ट्र राज्य साहित्य व संस्कृती मंडळाने या ग्रंथाचे भाषांतर करून मराठी भाषेमध्ये 'असे होते मोगल' या नावाने प्रसिद्ध केले. मनुचीच्या या ग्रंथामध्ये मराठ्यांच्या इतिहासाबद्दल बरीचशी माहिती आहे. त्यात छत्रपती शिवाजी, छत्रपती संभाजी, छत्रपती राजाराम, महाराणी ताराबाई यांच्यासंबंधी बरीच माहिती आहे. तसेच औरंगजेबाच्या दक्षिण मोहिमेचा वृत्तांत अनेक ठिकाणी आहे.

३) ॲबे कॅरे :

ॲबे कॅरे हा फ्रेंच प्रवासी होता. इ.स. १६६८ च्या दरम्यान म्हणजेच शिवाजीच्या काळात तो भारतात येऊन गेला. त्यावेळी त्याने चौल, दमण, राजापूर, सुरत या ठिकाणांना भेटी दिल्या. त्याने आपल्या प्रवास वर्णनामध्ये छत्रपती शिवाजी महाराज आणि संभाजी राजांविषयी माहिती दिली आहे.

४) विल्यम नॉरिस :

इंग्लंडच्या सम्राटाने इ.स. १७०० साली जुनी ईस्ट इंडिया कंपनी बरखास्त करून त्या जागी नवी कंपनी स्थापन करण्याचा निर्णय घेतला होता. त्याप्रमाणे, हिंदुस्थानमध्ये नव्या व्यापारी कंपनीला सवलती मिळाव्यात यासाठी इंग्लंडच्या राजाने विल्यम नॉरिस याला मोगल बादशहाकडे पाठविले होते. त्याप्रमाणे, इ.स. १७०१ च्या जानेवारी महिन्यात तो सुरत बंदरामध्ये आला. यावेळी मोगल बादशहा पन्हाळगडाला वेढा घालून बसला होता. विल्यम नॉरिस सुरत बंदरातून औरंगाबाद-शहागड-ब्रम्हगिरी-मिरज अशी वाटचाल करीत पन्हाळगड येथे आला. दरम्यानच्या काळातील सर्व वृत्तांत त्याने लिहून ठेवला होता. पन्हाळगडास त्याने बादशहाची भेट घेतली. त्यानंतर तो इंग्लंडला गेला. भारतातील प्रवासादरम्यान आलेले सर्व अनुभव त्याने आपल्या प्रवास वृत्तांतात लिहिले आहेत. त्यात त्याने मोगल बादशहाच्या छावण्या, संरक्षणव्यवस्था, सरदारांमधील मतभेद, भ्रष्टाचार, मराठ्यांचे पराक्रम याबाबतची माहिती लिहून ठेवली आहे. पन्हाळगडचा वेढा त्याने प्रत्यक्ष पाहिला असल्यामुळे त्याची हकीकत महत्त्वाची आहे.

क) परकीय साधनांचे मूल्यमापन :

परकीय साधने ही मराठ्यांच्या इतिहासाची माहिती प्राप्त करण्याचा एक उपयुक्त स्त्रोत आहे. मात्र, काही भारतीय इतिहासकार परकीय साधनांच्या विश्वसनीयतेबाबत शंका व्यक्त करतात. त्यामुळे या परकीय साधनांचे मूल्यमापन करणे योग्य ठरेल.

१) गुण :

i) तटस्थवादी लेखन :

परकीय लोकांनी भारताला, महाराष्ट्राला ज्या भेटी दिल्या त्यांचे प्रवासवर्णन लिहून ठेवले आहे. मराठ्यांचा इतिहास समजून घेण्यासाठी त्यांचा अभ्यास करणे गरजेचे आहे. स्थानिक इतिहासकारांपेक्षा परकीय इतिहासकारांचे मराठ्यांबद्दलचे मत, त्यांचा अभ्यास जास्त महत्त्वपूर्ण वाटतो. कारण स्थानिक इतिहासकार हे राजाश्रय मिळालेले असल्याने त्यांच्या लिखाणात राजाची स्तुतीच आढळून येत असल्याचे दिसते; परंतु परकीय प्रवाशांचे लेखन मात्र तटस्थतेने, अभ्यासू वृत्तीने आणि शास्त्रोक्त पद्धतीने केलेले दिसून येते. त्यांच्या प्रवासवर्णनांमधून आपल्याला मराठ्यांची सामाजिक, आर्थिक, राजकीय स्थिती समजून येते.

ii) ओघवती भाषाशैली :

पाश्चात्त्य इतिहासकारांचा इतिहासाकडे पाहण्याचा दृष्टीकोन हा प्रामुख्याने गतकालात नेमके काय घडले याचा वेध घेणारा होता. त्यांच्या लिखाणाची पद्धतही बहारदार असून त्यांनी ओघवत्या भाषेत लिखाण केलेले आहे. मेकॉले सारख्यांचे इतिहासलेखन निबंधाच्या स्वरुपातील असून त्यांना वाङ्मयीन मूल्ये आहेत.

iii) प्रतीक इतिहास लेखनाच्या परंपरेची निर्मिती :

ग्रँट डफ सारख्या इतिहास लेखकांनी मराठ्यांच्या इतिहास लेखनात मोलाची भर घातली. मराठी व फारसी भाषेचा अभ्यास करुन आणि मूळ साधनांचा वापर करुन त्याने मराठ्यांच्या उदयापासून ते अस्तापर्यंतचा इतिहास समजून घेतला. हा इतिहास समजल्याशिवाय इंग्रज सत्तेचा उदय आणि विकास कसा झाला हे समजणे अवघड आहे असे त्यांचे मत होते. ग्रँट डफ यांनी मराठ्यांचे प्रशासन, जमीन, महसूल व्यवस्था, युद्धनीती, धार्मिक, सामाजिक कृत्ये, कार्य या गोष्टींचे लिखाण करण्यासाठी त्याने फार अभ्यास केलेला दिसून येतो. डफ यांनी मराठ्यांच्या इतिहास लेखनातून प्रांतिक इतिहास लेखनाची एक नवी परंपरा निर्माण केली. याबद्दल अभ्यासक सहमत आहेत.

२) दोष :

i) सखोल अभ्यासाचा अभाव :

काही पाश्चात्त्य अभ्यासकांनी यांनी प्राचीन भारताचा इतिहास व संस्कृती अभ्यासण्यासाठी अनेक देशी कागदपत्रांचा अभ्यास केला; परंतु समकालीन इतिहासाचा त्यांनी सखोल अभ्यास केलेला दिसत नाही.

ii) साम्राज्यवादी विचारसरणी पुरस्कार :

विविध इतिहासकारांच्या प्रवासवर्णनांतून आणि इतिहासाच्या साधनांमधून आपण इतिहासाच्या जास्तीतजास्त जवळ जातो. आपल्याला तत्कालीन सामाजिक, राजकीय, आर्थिक, धार्मिक, सांस्कृतिक माहिती परिपूर्णरित्या मिळते. तरीही काही इतिहासकारांची मते पूर्वग्रहदूषित असल्याचे आढळते. पाश्चात्त्य इतिहास लेखनाचा एक मुख्य दोष म्हणजे हे लेखन साम्राज्यवादी विचारसरणीच्या दृष्टिकोनातून लिहिले गेले आहे. पाश्चात्त्य संस्कृतीचे उदात्तीकरण, साम्राज्यावादाचा पुरस्कार व पौर्वात्य संस्कृतीचे खच्चीकरण हे मुख्य उद्देश यात आढळून येतात.

❋❋❋

सरावासाठी प्रश्न

प्र. १. दीर्घोत्तरी प्रश्न.

१) मध्ययुगीन भारताची व्याख्या करा. मध्ययुगीन भारताची वैशिष्ट्ये तपशीलवार स्पष्ट करा.

२) मध्ययुगीन भारताच्या इतिहास लेखनाचे थोडक्यात अवलोकन करा.

३) मध्ययुगीन भारताच्या इतिहास लेखनातील विविध प्रवाह विशद करा.

४) मध्ययुगीन भारताच्या इतिहासाची सुलतानशाही कालखंडातील फारसी भाषेतील साधनांचा आढावा घ्या.

५) मध्ययुगीन भारताच्या इतिहासाच्या प्रादेशिक भाषेतील लिखित साधनांची माहिती सांगा.

६) मध्ययुगीन भारताच्या इतिहास लेखनाची परकीय साधने स्पष्ट करा.

७) ध्ययुगीन भारताच्या इतिहासाची अलिखित साधने स्पष्ट करा.

प्र. २. टिपा लिहा.

१) मध्ययुगीन भारत.

२) फारसी भाषेतील साधने.

३) परकीय साधने.

४) परकीय प्रवाश्यांचे वृत्तांत.

५) पोर्तुगीज साधने.

६) फ्रेंच आणि डच साधने.

७) इंग्रजी साधने.

८) आईन–ए–अकबरी.

❋ ❋ ❋

मध्ययुगीन भारतातील राज्य : आकलन आणि व्यवहार

प्रकरण २

▷ २.१ मध्ययुगीन राज्याचे आधुनिक सिद्धांत

▷ २.२ मध्ययुगीन राज्य सिद्धांत

▷ २.३ द्वीपकल्पीय भारतातील राज्य निर्मिती

▷ प्रस्तावना :

व्यक्तीस्वातंत्र्याची जोपासना आणि त्यांचे हितसंवर्धन करण्यासाठी राज्यसंस्थेची आवश्यकता आहे असे मत प्राचीन काळात मांडण्यात आले राज्य आणि समाज या संकल्पनांवर प्राचीन काळात बरेचसे लेखन करण्यात आले. मात्र मध्ययुगीन भारतात राज्य आणि समाज याविषयी फारसे काही लिहिण्यात आलेले आहे असे आढळून येत नाही. मध्ययुगीन काळात मुस्लीम विचारवंतांनी राज्य आणि समाज याविषयी जी मते मांडली त्यांचा विकास भारताबाहेरच झाला. मात्र, त्यांनी मांडलेल्या विचारांचा प्रभाव भारतातील मुस्लीम राजवटींवर पडला. व्यक्तिहित आणि समाजहित यांची सांगड घालण्याच्या उद्देशाने राज्यसंस्थेकडून विशेष प्रयत्न व्हावेत असा विचार मध्ययुगीन भारतात अनेक राजनीतितज्ज्ञांनी मांडला. विशेषतः घझाली, फराबी, शुक्राचार्य, रामचंद्रपंत बशनी अमात्य यांनी राजपदाविषयी सिद्धान्त मांडले. राजपद आणि राज्यसंस्थेचे स्पष्टीकरण करताना काही राजनीतिज्ज्ञांनी अनियंत्रित तसेच नियंत्रित राजपदाचा विचार मांडला. तर काही विचारवंतांनी जनतेच्या सार्वभौमत्त्वावर मते मांडून राजपदाच्या सिद्धान्ताचे विश्लेषण केले. त्यामुळे राजपदाचे सिद्धान्त, राजपदातील वारसा हक्कांचा प्रश्न, मध्ययुगीन भारतातील मुस्लीम आणि हिंदू राजपदाचे स्वरूप तसेच मध्ययुगीन भारतातील दबाव गट यांची सविस्तर चर्चा करणे योग्य ठरेल.

▷ २.१ मध्ययुगीन राज्याचे आधुनिक सिद्धांत :

मध्ययुगीन भारतात ज्या-हिंदु मुस्लिम राज्यकर्त्यांनी राज्य केले. तरी राज्यकारभार करताना काही गोष्टींचा प्रामुख्याने पाठ-पुरावा केला त्यापैकी एक म्हणजे राजपद. राजपद ही संस्था सैद्धांतिक दृष्ट्या व प्रत्यक्षातही ईश्वरदत्त करण्याचा प्रयत्न अकबराने केला. दक्षिणेतील हिंदू राज्यातील राजपदाचा अगम तात्त्विक दृष्ट्या ईश्वरदत्त होता. पण प्रत्यक्षात मात्र ते मानवी होते आणि कलानुरुप बदलण्याचा दुर्मिळ गुणही त्यांच्या अंगी होता. त्यामुळेच दक्षिणेतील मुसलमानाच्या पहिल्या आक्रमणानंतर काळाची गरज हिंदूच्या स्वातंत्र्याचे रक्षण, हिंदू धर्माचे संरक्षण व हिंदू संस्कृतीचा बचाव ही होती. दैवी राजपदा बरोबरच अनियंत्रितपणाचा सिद्धांत स्वीकारला गेला. युरोपात रोमन साम्राज्याच्या पतनानंतर टोळ्यांची राजवट आली या राजवटीला सरंजाम पद्धत (फ्यूडॅलिझम) असे म्हणतात. त्यांचा परिणाम मध्ययुगीन भारतावर झालेला पाहिला मिळतो.

२.१.१ मध्ययुगीन भारतातील ईश्वरसत्ताक राज्यपद्धती :

ईश्वरसत्ताक राज्यपद्धती हा शासनाचा एक प्रकार आहे ज्यामध्ये देवता किंवा धार्मिक संस्था यांच्याकडून सर्व अधिकार प्राप्त होतात. ऑक्सफर्ड इंग्लिश डिक्शनरीमध्ये पुढील व्याख्या आहे. सरकारची एक प्रणाली ज्यामध्ये पुजारी देवाच्या नावाने राज्य करतात. मोशेच्या काळापासून राजा म्हणून शौलच्या निवडीपर्यंत इस्त्रायलचे कॉमनवेल्थ हे याचे उदाहरण आहे.

अ) अर्थ :

ईश्वरसत्ताक राज्य म्हणजे ज्याचे संपूर्ण कार्य धर्माच्या तत्त्वांवर आधारित असते आणि लष्करी राज्य असे असते जे त्याच्या अस्तित्वासाठी लष्करी सामर्थ्यावर अवलंबून असते. ईश्वरसत्ताक राज्य हा सरकारचे एक प्रकार आहे, ज्यामध्ये धार्मिक नेते किंवा संस्था राजकीय सत्ता धारण करतात आणि राज्याची कायदेशीर व्यवस्था धार्मिक कायद्यांवर आधारित चालवतात. मध्ययुगीन भारतात विशिष्ट कालखंडात आणि विशिष्ट राज्यकर्त्यांच्या काळात, ईश्वरशासित राज्ये प्रचलित होती अशी उदाहरणे आहेत.

ब) ईश्वरसत्ताक राज्याची वैशिष्ट्ये :

मध्ययुगीन भारतात, धार्मिक नेते किंवा संस्था राजकीय सत्ता धारण करणाऱ्या धर्मशाहीची संकल्पना अनेक उदाहरणांमध्ये स्पष्टपणे दिसून आली, विशेषत: विविध राजवंश आणि साम्राज्यांच्या काळात.

१) शासनामध्ये धार्मिक कायद्यांचे एकत्रीकरण :

मध्ययुगीन भारताने विविध राज्ये आणि साम्राज्यांच्या शासन संरचनांमध्ये धार्मिक कायद्यांचे एकत्रीकरण पाहिले. शासकांनी अनेकदा त्यांची प्रशासकीय धोरणे धार्मिक सिद्धांतांशी संरेखित करून वैधता आणि नैतिक अधिकार शोधले. उदाहरणार्थ, दिल्ली सुलतानशाही काळात इस्लामिक राज्यकर्त्यांनी कौटुंबिक कायदा आणि वारसा यासारख्या शासनाच्या काही पैलूंमध्ये शरिया (इस्लामिक कायदा) तत्त्वांचा संदर्भ दिला.

२) धर्म आणि राज्य यांच्यात परस्पर संबंध :

मध्ययुगीन भारतातील ईश्वरसत्ताक शासनामुळे धार्मिक संस्थांचे राज्ययंत्रणेशी जवळचे नाते निर्माण झाले. राज्यकर्ते अनेकदा धार्मिक नेते आणि संस्थांना संरक्षण देत, त्यांना जमीन अनुदान, आर्थिक सहाय्य आणि प्रभावाचे स्थान प्रदान करत. या सहजीवन संबंधामुळे शासकाच्या अधिकाराला वैधता देण्यास आणि सामाजिक व्यवस्था राखण्यास मदत झाली. उदाहरणार्थ, मुघल सम्राटांनी सुफी संत आणि हिंदू मंदिरांशी युती केली, ज्यामुळे शासन आणि स्थैर्याला मदत झाली.

३) धार्मिक सहिष्णुता किंवा असहिष्णुता :

ईश्वरसत्ताक शासनाचा परिणाम कधी कधी शासकाच्या धोरणांवर अवलंबून धार्मिक सहिष्णुता किंवा असहिष्णुतेमध्ये होतो. काही राज्यकर्त्यांनी बहुलवाद आणि धार्मिक विविधता स्वीकारली, ज्यामुळे विविध धर्मांना शांततेने एकत्र राहता आले. सम्राट अकबराचे सुल्ह-ए-कुल (सर्वांसाठी शांतता) धोरण या दृष्टिकोनाचे उदाहरण देते, विविध धार्मिक समुदायांमध्ये धार्मिक सहिष्णुता आणि संवादाला प्रोत्साहन देते. तथापि, औरंगजेब सारख्या काही राज्यकर्त्यांनी त्यांच्या धर्माच्या अधिक रूढीवादी आणि अनन्य व्याख्येला अनुकूलता दर्शविली, ज्यामुळे गैर-मुस्लिमांची असहिष्णुता आणि छळ झाला. या असहिष्णुतेचा परिणाम अधूनमधून धार्मिक कर लादण्यात, धार्मिक प्रथांवरील निर्बंध किंवा मंदिरे पाडण्यात झाला.

४) धार्मिक नेते आणि संस्थांची भूमिका :

ईश्वरसत्ताक राजवटीत धार्मिक पुढाऱ्यांचा मोठा प्रभाव होता. ते अनेकदा राज्यकर्त्यांना शासन आणि नैतिकतेच्या बाबींवर सल्ला देत, धोरणे आणि निर्णय तयार करण्यात योगदान देत. या धार्मिक व्यक्तींना केवळ त्यांच्या

आध्यात्मिक मार्गदर्शनासाठीच नव्हे तर त्यांच्या सामाजिक-राजकीय प्रभावासाठीही आदर होता. त्यांनी वाद मिटवण्यात, धार्मिक विधी पार पाडण्यात आणि काहीवेळा प्रशासकीय पदेही भूषवण्यामध्ये महत्त्वाची भूमिका बजावली.

५) धर्माचा प्रचार आणि प्रसार :

ईश्वरसत्ताक राज्यकर्त्यांनी त्यांच्या प्रबळ धर्माच्या प्रचारास आणि संवर्धनास सक्रिय पाठिंबा दिला. मशिदी, मंदिरे आणि तीर्थक्षेत्रे यासारख्या धार्मिक संरचना बांधणे, धार्मिक शिक्षणास समर्थन देणे आणि धार्मिक मिशन प्रायोजित करणे अशा विविध माध्यमांद्वारे हे साध्य केले गेले. शासकाची शक्ती आणि विचारधारा एकत्रित करण्याच्या उद्देशाने धार्मिक शिकवणी आणि प्रथा पसरवण्यासाठी राज्याच्या संसाधनांचा वापर केला जात असे.

६) सांस्कृतिक समन्वय आणि देवाणघेवाण :

ईश्वरसत्ताक शासनामुळे काहीवेळा सांस्कृतिक एकरूपता निर्माण होते-वेगवेगळ्या धार्मिक आणि सांस्कृतिक घटकांचे मिश्रण होते. श्रद्धा, विधी, कला आणि वास्तुकला यांचे हे संलयन विविध धार्मिक समुदायांमधील परस्परसंवादाच्या परिणामी घडले. उदाहरण, दिल्लीतील कुतुबमिनार सारख्या स्मारकांमध्ये दिसणारे हिंदू आणि इस्लामिक स्थापत्य शैलींचे संश्लेषण समाविष्ट आहे, जे सांस्कृतिक प्रभावांचा संगम प्रतिबिंबित करते.

क) ईश्वरसत्ताक राज्यपद्धतीचे योगदान :

मध्ययुगीन भारतातील ईश्वरशासित राजवटीने सामाजिक-राजकीय परिदृश्यात अनेक प्रकारे योगदान दिले. शासन, संस्कृती आणि धार्मिक प्रथा यांना आकार दिला.

१) शासनात धार्मिक नीतिमत्तेचे एकत्रीकरण :

ईश्वरसत्ताक राज्यपद्धतीने धार्मिक नैतिकता आणि तत्त्वे शासन संरचनांमध्ये एकत्र करणे सुलभ केले. या एकत्रीकरणाचा उद्देश राज्यकर्त्यांसाठी नैतिक अधिकार आणि वैधता प्रस्थापित करण्याचा होता. विवाह, वारसा आणि सामाजिक आचरण यांच्याशी संबंधित कायद्यांवर प्रभाव टाकणारी कायदेशीर व्यवस्था अनेकदा धार्मिक ग्रंथांमधून घेतली जात. धार्मिक आणि कायदेशीर चौकटीच्या संश्लेषणाने एकत्रित सामाजिक संहितेच्या निर्मितीमध्ये योगदान दिले.

२) समक्रमित संस्कृतीची स्थापना :

ईश्वरसत्ताक शासनामुळे विविध धार्मिक, कलात्मक आणि स्थापत्य घटकांचे मिश्रण करणारी एक समक्रमित संस्कृती निर्माण झाली. विविध धार्मिक समुदायांमधील परस्परसंवादामुळे परंपरा, विधी आणि कलात्मक शैली यांचे एकत्रीकरण झाले. उल्लेखनीय उदाहरणांमध्ये ताजमहाल सारख्या रचनांमध्ये दिसणारे इंडो-इस्लामिक वास्तुकला समाविष्ट आहे, ज्यामध्ये इस्लामिक आणि हिंदू शैली घटकांचे मिश्रण आहे.

३) धार्मिक सहिष्णुता आणि सहअस्तित्वाचा प्रचार :

काही ईश्वरसत्ताक राज्यकर्त्यांनी धार्मिक सहिष्णुतेला प्रोत्साहन दिले, अशा वातावरणाला प्रोत्साहन दिले जेथे अनेक धर्म शांततेने एकत्र राहतात. सम्राट अकबराच्या दिन-इलाहीसारख्या धार्मिक बहुलवादाचा पुरस्कार करणाऱ्या धोरणांचा उद्देश विविध धार्मिक समुदायांमध्ये एकोपा निर्माण करणे हा होता. या सहिष्णुतेने सांस्कृतिक देवाणघेवाण आणि बौद्धिक वृद्धीस हातभार लावला, शिक्षण आणि धार्मिक संवादासाठी अनुकूल वातावरण निर्माण केले.

४) कला, साहित्य आणि शिष्यवृत्तीचे संरक्षण :

ईश्वरसत्ताक राज्यकर्त्यांनी अनेकदा कलाकार, विद्वान आणि कवींना संरक्षण दिले, ज्यामुळे कला, साहित्य आणि बौद्धिक व्यवसायांची भरभराट झाली. या संरक्षणामुळे साहित्यकृती, वैज्ञानिक प्रगती आणि विविध कला

प्रकारांच्या निर्मितीला प्रोत्साहन मिळाले. अकबर सारख्या राज्यकर्त्यांचा दरबार हा सांस्कृतिक नवनिर्मितीचे केंद्र होते, विविध पार्श्वभूमीच्या विद्वानांमध्ये सर्जनशीलता आणि बौद्धिक देवाणघेवाण होत असे.

५) स्थापत्यशास्त्रीय चमत्कारांचा विकास :

ईश्वरसत्ताक शासनामुळे भव्य धार्मिक वास्तू आणि स्थापत्यशास्त्रीय चमत्कारांचे बांधकाम सुलभ झाले. राज्यकर्त्यांनी मशिदी, मंदिरे आणि तीर्थक्षेत्रे बांधण्यासाठी प्रायोजित केले, ज्यात त्या काळातील कलाकुसर आणि स्थापत्य कल्पकता दिसून आली. ही स्मारकांना केवळ धार्मिक हेतूनेच नाहीत तर त्या काळातील सांस्कृतिक आणि कलात्मक कामगिरीचे दाखलेही आहेत.

६) सामाजिक–धार्मिक पद्धतींचा वारसा :

ईश्वरसत्ताक शासनाने सामाजिक–धार्मिक पद्धतींवर कायमस्वरूपी वारसा सोडला. या काळात सुरू झालेल्या काही प्रथा आणि विधी आधुनिक भारतातील धार्मिक परंपरांवर प्रभाव टाकत आहेत. या काळात विकसित झालेले सण, प्रथा आणि धार्मिक समारंभ आजही देशभरातील विविध समुदायांद्वारे पाळले जातात आणि साजरे केले जातात.

७) राजकीय विचारधारा आणि शासनावर प्रभाव :

ईश्वरसत्ताक राजवटीने राजकीय विचारधारा तयार करण्यात हातभार लावला ज्याने धर्म आणि शासनाचे मिश्रण केले. राज्य करण्याचा दैवी अधिकार, धार्मिक वैधता आणि धार्मिक तत्त्वे टिकवून ठेवण्याची शासकांची जबाबदारी यासारख्या संकल्पनांनी धर्मशास्त्रीय कालखंडात आणि नंतरही राजकीय परिदृश्य आणि शासन संरचनांवर प्रभाव टाकला.

२.१.२ मध्ययुगीन भारतातील सरंजामशाही राज्ये :

मध्ययुगीन भारतातील सरंजामशाही म्हणजे अशी व्यवस्था आहे जिथे जमीन ही संपत्ती आणि शक्तीचा प्राथमिक स्त्रोत होती आणि जमीनधारक विशिष्ट प्रदेशांवर अधिकार ठेवत होते. संपूर्ण उपखंडात एकसमान व्यवस्था नसतानाही, विकेंद्रित शासन आणि स्थानिक नियंत्रणाची उदाहरणे होती जी सरंजामशाही सारखी वैशिष्ट्ये प्रदर्शित करतात.

अ) अर्थ :

मध्ययुगीन भारतातील सरंजामशाही राज्ये स्थानिक राजकीय संस्थांचा संदर्भ देतात जिथे सत्तेचे विकेंद्रीकरण होते आणि अधिकार प्रादेशिक राज्यकर्ते, जमीनदार किंवा श्रेठीजन यांच्याकडे होते. या संदर्भात, सरंजामशाही ही एक सामाजिक–राजकीय व्यवस्था दर्शवते ज्यामध्ये स्थानिक अधिपतींमध्ये जमीन आणि शक्तीचे वितरण होते ज्यांनी त्यांच्या प्रदेशात लक्षणीय स्वायत्तता वापरली.

ब) सरंजामशाही राज्यांची वैशिष्ट्ये :

मध्ययुगीन भारतातील सरंजामशाही राज्यांची संकल्पना अनेक विशिष्ट वैशिष्ट्यांद्वारे वैशिष्ट्यीकृत राज्यकारभाराच्या विकेंद्रित प्रणालीचे प्रतिनिधित्व करते :

१) विकेंद्रित राजकीय प्राधिकरण :

सरंजामशाही राज्ये राजकीय सत्तेच्या विकेंद्रीकरणाद्वारे वैशिष्ट्यीकृत होती. विविध स्थानिक शासक, जमीनदार किंवा प्रमुखांकडे त्यांच्या विशिष्ट प्रदेशांवर लक्षणीय स्वायत्तता आणि नियंत्रण होते. त्यांनी त्यांच्या क्षेत्रामधील जमीन, प्रशासन आणि न्याय यावर अधिकार गाजवला.

२) जमीन–आधारित सामाजिक–आर्थिक रचना :

जमीनदारी हा सरंजामशाही राज्यांचा पाया होता. जमीनदार किंवा जहागिरदारांनी मोठी जमीन ताब्यात घेतली आणि सेवा किंवा दायित्वांच्या बदल्यात जमिनीचा काही भाग भाडेकरूंना वाटून दिला, ज्यामुळे एक श्रेणीबद्ध सामाजिक–आर्थिक संरचना तयार झाली.

३) जाहगीरदार आणि दायित्वे :

सरंजामशाहीचा कणा म्हणजे जाहगीरदार आणि भाडेकरू यांच्यात संबंध निर्माण झाला. जमीन अनुदान, संरक्षण आणि संसाधनांच्या बदल्यात लष्करी सेवा, कर किंवा इतर प्रकारची निष्ठा प्रदान करून भाडेकरूंनी सत्ताधारी जाहगीरदारांशी निष्ठा ठेवण्याचे वचन दिले.

४) स्थानिक प्रशासन :

सरंजामशाही राज्यांमध्ये त्यांची खास शासन व्यवस्था होती. स्थानिक राज्य प्रचलित परंपरांवर आधारित कायद्यांद्वारे चाल असे. या स्थानिक स्वायत्तेचे मूळ बऱ्याचदा सरंजामशाही क्षेत्रामध्ये विविध प्रांतीय संघ निर्मितीत आहे.

५) सेवा आणि संरक्षण :

सरंजामदार हे मदत आणि संरक्षण प्रदान करण्यासाठी त्यांच्या जाहगीरदारांवर अबलंबून असे. संघर्षाच्या, सामंजस्याच्या परस्पर स्वरूपाला बलकट करून, जाहगीरदारांना त्यांच्या सरंजामांना संसाधने प्रदान करणे बंधनकारक होते.

६) सांस्कृतिक संरक्षण आणि प्रभाव :

सरंजामशाही राज्ये ही सांस्कृतिक संरक्षण केंद्रे होती. स्थानिक राज्ये सत्ताधारी कला, साहित्य, वास्तु आणि धार्मिक संस्थांना प्रोत्साहन देतात आणि त्यांच्या प्रदेशातील सांस्कृतिक विविधता आणि विकासाला हातभार लावतात.

७) केंद्रीय सत्तेशी संवाद :

सरंजामशाहीमध्ये मोठी, अधिक केंद्रीकृत साम्राज्ये किंवा राज्ये अस्तित्वात होती. काही बाबतीत स्वायत्तता राखत असताना, या संस्थांनी केंद्रीय सत्तेशी युती, संबंध किंवा काही बंधने आणि अधिकारासाठी संघर्ष केला.

८) सामाजिक पदानुक्रम आणि स्थिती :

सरंजामशाही लोकशाहीने जमीनदार वर निर्माण केला आहे. जमीनदारांकडे उच्च दर्जाची सत्ता होती, तर शेतकऱ्यांकडे खालच्या दर्जाचे कमी अधिकार आणि संसाधने होती.

९) खंडित निरूपण :

अनेक सरंजामशाही राज्यांच्या मूळ राजकीय भूभागाचे तुकडे झाले होते. ही विकेंद्रित स्थिती विविध सरंजामदार आणि प्रादेशिक शासक यांच्या शत्रुत्व, संघर्ष आणि युती निर्माण करणारी होती.

क) सरंजामशाही राज्यांचे योगदान :

मध्ययुगीन भारतातील सरंजामशाहीची संकल्पना प्रभावी सरंजामशाहीचा परिपूर्ण आकृतिबंध नसली तरी, विकेंद्रित शासन व्यवस्था आणि प्रचलित असलेली सामाजिक-आर्थिक रचना ही विशिष्ट वैशिष्ट्यांनी चिन्हांकित होती.

१) जमीन वितरण आणि महसूल व्यवस्था :

मध्ययुगीन भारतातील सरंजामशाही राज्यांनी जमीन वितरण आणि महसूल संकलनात महत्त्वपूर्ण भूमिका बजावली. स्थानिक किंवा प्रादेशिक राजवंशांचे राज्यकर्ते, लष्करी सेवेच्या किंवा इतर प्रकारच्या निष्ठेच्या बदल्यात उच्चभ्रू आणि लष्करी अधिकार्यांना जमीन देत. या जमीन महसूल व्यवस्थेमुळे राज्याची लष्करी आणि प्रशासकीय यंत्रणा टिकून राहण्यास मदत झाली.

२) सैन्य समर्थन आणि संरक्षण :

सरंजामदारांनी केंद्रीय अधिकाऱ्यांना लष्करी मदत दिली. त्यांनी स्वतःचे सैन्य राखले, जे बाह्य आक्रमणांपासून तसेच अंतर्गत संघर्षांपासून क्षेत्राचे रक्षण करण्यासाठी महत्त्वपूर्ण होते. या विकेंद्रित लष्करी संरचनांनी मध्ययुगीन भारतीय राज्यांची एकूण संरक्षण क्षमता मजबूत केली.

३) स्थानिक शासन आणि प्रशासन :

सरंजामदार त्यांच्या प्रदेशातील स्थानिक शासन आणि प्रशासनासाठी जबाबदार होते. त्यांनी केंद्रीय प्राधिकरण आणि स्थानिक लोकांमध्ये मध्यस्थ म्हणून काम केले. या विकेंद्रित प्रशासकीय व्यवस्थेमुळे तळागाळातील अधिक प्रभावी प्रशासन, स्थानिक समस्या आणि समस्यांचे निराकरण करण्याची परवानगी मिळाली.

४) आर्थिक विकास आणि व्यापार :

सरंजामशाही राज्ये बहुधा आर्थिक क्रियाकलापांची केंद्रे होती. राज्यकर्त्यांनी त्यांच्या प्रदेशात व्यापार, वाणिज्य आणि कारागीर क्रियाकलापांना प्रोत्साहन दिले. त्यांच्या आश्रयाखाली बाजारपेठा आणि व्यापार मार्गांच्या विकासामुळे मध्ययुगीन भारतीय समाजात समृद्धी वाढून आर्थिक वृद्धीस हातभार लागला.

५) सांस्कृतिक आणि वास्तुशास्त्रीय संरक्षण :

सामंत शासक कला, संस्कृती आणि वास्तुकला यांचे संरक्षक होते. त्यांनी मंदिरे, मशिदी, राजवाडे आणि इतर स्थापत्य कलाकृतींच्या बांधकामाला पाठिंबा दिला आणि मध्ययुगीन भारताच्या समृद्ध सांस्कृतिक वारशात योगदान दिले. हे संरक्षण साहित्य, संगीत आणि कलात्मक अभिव्यक्तीच्या इतर प्रकारांनाही दिले गेले.

६) सामाजिक आणि धार्मिक सलोखा :

सरंजामशाही राज्ये अनेकदा सामाजिक आणि धार्मिक सौहार्दाला प्रोत्साहन देत असत. सहिष्णुतेचे वातावरण वाढवून राज्यकर्त्यांनी त्यांच्या क्षेत्रात विविध सांस्कृतिक आणि धार्मिक प्रथा स्वीकारल्या. या सर्वसमावेशकतेने सांस्कृतिक परंपरा आणि सांप्रदायिक सहअस्तित्वाच्या क्षेत्रात योगदान दिले.

७) पायाभूत सुविधांचा विकास :

सरंजामशाही शासकांनी पायाभूत सुविधांच्या विकासामध्ये गुंतवणूक केली, ज्यात रस्ते, पूल आणि सिंचन व्यवस्था यांचा समावेश आहे. या उपक्रमांमुळे दळणवळण, वाहतूक आणि कृषी उत्पादकता सुलभ झाली, ज्यामुळे त्यांच्या नियंत्रणाखाली असलेल्या प्रदेशांच्या सर्वांगीण विकासाला हातभार लागला.

८) कायदेशीर आणि न्यायिक व्यवस्था :

सरंजामशाही राज्यांनी कायदा आणि सुव्यवस्था राखण्यासाठी कायदेशीर आणि न्यायिक व्यवस्था स्थापन केल्या. स्थानिक राज्यकर्ते परंपरागत कायदे आणि परंपरांच्या आधारे न्याय देत असत. या विकेंद्रित कायदेशीर चौकटीमुळे विवादांचे निराकरण करण्यास आणि सामाजिक सुव्यवस्था राखण्यास मदत झाली, त्यांच्या प्रदेशांमध्ये स्थिरता निर्माण झाली.

२.१.३ मध्ययुगीन भारतातील विभागीय राज्ये :

मध्ययुगीन भारतातील विभागीय राज्ये अशा राजकीय संघटनेच्या स्वरूपाचा संदर्भ देतात जिथे सत्ता विविध नातेसंबंध गटांमध्ये किंवा समाजातील विभागांमध्ये विभागली गेली होती. ही राज्ये अनेक स्वायत्त विभागांद्वारे विकेंद्रित संरचनेद्वारे वैशिष्ट्यीकृत होती, प्रत्येकाचे प्रमुख स्थानिक नेते किंवा प्रमुख होते.

अ) अर्थ :

मध्ययुगीन भारतातील विभागीय राज्ये विकेंद्रित राजकीय संघटनेचा एक प्रकार दर्शवितात जिथे सत्ता आणि अधिकार समाजातील विविध नातेसंबंध–आधारित विभागांमध्ये किंवा वंशांमध्ये विभागले गेले होते. ही राज्ये अशा प्रणालीद्वारे वैशिष्ट्यीकृत होती ज्यामध्ये अनेक स्वायत्त विभाग असून प्रत्येक त्याच्या स्वत:च्या नेत्याद्वारे किंवा प्रमुखाद्वारे शासित होते, एका व्यापक राजकीय सहअस्तित्व होते.

ब) विभागीय राज्यांची वैशिष्ट्ये :

मध्ययुगीन भारतातील विभागीय राज्ये त्यांच्या राजकीय, सामाजिक आणि प्रशासकीय संरचनांना आकार देणाऱ्या विशिष्ट वैशिष्ट्यांद्वारे प्रचलित होती. ही राज्ये विशिष्ट गुणधर्मांद्वारे वैशिष्ट्यीकृत होती जी त्यांना त्याकाळात प्रचलित असलेल्या शासनाच्या इतर प्रकारांपेक्षा वेगळे करतात :

१) विकेंद्रित शासन :

मध्ययुगीन भारतातील विभागीय राज्ये हे शासनाच्या विकेंद्रित स्वरूपाद्वारे वैशिष्ट्यीकृत होते. मोठ्या प्रादेशिक घटकामध्ये विविध स्थानिक शासक किंवा प्रमुखांमध्ये सत्ता वितरित केली गेली. प्रत्येक शासकाने त्यांच्या कार्यक्षेत्रात काही प्रमाणात स्वायत्तता वापरली, स्थानिक व्यवहार व्यवस्थापित केले आणि स्वतंत्रपणे निर्णय घेतले. या संरचनेचा परिणाम बहुतेक वेळा खंडित अधिकारात होतो, संपूर्ण राज्यावर एकाही केंद्रीकृत सत्तेचे नियंत्रण नसते. स्थानिक राज्यकर्त्यांचा त्यांच्या प्रदेशांवर बराच प्रभाव होता, ज्यामुळे शासनाच्या एकूण विकेंद्रित स्वरूपामध्ये योगदान प्राप्त झाले होते.

२) नातेसंबंध आणि वंश–आधारित नियम :

विभागीय राज्यांची सत्ताधारी रचना नातेसंबंध आणि वंशामध्ये खोलवर रुजलेली होती. शासकांनी त्यांची वैधता विशिष्ट कुळ किंवा वंशाशी संबंधित असल्याने प्राप्त केली, ज्यामुळे त्यांच्या अधिकाराचा तो आधार बनला. प्रजेची निष्ठा केंद्रीकृत अधिकाराऐवजी त्यांच्या संबंधित आदिवासी किंवा कुळ नेत्यांकडे निर्देशित केली गेली. या शासकांनी अनेकदा वंशावळी आणि वडिलोपार्जित नातेसंबंधांद्वारे त्यांची वैधता बळकट केली, त्यांच्या प्रजेमध्ये ओळखीची आणि संबंधितांची भावना प्रस्थापित केली.

३) लवचिक सीमा आणि युती :

विभागीय राज्यांनी लवचिक सीमा आणि स्थलांतरित युती प्रदर्शित केली. सीमा निश्चित केल्या नव्हत्या परंतु वेगवेगळ्या प्रमुख किंवा राज्यकर्त्यांमधील युती, संघर्ष किंवा कराराच्या आधारे बदलल्या जात होत्या. धोरणात्मक हितसंबंधांवर आधारित राजकीय युती बनल्या आणि तुटल्या, ज्यामुळे अनेकदा प्रादेशिक नियंत्रणात बदल झाले. निष्ठा क्षणिक होती, बदलत्या परिस्थितीनुसार बदलत होती, परिणामी एक गतिशील भू-राजकीय प्रिपरेक्ष निर्माण झाला होता.

४) मर्यादित केंद्रीकृत प्राधिकरण :

विभागीय राज्यांमधील केंद्रीकृत अधिकार विशेषत: कमकुवत होते. अधिपती किंवा प्रतिकात्मक सत्ता असली तरी, वास्तविक सत्ता स्थानिक सरदार किंवा नेत्यांच्या हातात राहिली. विविध प्रदेशांवर महत्त्वपूर्ण नियंत्रण ठेवण्याची क्षमता केंद्रीय प्राधिकरणाकडे नव्हती, परिणामी निर्णय घेणे आणि प्रशासन प्रामुख्याने स्थानिक पातळीवर होते.

५) लष्करी संघटना :

विभागीय राज्ये लष्करी संरचनांवर खूप अवलंबून होती. लष्करी पराक्रम आणि युतींनी सत्ता राखण्यात आणि प्रदेशांचे संरक्षण करण्यात महत्त्वपूर्ण भूमिका बजावली. लष्करी दलांना युद्ध सैन्यामध्ये संघटित केले गेले आणि विविध प्रमुख किंवा कुळांमधील लष्करी कराराद्वारे युती तयार केली गेली. या युतींचे सामर्थ्य आणि विविध गटांच्या लष्करी क्षमतांनी विभागीय राज्यांमधील सत्तेचे संतुलन निश्चित केले.

६) सांस्कृतिक आणि धार्मिक विविधता :

विभागीय राज्यांनी त्यांच्या प्रदेशात विविध सांस्कृतिक आणि धार्मिक गट समाविष्ट केले होते. या विविधतेमुळे परंपरा, भाषा आणि विश्वास प्रणालींचे बांध बनले. ही विविधता असूनही विविध धार्मिक आणि सांस्कृतिक

समुदायांमध्ये सहसा सहिष्णुता आणि सहअस्तित्व होते. राज्यांच्या शासनामध्ये अनेकदा विविध संस्कृतींमधील घटकांचा समावेश केला जात, ज्यामुळे काही प्रमाणात सांस्कृतिक संश्लेषण होते.

७) आर्थिक संरचना :

विभागीय राज्यांची अर्थव्यवस्था प्रामुख्याने कृषीप्रधान होती, जी उदरनिर्वाह आणि कमाईचा मुख्य स्त्रोत म्हणून शेतीवर जास्त अवलंबून होती. आर्थिक संरचना तुलनेने स्थानिकीकृत होती तसेच व्यापार आणि वाणिज्य स्थानिक पातळीवर आयोजित केले गेले. काही व्यापार नेटवर्क अस्तित्वात असताना, मर्यादित केंद्रीय नियमन किंवा देखरेखीद्वारे आर्थिक नियंत्रण विकेंद्रित होते.

८) नोकरशाही प्रणालींचा अभाव :

केंद्रीकृत साम्राज्यांच्या विपरीत, विभागीय राज्यांमध्ये विस्तृत नोकरशाही संरचनांचा अभाव होता. प्रशासन औपचारिक नोकरशाही पदानुक्रमांऐवजी स्थानिक प्रथा, परंपरा आणि अनौपचारिक प्रणालींवर अधिक अवलंबून होते. निर्णय घेण्याची प्रक्रिया अनेकदा संस्थात्मक नोकरशाही प्रक्रियांऐवजी रूढ पद्धती आणि स्थानिक सहमतीवर आधारित होती.

९) अस्थिरता आणि विखंडन :

विभागीय राज्यांच्या विकेंद्रित स्वरूपामुळे कधीकधी अंतर्गत संघर्ष, सत्ता संघर्ष आणि विखंडन निर्माण झाले होते. उत्तराधिकारी विवाद आणि नेतृत्वाबद्दलचा संघर्ष या सामान्य घटना होत्या, ज्यामुळे या राज्यांचे अस्थिरतेच्या कालावधीत योगदान होते. विखंडन होण्याची असुरक्षा राज्याच्या विविध विभागांमध्ये संघर्ष सोडवण्यास किंवा एकसंधता राखण्यास सक्षम असलेल्या मजबूत केंद्रीकृत अधिकाराच्या अभावामुळे उद्भवली.

क) विभागीय राज्यांचे योगदान :

मध्ययुगीन भारतात विभागीय राज्ये ही राजकीय भूदृश्य, मूलभूतपणे शासन, सामाजिक संरचना आणि सांस्कृतिक गतिशीलतेला आकार देणारे एक महत्त्वपूर्ण पैलू होते. अंदाजे ७ व्या आणि १२ व्या शतकाच्या दरम्यान पसरलेल्या, या राज्यांनी विविध विभागांमध्ये किंवा एककांमध्ये नातेसंबंध, वंश किंवा प्रादेशिक संलग्नतेवर आधारित अधिकार वितरणाद्वारे वैशिष्ट्यीकृत शासनाच्या विकेंद्रित स्वरूपाचे प्रतिनिधित्व केले. मध्ययुगीन भारतीय समाजात त्यांचे योगदान बहुआयामी आणि गहन होते, जे शासन, संस्कृती, अर्थव्यवस्था आणि लष्करी गतिशीलता या पैलूंवर प्रभाव पाडणारे होते.

१) राजकीय रचना आणि शासन :

मध्ययुगीन भारतातील विभागीय राज्ये एका विखंडित राजकीय संरचनेद्वारे चिन्हांकित केली गेली होती, ज्यामध्ये स्थानिक राज्यकर्ते, प्रमुख किंवा विभागांमध्ये सत्ता विखुरली गेली होती. या संस्थांनी त्यांच्या प्रदेशामध्ये बऱ्याच प्रमाणात स्वायत्तता गाजवली, त्यांच्या प्रदेशांमध्ये वेगवेगळ्या प्रमाणात स्वातंत्र्य दिले. केंद्रीकृत प्राधिकरणाची अनुपस्थिती स्थानिक प्रशासनासाठी परवानगी देते, प्रादेशिक समस्यांना जलद प्रतिसाद सक्षम करते आणि लहान समुदायांमध्ये स्वायत्ततेची भावना वाढवते.

२) सामाजिक–सांस्कृतिक प्रभाव :

या विकेंद्रित राज्यांनी प्रादेशिक संस्कृती, भाषा आणि परंपरा यांच्या जतन आणि संवर्धनासाठी महत्त्वपूर्ण योगदान दिले. त्यांनी विविध सांस्कृतिक पद्धतींच्या सहअस्तित्वासाठी एक व्यासपीठ उपलब्ध करून दिले आणि विविध समुदायांमधील देवाणघेवाण सुलभ केली. या विविधतेने कलात्मक, भाषिक आणि धार्मिक परंपरांची समृद्ध परंपरा वाढवली, जीने मध्ययुगीन भारताच्या दोलायमान सांस्कृतिक वारशात योगदान दिले.

३) आर्थिक प्रभाव :

विभागीय राज्ये अनेकदा त्यांच्या प्रदेशातील आर्थिक विकासात महत्त्वपूर्ण भूमिका बजावतात. स्थानिक राज्यकर्त्यांनी व्यापाराला पाठिंबा दिला, ज्यामुळे बाजारपेठा आणि आर्थिक क्रियाकलापांची वाढ झाली. पायाभूत सुविधांच्या विकासाने, जसे की रस्ते आणि व्यापार मार्गांचे बांधकाम याद्वारे मालाची वाहतूक सुलभ करण्यासाठी आणि विशिष्ट प्रदेशांमध्ये आर्थिक समृद्धी वाढवण्यासाठी प्रोत्साहन दिले गेले.

४) लष्करी गतिशीलता :

विखंडित स्वरूप असूनही, विभागीय राज्ये कधीकधी बाह्य धोक्यांपासून एकवटतात, त्यांची संसाधने आणि परस्पर संरक्षणासाठी लष्करी शक्ती एकत्र करतात. या सहयोगी प्रयत्नाने सामान्य शत्रूंविरुद्ध सामूहिक सुरक्षेचा एक प्रकार ठळक करून, संकटाच्या वेळी एकत्र येण्याची त्यांची क्षमता प्रदर्शित केली.

५) सरंजामशाही पद्धतीचा विकास :

मध्ययुगीन भारतातील सरंजामशाही व्यवस्थेच्या उदय आणि उत्क्रांतीत विभागीय राज्यांनी योगदान दिले. निष्ठा, लष्करी सेवा किंवा इतर प्रकारच्या समर्थनाच्या बदल्यात जमीन बहुधा श्रेष्ठांना किंवा स्थानिक प्रमुखांना दिली जात असे. या देवाणघेवाणीने सामाजिक-राजकीय संबंधांचा आधार घेतला, जमीन अनुदान आणि परस्पर जबाबदाऱ्यांच्या चौकटीत सत्ता संरचना एकत्र केली.

ड) मध्ययुगीन दक्षिण भारतातील विभागीय राज्ये :

मध्ययुगीन दक्षिण भारतातील विभागीय राज्ये विशिष्ट सामाजिक-राजकीय संघटना आणि शासन संरचना याद्वारे वैशिष्ट्यीकृत होती.

१) विभागीय समाज :

मध्ययुगीन दक्षिण भारतीय समाज लहान एककांमध्ये किंवा विभागांमध्ये विभागले गेले होते, ज्यांना कुर्रम किंवा नाडू म्हणून ओळखले जात. प्रत्येकाचे स्वतःचे अंतर्गत प्रशासन, नेतृत्व आणि ओळख होती. हे विभाग स्वायत्त एकक म्हणून कार्यरत होते परंतु ते मोठ्या प्रादेशिक चौकटीचाच भाग होते.

२) विकेंद्रित शासन :

राज्यकारभाराचे विकेंद्रीकरण करण्यात आले आणि विविध विभागांमध्ये अधिकार वितरीत केले गेले. प्रत्येक विभागाचा स्थानिक नेता किंवा प्रमुख (नाडुवर), जो त्यांच्या प्रदेशावर अधिकार वापरत असे तो प्रशासन, न्याय आणि कर आकारणीशी संबंधित निर्णय घेत असे.

३) विभागीय युती :

विभागांनी नातेसंबंध, परस्पर हितसंबंध किंवा करारांवर आधारित युती व संबंध राखले, जे राजकीय संलग्नतेच्या जाळ्यात योगदान देतात. संघर्षाच्या किंवा बाह्य धोक्याच्या वेळी, हे विभाग सामान्य हितसंबंधांचे रक्षण करण्यासाठी सर्वोत्कृष्ट प्रमुख किंवा अधिक प्रभावशाली नेत्याच्या नेतृत्वाखाली एकत्र येतात.

४) स्वायत्त एकके :

विभागीय राज्ये तुलनेने स्वायत्त होती, ज्यामुळे स्थानिक नेत्यांना त्यांच्या प्रदेशांवर नियंत्रण ठेवण्याचे बरेच स्वातंत्र्य होते. या स्वायत्ततेने प्रत्येक विभागामध्ये स्थानिक ओळख आणि स्व-शासनाची भावना वाढवली.

५) संघर्ष निराकरण :

विभागांमधील विवाद अनेकदा वाटाघाटी किंवा मध्यस्थीद्वारे सोडवले गेले. संघर्ष उद्भवू शकतो, तरीही विभागीय राज्याच्या मोठ्या चौकटीत स्थिरता राखण्यासाठी सर्वसहमती किंवा शांततापूर्ण ठराव करण्यासाठी प्रयत्न करत असत.

६) आर्थिक स्वातंत्र्य :

आर्थिक बाबींमध्ये विभाग मोठ्या प्रमाणात स्वयंपूर्ण होते. ते कृषी क्रियाकलाप, व्यापार आणि स्थानिक उत्पादनात गुंतले, त्यांच्या आर्थिक स्वातंत्र्यासाठी आणि त्यांची स्वायत्तता टिकवून ठेवण्यासाठी योगदान दिले.

७) धार्मिक आणि सांस्कृतिक विविधता :

विभागांमध्ये विविध धार्मिक आणि सांस्कृतिक पद्धतींचे प्रदर्शन करण्यात आले. बहुधा सांस्कृतिक आणि धार्मिक कथावस्तू असल्यास, व्यक्तीगत विभागांची अनेकदा वेगळी सांस्कृतिक ओळख आणि परंपरा निर्माण होत असे.

८) नेतृत्व आणि अधिकार :

नेतृत्वाची स्थिती विशिष्ट कुटुंबांमध्ये किंवा वंशांमध्ये सामान्यत: आनुवंशिक होती. वारसाहक्क बहुधा आदिम किंवा वंशपरंपरागत नियमांच्या माध्यमातून होते, नेतृत्वात सातत्य राखून होते.

९) प्रशासनातील लवचिकता :

विभागीय संरचनेमुळे प्रशासनात लवचिकता निर्माण झाली होती. यात राज्यकारभार, सामाजिक निकष आणि रीतिरिवाजांमधील स्थानिक बदलांना सामावून घेण्यात आले आणि एकूणच सामाजिक-राजकीय व्यवस्थेच्या स्थिरत्यात आणि लवचिकतेत योगदान दिले गेले.

१०) राजकीय उत्क्रांतीवरील परिणाम :

विभागीय राज्यांनी दक्षिण भारतात विखंडित राजकीय परिदृश्याचा पाया घातला. कालांतराने काही विभागांना महत्त्व प्राप्त झाले, ज्यामुळे काही प्रमुखांनी त्यांचा प्रभाव वाढवला आणि नंतरच्या कालखंडात लहान विभागांना अधिक केंद्रीकृत राज्यांमध्ये एकत्रित केल्यामुळे मोठ्या राजकारणाचा उदय झाला.

२.१.४ मध्ययुगीन भारतातील वंशपरंपरागत-नोकरशाही राज्ये :

मध्ययुगीन भारतातील वंशपरंपरागत-नोकरशाही राज्ये विभागीय राज्यांच्या तुलनेत विरोधाभासी स्वरूपाच्या शासनाचे प्रतिनिधित्व करतात. ही राज्ये अधिक केंद्रीकृत अधिकार संरचनाद्वारे वैशिष्ट्यीकृत होती, जिथे सत्ता एका सम्राट किंवा शासकाच्या हातात केंद्रित होती, ज्याने प्रदेशावर शासन करण्यासाठी नोकरशाही उपकरणे नियंत्रित केली होती.

अ) अर्थ :

मध्ययुगीन भारतातील वंशपरंपरागत-नोकरशाही राज्ये एका राजाच्या किंवा शासकाच्या नियंत्रणाखाली असलेल्या केंद्रीकृत अधिकाराद्वारे वैशिष्ट्यीकृत शासनाच्या स्वरूपाचा संदर्भ देतात. या प्रणालीमध्ये एकल व्यक्तीच्या हातात सत्ता केंद्रित केली जाते जी नोकरशाही प्रशासकीय संरचनेच्या समर्थनाद्वारे परिभाषित प्रदेशावर अधिकार वापरते.

ब) वंशपरंपरागत-नोकरशाही राज्यांची वैशिष्ट्ये :

भारतातील मध्ययुगीन कालखंड विविध राजकीय व्यवस्थांच्या उदयाने वैशिष्ट्यीकृत होता, ज्यापैकी एक वंशपरंपरागत-नोकरशाही राज्य होते. शासनाच्या या स्वरूपामध्ये वैयक्तिक अधिकार आणि नोकरशाही संरचना यांचे मिश्रण दिसून आले.

१) स्थापना आणि वैशिष्ट्ये :

वंशपरंपरागत-नोकरशाही राज्याची स्थापना शासकाच्या वैयक्तिक अधिकारावर झाली. राज्याच्या यंत्रणेवर राज्यकर्त्याचे प्रचंड अधिकार आणि नियंत्रण होते. राज्याच्या मुख्य वैशिष्ट्यांमध्ये केंद्रीकृत प्रशासकीय रचनेचा समावेश होता, ज्यामध्ये प्रशासनासाठी जबाबदार अधिकाऱ्यांची पदानुक्रमे होती. या प्रणालीमध्ये वंशपरंपरा (वैयक्तिकीकृत नियम) आणि नोकरशाही (संघटित प्रशासकीय संरचना) या घटकांचा समावेश होता.

२) शासक आणि अधिकारी :

वंशपरंपरागत-नोकरशाही राज्यात राज्यकर्त्याचा अधिकार सर्वोपरि होता. राजा किंवा सम्राटाकडे निरपेक्ष सत्ता होती आणि त्यांना अनेकदा दैवी किंवा अर्ध-दैवी मानले जात असे, ज्यामुळे त्यांचे अधिकार वैध ठरले. हा अधिकार आनुवंशिक उत्तराधिकार किंवा विजयाद्वारे प्रसारित केला गेला. राज्यकर्त्यांच्या इच्छा आणि निर्णयांचा शासन आणि धोरणांवर लक्षणीय परिणाम झाला.

३) प्रशासकीय रचना :

राज्ययंत्रणेमध्ये राज्यकारभारात मदत करणारी नोकरशाही असते. नोकरशाहीची रचना पदानुक्रमानुसार करण्यात आली होती, ज्यात अधिकाऱ्यांची नियुक्ती गुणवत्ता, निष्ठा किंवा कधीकधी कौटुंबिक संबंधांवर आधारित होती. या अधिकाऱ्यांनी विविध प्रशासकीय भूमिका, महसूल संकलन, कायदा आणि सुव्यवस्था, लष्करी आणि न्यायिक बाबी सांभाळल्या. कार्यक्षम कामकाजासाठी प्रशासकीय यंत्रणा अनेकदा वेगवेगळ्या विभागांमध्ये विभागली गेली.

४) कर आकारणी आणि महसूल संकलन :

करप्रणाली हा वंशपरंपरागत-नोकरशाही राज्याचा एक महत्त्वाचा पैलू होता. कर, जमीन अनुदान आणि खंडणी याद्वारे जमा होणारा महसूल आर्थिक कणा तयार करतो. राज्याच्या राजकोषीय धोरणांचे उद्दिष्ट शासकांसाठी स्थिर उत्पन्न आणि राज्य यंत्रणेची देखभाल सुनिश्चित करणे हे होते. या व्यवस्थेत महसूल संकलकांनी महत्त्वपूर्ण भूमिका बजावली.

५) सामाजिक रचना आणि शासन :

समाजाची रचना पदानुक्रमानुसार करण्यात आली होती आणि राज्याच्या कारभारात या विभागांचे प्रतिबिंब होते. जाती-आधारित पदानुक्रमाने प्रशासकीय पदांवर प्रभाव टाकला, उच्च जातीतील व्यक्ती अनेकदा उच्च पदांवर विराजमान असतात. शासकांच्या धोरणांचा आणि निर्णयांचा सामाजिक संरचनांवर देखील परिणाम झाला, काहीवेळा विद्यमान नियमांना मजबुतीकरण किंवा आव्हान दिले.

६) कायदेशीर आणि न्यायिक व्यवस्था :

राज्याची कायदेशीर आणि न्यायिक प्रणाली होती, बहुतेकदा धार्मिक ग्रंथ किंवा परंपरागत कायद्यांचा प्रभाव होता. न्यायालये न्याय देतात आणि कायदेशीर बाबींमध्ये अंतिम अधिकार शासकाला होता. न्यायाधीश, नियुक्त अधिकारी किंवा राज्यकर्त्याचे प्रतिनिधी विवाद सोडवत आणि कायदा व सुव्यवस्था राखत.

७) सैन्य आणि संरक्षण :

नियंत्रण राखण्यासाठी आणि राज्याचे रक्षण करण्यासाठी सुसंघटित सैन्य आवश्यक होते. राज्यकर्त्याचे सशस्त्र दलांवर थेट नियंत्रण होते, जे प्रदेशांचा विस्तार करण्यासाठी, अधिकाराची अंमलबजावणी करण्यासाठी आणि बाह्य धोक्यांपासून बचाव करण्यासाठी महत्त्वपूर्ण होते.

८) धार्मिक आणि सांस्कृतिक प्रभाव :

वंशपरंपरागत-नोकरशाही राज्यात धर्माने महत्त्वपूर्ण भूमिका बजावली. राज्यकर्त्यांनी अनेकदा धार्मिक संस्थांना संरक्षण दिले आणि धार्मिक नेत्यांनी लोकांच्या मतावर प्रभुत्व ठेवले. सांस्कृतिक घडामोडी, कला, वास्तुकला आणि साहित्य शाही आश्रयाखाली भरभराटीला आले.

९) प्रादेशिक भिन्नता आणि वारसा :

हे लक्षात घेणे महत्त्वाचे आहे की भारताच्या विशालतेमुळे वंशपरंपरागत-नोकरशाही राज्याच्या कार्यपद्धतीत प्रादेशिक भिन्नता निर्माण झाली. भिन्न राजवंश आणि प्रदेशांमध्ये भिन्न प्रशासकीय शैली होती, जरी त्यांनी समान

वैशिष्ट्ये सामायिक केली. भारताच्या ऐतिहासिक आणि सांस्कृतिक परिदृश्यात वंशपरंपरागत-नोकरशाही राज्यव्यवस्थेचा वारसा दिसून येतो. या काळातील अनेक प्रशासकीय पद्धती, सांस्कृतिक नियम आणि शासन संरचना यांचा आधुनिक भारतावर कायमस्वरूपी प्रभाव पडला आहे.

क) वंशपरंपरागत-नोकरशाही राज्यांचे योगदान :

मध्ययुगीन भारतातील वंशपरंपरागत-नोकरशाही राज्यांनी उपखंडाच्या राजकीय, प्रशासकीय, सामाजिक-आर्थिक आणि सांस्कृतिक परिदृश्यात महत्त्वपूर्ण योगदान दिले. हे योगदान भारतीय इतिहासाच्या वाटचालीला आकार देण्यासाठी महत्त्वपूर्ण ठरले आणि समकालीन काळातही त्याचे कायमस्वरूपी प्रभाव पडले.

१) राजकीय केंद्रीकरण आणि प्रशासन :

वंशपरंपरागत-नोकरशाही राज्यांच्या उदयाने केंद्रीकृत अधिकाराकडे एक स्थित्यंतर चिन्हांकित केले. शासकांनी मजबूत केंद्रीय प्रशासन स्थापन केले, सत्ता मजबूत केली आणि विशाल प्रदेशांवर नियंत्रण ठेवले. या केंद्रीकरणामुळे स्थिरता वाढली आणि सर्व प्रदेशांमध्ये अधिक समन्वित प्रशासनाला चालना मिळाली.

२) नोकरशाही व्यवस्था आणि शासन :

शासनामध्ये नोकरशाही प्रणालींच्या एकत्रीकरणामुळे संरचित प्रशासनाची ओळख झाली. अधिकाऱ्यांची नियुक्ती गुणवत्तेवर आणि कौशल्याच्या आधारे केली गेली, ज्याने राज्य कारभाराच्या कार्यक्षम व्यवस्थापनास हातभार लावला. या प्रणालीने भारतातील भविष्यातील प्रशासकीय संरचनांचा पाया घातला.

३) कायदेशीर आणि न्यायिक प्रणाली :

या राज्यांनी कायदेशीर आणि न्यायिक प्रणालींच्या विकासात योगदान दिले. न्यायालये विवाद सोडवण्यासाठी, परंपरागत कायदे किंवा धार्मिक तत्त्वे लागू करण्यासाठी स्थापन करण्यात आली. यामुळे कायदेशीर पद्धतींचे संहितीकरण आणि भविष्यातील कायदेशीर प्रणालींसाठी उदाहरणे स्थापित करण्यात योगदान दिले.

४) आर्थिक व्यवस्थापन आणि कर आकारणी :

वंशपरंपरागत-नोकरशाही राज्यांनी कर आकारणी आणि महसूल संकलनासाठी जटिल प्रणाली तयार केल्या. यामुळे राज्यासाठी स्थिर उत्पन्न सुनिश्चित करून आर्थिक स्थिरता सुलभ झाली. गोळा केलेला महसूल पायाभूत सुविधा, संरक्षण आणि कला व संस्कृतीच्या संरक्षणासाठी वापरला गेला.

५) पायाभूत सुविधा आणि वास्तुकला :

राज्यकर्त्यांनी स्मारकीय पायाभूत सुविधा प्रकल्प, किल्ले, राजवाडे, मंदिरे आणि सिंचन व्यवस्था बांधण्यात गुंतवणूक केली. या प्रकल्पांनी केवळ व्यावहारिक उद्देशच दर्शविला नाही तर राज्याची संपत्ती आणि शक्ती देखील दर्शविली. या काळातील अनेक वास्तुशिल्प चमत्कार त्यांच्या योगदानाचा पुरावा म्हणून उभे आहेत.

६) सांस्कृतिक संरक्षण आणि विकास :

या काळात कला, साहित्य आणि सांस्कृतिक प्रयत्नांना राजेशाही आश्रय मिळाला. न्यायालये सांस्कृतिक देवाणघेवाणीची केंद्रे बनली, साहित्य, संगीत, नृत्य आणि कला यांच्या वृद्धीस चालना दिली. या संरक्षणामुळे अनेक अभिजात भारतीय कलाप्रकार आणि साहित्यकृतींना प्रोत्साहन दिले आणि जतन केले गेले.

७) सामाजिक सुधारणा आणि प्रभाव :

काही राज्यकर्त्यांनी सामाजिक समस्या सुधारण्याच्या उद्देशाने सामाजिक सुधारणा सुरू केल्या. जाती-आधारित भेदभाव कमी करण्यासाठी आणि धार्मिक सहिष्णुतेला प्रोत्साहन देण्यासाठी प्रयत्न केले गेले. जरी या सुधारणा प्रभाव आणि अंमलबजावणीमध्ये भिन्न असल्या तरी, त्यांनी सामाजिक नियम विकसित करण्यात योगदान दिले.

८) लष्करी प्रगती आणि संरक्षण :

राज्यांनी शस्त्रास्त्रे आणि धोरणात्मक युद्धाद्वारे लष्करी प्रगतीमध्ये गुंतवणूक केली. सुसंघटित सैन्याने प्रदेशांचे रक्षण करण्यात, सीमांचा विस्तार करण्यात आणि अंतर्गत सुव्यवस्था राखण्यात महत्त्वपूर्ण भूमिका बजावली.

९) परस्परसंवाद आणि व्यापार :

या राज्यांनी विविध प्रदेश आणि संस्कृतींमध्ये परस्परसंवाद साधला, व्यापार मार्ग आणि सांस्कृतिक देवाणघेवाण वाढवली. यामुळे व्यापार वाढला, विचारांची देवाणघेवाण झाली आणि विविध सांस्कृतिक घटकांचे एकत्रीकरण झाले.

१०) ऐतिहासिक वारसा :

भारताच्या ऐतिहासिक कथा, स्थापत्यशास्त्रातील चमत्कार, प्रशासकीय पद्धती आणि सांस्कृतिक परंपरांमध्ये वंशपरंपरागत-नोकरशाही राज्यांचा वारसा टिकून आहे. यातील अनेक योगदानांनी भारताच्या ओळखीला आकार दिला आहे आणि समकालीन समाजावर प्रभाव टाकत आहे.

२.१.५ मध्ययुगीन भारतातील उत्तराधिकारी राज्ये :

मध्ययुगीन भारताच्या इतिहासात मोठ्या साम्राज्यांचे विघटन झाल्यामुळे विविध प्रदेशांमध्ये अनेक उत्तराधिकारी राज्ये उदयास आली. ही उत्तराधिकारी राज्ये अनेकदा माजी प्रांतीय गव्हर्नर किंवा स्थानिक राज्यकर्त्यांनी स्थापन केले होते, त्यांनी उपखंडाच्या राजकीय, सांस्कृतिक आणि सामाजिक-आर्थिक परिदृश्याला आकार देण्यात महत्त्वपूर्ण भूमिका बजावली.

अ) अर्थ :

उत्तराधिकारी राज्ये या शब्दाचा अर्थ असा आहे की या घटकांनी प्रबळ साम्राज्य शक्तीचा पाडाव यशस्वी केला किंवा त्याचे अनुसरण केले, एकतर प्रदेश वारसाहक्क मिळवून, अधिकार मिळवून किंवा स्वतंत्र राज्य स्थापन करून. ते सहसा केंद्रीकृत प्राधिकरणाच्या कमकुवत किंवा संकुचित होण्याच्या प्रतिसादात उद्भवतात, स्थानिक किंवा प्रादेशिक नेत्यांना विशिष्ट प्रदेशांवर नियंत्रण ठेवण्यासाठी संधी निर्माण करतात.

ब) उत्तराधिकारी राज्यांची वैशिष्ट्ये :

मध्ययुगीन भारताच्या इतिहासात मोठ्या साम्राज्यांचे तुकडे आणि ऱ्हास यामुळे भारतीय उपखंडात विविध उत्तराधिकारी राज्ये उदयास आली. ही उत्तराधिकारी राज्ये, बहुधा प्रबळ साम्राज्याच्या विघटनातून जन्माला येतात. त्यांची प्रादेशिक स्वायत्तता, विशिष्ट प्रशासकीय संरचना, सांस्कृतिक प्रभाव आणि सामाजिक-राजकीय परिदृश्यातील योगदान याद्वारे ते वैशिष्ट्यीकृत होते.

१) निर्मिती आणि संदर्भ :

दिल्ली सल्तनत किंवा विजयनगर साम्राज्यासारख्या शक्तिशाली साम्राज्यांच्या विघटनाने सत्तेची पोकळी निर्माण झाली, अशा परिस्थितीत प्रादेशिक राज्यपाल, स्थानिक राज्यकर्ते किंवा लष्करी नेत्यांनी त्यांचे स्वतंत्र प्रदेश स्थापन करण्यासाठी शोषण केले. प्रशासकीय अकार्यक्षमता, वारसाहक्क विवाद, बाह्य आक्रमणे आणि आर्थिक दबाव यासारख्या घटकांनी या साम्राज्यांचे तुकडे होण्यास हातभार लावला.

२) प्रादेशिक स्वायत्तता आणि शासन :

उत्तराधिकारी राज्ये बहुधा त्यांनी बदललेल्या केंद्रीकृत साम्राज्यांच्या तुलनेत प्रादेशिक स्वायत्ततेच्या उच्च प्रमाणात कार्यरत असतात. त्यांच्याकडे प्रशासकीय संरचना, कायदे आणि स्थानिक गरजा व प्राधान्ये पूर्ण करणारी प्रशासकीय यंत्रणा होती. या स्वायत्ततेमुळे त्यांच्या प्रदेशात अधिक प्रतिसादात्मक शासन आणि सांस्कृतिक विविधता दिसून येते.

३) प्रशासकीय संरचना :

या राज्यांनी केंद्रीकृत नोकरशाहीपासून विकेंद्रित सरंजामशाही संरचनांपर्यंत भिन्न असलेल्या त्यांच्या प्रशासकीय प्रणाली विकसित केल्या. राज्यकर्त्यांनी प्रदेश व्यवस्थापित करण्यासाठी, महसूल गोळा करण्यासाठी, कायदा व सुव्यवस्था राखण्यासाठी आणि न्याय व्यवस्थापित करण्यासाठी प्रशासक, अधिकारी आणि स्थानिक सरदार नियुक्त केले. काही राज्यांनी प्रशासनाची प्रभावीता वाढवण्यासाठी नाविन्यपूर्ण प्रशासकीय पद्धती स्वीकारल्या.

४) सैन्य आणि संरक्षण :

उत्तराधिकारी राज्यांनी त्यांच्या सैन्याची देखभाल केली, अनेकदा त्यांच्या पूर्वसुरींच्या लष्करी रणनीती स्वीकारल्या. प्रदेशांचे रक्षण करण्यासाठी, सीमांचा विस्तार करण्यासाठी आणि बाह्य धोक्यांपासून संरक्षण करण्यासाठी सैन्य शक्ती महत्त्वपूर्ण होती. मराठ्यांप्रमाणे काही राज्ये, गनिमी युद्धाची रणनीती वापरत असत, तर काही उभ्या सैन्यावर अवलंबून असत.

५) सांस्कृतिक संरक्षण आणि प्रभाव :

ही राज्ये सांस्कृतिक संरक्षणाची केंद्रे होती तसेच कला, साहित्य, वास्तुकला आणि धार्मिक परंपरांना चालना देणारी होती. शासकांनी अनेकदा कलाकार, विद्वान, कवी आणि वास्तुविशारदांना पाठिंबा दिला, ज्यामुळे विशिष्ट प्रादेशिक संस्कृतींचा विकास झाला. या संरक्षणामुळे भव्य राजवाडे, मंदिरे, किल्ले आणि कलाकृती निर्माण झाल्या.

६) आर्थिक धोरणे आणि व्यापार :

आर्थिक धोरणे महसूल निर्मिती आणि व्यापारावर केंद्रित आहेत. उत्तराधिकारी राज्यांना अनेकदा व्यापार नेटवर्कचा वारसा मिळाला आणि त्यांनी त्यांच्या प्रदेशांच्या समृद्धीमध्ये योगदान देऊन व्यापार सुलभ करणे सुरू ठेवले. त्यांनी कर आकारणी आणि खंडणी गोळा केली, त्यांची अर्थव्यवस्था टिकवून ठेवण्यासाठी शेतजमिनी आणि व्यापार मार्ग व्यवस्थापित केले.

७) घराणेशाही आणि युती :

उत्तराधिकारी राज्ये त्यांचे प्रदेश सुरक्षित करण्यासाठी आणि त्यांचा प्रभाव वाढवण्यासाठी वारंवार संघर्ष, युती आणि राजनैतिक डावपेचांमध्ये गुंतलेली असत. राजवंशीय शत्रुत्व आणि बदलत्या आघाड्यांमुळे राजकीय भूदृश्य वैशिष्ट्य होते, ज्यामुळे स्थैर्य आणि अशांतता निर्माण झाली.

८) धार्मिक आणि सामाजिक गतिशीलता :

ही राज्ये विविध धार्मिक आणि सामाजिक रचना प्रतिबिंबित करतात. राज्यकर्त्यांनी अनेकदा विविध धार्मिक संस्थांना संरक्षण दिले, त्यांच्या प्रांतात अनेक धर्मांना सामावून घेतले. सामाजिक पदानुक्रम आणि सांस्कृतिक प्रथा कायम राहिल्या, ज्या काही वेळा राज्याच्या धोरणांवर आणि शासनावर प्रभाव टाकतात.

९) चिरस्थायी वारसा आणि प्रभाव :

अनेक उत्तराधिकारी राज्यांनी स्थापत्यशास्त्रातील चमत्कार, साहित्यिक कामे, प्रशासकीय व्यवस्था आणि सांस्कृतिक परंपरांच्या रूपात चिरस्थायी वारसा सोडला. त्यांच्या योगदानाने प्रादेशिक ओळख निर्माण केली आणि भारतातील समकालीन सामाजिक-सांस्कृतिक गतिशीलतेवर प्रभाव टाकला.

क) उत्तराधिकारी राज्यांचे योगदान :

मध्ययुगीन भारतातील उत्तराधिकारी राज्यांचा उदय हा उपखंडाच्या इतिहासातील एक महत्त्वाचा टप्पा होता, ज्यामध्ये मोठ्या साम्राज्यांच्या ऱ्हासानंतर विविध प्रादेशिक शक्तींचे विभाजन आणि स्थापना झाली. या

उत्तराधिकारी राज्यांनी भारतीय इतिहासाच्या वाटचालीला आकार देत राजकीय, सामाजिक-आर्थिक, सांस्कृतिक आणि प्रशासकीय क्षेत्रात भरीव योगदान दिले. त्यांच्या योगदानाच्या सर्वसमावेशक विश्लेषणासाठी त्यांच्या बहुआयामी प्रभावांचा सखोल शोध आवश्यक आहे.

१) राजकीय परिवर्तन आणि प्रादेशिक स्वायत्तता :

उत्तराधिकारी राज्यांनी प्रादेशिक स्वायत्ततेचे प्रतिपादन करून राजकीय परिदृश्य बदलण्यात महत्त्वपूर्ण भूमिका बजावली. दिल्ली सल्तनत किंवा विजयनगर साम्राज्यासारख्या अतिप्रचंड साम्राज्यांचे विघटन झाल्यामुळे लहान राज्यांना त्यांच्या प्रदेशांवर स्वतंत्रपणे शासन करण्याची परवानगी मिळाली. विकेंद्रीकरणाकडील या बदलामुळे विविध राजकीय संस्थांना वेगळी ओळख मिळाली आणि त्यांच्या प्रशासकीय संरचना निर्माण झाल्या.

२) प्रशासकीय नवकल्पना आणि शासन :

उत्तराधिकारी राज्यांनी प्रादेशिक गरजांनुसार नवनवीन प्रशासकीय प्रणाली आणल्या. काही राज्यांनी जसे की मराठा आणि मुघलांनी, सक्षम महसूल संकलन यंत्रणा, जमीन सुधारणा आणि विकेंद्रित शासन संरचना लागू केल्या. या अनुकूलतेमुळे प्रशासकीय कार्यक्षमता आणि प्रतिसाद वाढला.

३) सांस्कृतिक उत्कर्ष आणि संरक्षण :

उत्तराधिकारी राज्ये सांस्कृतिक संरक्षणाची केंद्रे बनली. त्यांनी कला, वास्तुकला, साहित्य आणि धार्मिक प्रथा यांना चालना दिली. राज्यकर्त्यांनी कलाकार, विद्वान आणि वास्तुविशारदांना प्रायोजित केले परिणामी लाल किल्ला, ताजमहाल, हम्पी आणि इतर प्रतिष्ठित वास्तुशिल्पीय चमत्कारांची निर्मिती झाली. प्रादेशिक भाषांमधील साहित्याची भरभराट झाली आणि भारताच्या समृद्ध साहित्यिक वारशात योगदान प्राप्त झाले.

४) आर्थिक समृद्धी आणि व्यापार नेटवर्क :

उत्तराधिकारी राज्यांनी व्यापार नेटवर्क टिकवून आणि विस्तारून आर्थिक समृद्धीमध्ये योगदान दिले. उदाहरणार्थ, मराठ्यांनी महत्त्वपूर्ण व्यापारी मार्ग नियंत्रित केले, व्यापाराला चालना दिली आणि त्यांच्या अर्थव्यवस्थेला चालना दिली. अनेक राज्यांनी कृषी विकासाला प्रोत्साहन दिले, ज्यामुळे उत्पादकता आणि संपत्ती वाढली.

५) लष्करी सामर्थ्य आणि संरक्षण :

उत्तराधिकारी राज्यांनी त्यांच्या प्रदेशांचे रक्षण करण्यासाठी आणि त्यांच्या क्षेत्राचा विस्तार करण्यासाठी लष्करी क्षमतांना प्राधान्य दिले. उदाहरणार्थ, मराठ्यांनी नाविन्यपूर्ण गनिमी युद्ध रणनीती वापरल्या, तर मुघलांकडे पायदळ, घोडदळ आणि तोफखाना यांचा समावेश असलेले शक्तिशाली सैन्य होते. लष्करी प्रगतीचा प्रादेशिक सत्ता गतिशीलता आणि सुरक्षिततेवर परिणाम झाला.

६) धार्मिक बहुलवाद आणि सामाजिक समरसता :

अनेक उत्तराधिकारी राज्यांनी धार्मिक सहिष्णुता आणि सौहार्दाला प्रोत्साहन दिले. राज्यकर्त्यांनी विविध धार्मिक संस्थांना संरक्षण दिले, सर्वसमावेशकतेचे वातावरण निर्माण केले. मुघलांनी विशेषत: अकबराने धार्मिक एकात्मतेला चालना देणारी, सांस्कृतिक एकात्मता आणि सामाजिक एकात्मतेला हातभार लावणारी धोरणे सुरू केली.

७) कला, वास्तुकला आणि संस्कृतीवर प्रभाव :

उत्तराधिकारी राज्यांनी दिलेल्या संरक्षणामुळे कला, वास्तुकला आणि संस्कृतीवर लक्षणीय परिणाम झाला. वास्तुकला, चित्रकला, संगीत आणि नृत्यात विशिष्ट प्रादेशिक शैली उदयास आल्या. देशी आणि विदेशी कलात्मक घटकांच्या संमिश्रणामुळे भारताचा सांस्कृतिक वारसा समृद्ध झाला.

८) मुत्सद्दीपणा, युती आणि परस्परसंवाद :

उत्तराधिकारी राज्ये राजनैतिक युती आणि शेजारील शक्तींशी संवाद साधतात. या मुत्सद्देगिरीने सांस्कृतिक देवाणघेवाण, तंत्रज्ञानाचा प्रसार आणि ज्ञान हस्तांतरण सुलभ केले, बौद्धिक आणि कलात्मक क्षेत्र समृद्ध केले.

९) वारसा आणि टिचिरस्थायी प्रभाव :

उत्तराधिकारी राज्यांच्या योगदानाने भारतातील त्यानंतरच्या राजकीय घडामोडी, सांस्कृतिक अभिव्यक्ती आणि प्रशासकीय चौकटींवर प्रभाव टाकून चिरस्थायी वारसा सोडला. त्यांचा वारसा प्रादेशिक ओळख आणि सामाजिक नियमांना आकार देत आहे.

▷ २.२ मध्ययुगीन राज्य सिद्धांत :

मध्ययुगीन राज्यांना कोणतीही स्पष्ट भौगोलिक सीमा नव्हती. राजे किंवा राज्यकर्त्यांमध्ये वारंवार होणाऱ्या सशस्त्र संघर्षांमुळे सीमारेषा नष्ट झाल्या आणि या काळात राष्ट्र-राज्य नसणे हे एक मोठे कारण होते. राज्याच्या मध्ययुगीन सिद्धांतांमध्ये जगभरातील विविध क्षेत्रांमध्ये मध्ययुगात उदयास आलेल्या राजकीय तत्त्वज्ञान आणि कल्पनांचा समावेश आहे. या सिद्धांतांनी राज्यकारभाराचे स्वरूप, राज्यकर्त्यांची भूमिका, अधिकाराची रचना आणि राज्य व प्रजा यांच्यातील संबंधांची रुपरेषा मांडण्याचा प्रयत्न केला.

२.२.१ फराबी :

अबू नसर मुहम्मद बिन मुहम्मद बिन तरखान अल-फराबी याचा जन्म ट्रान्सोक्सानिया जिल्ह्यातील फराबजवळील वासीज या गावात झाला. मुस्लिम जगताने निर्माण केलेल्या महान तत्त्वज्ञांपैकी तो एक होता. त्याने मुख्यतः बगदादमध्ये शिक्षण घेतले आणि अरबी भाषेत लक्षणीय प्रवीणता प्राप्त केल्यानंतर, तो ख्रिश्चन संवत अबू बिशर मट्टा बिन युनूसचा एक उत्कट विद्यार्थी बनला, ॲरिस्टॉटल आणि इतर ग्रीक बहुमुखी लेखकांच्या अनेक कामांचे अनुवादक म्हणून तो प्रमुख होता. पहिला तुर्की तत्त्वज्ञ असल्याने, त्याने नंतरच्या मुस्लिम तत्त्वज्ञाच्या परंपरेवर चिरस्थायी आणि खोल प्रभाव टाकला. ॲरिस्टॉटलच्या तर्कशास्त्राचा उत्तम उलगडा करणारा तो असल्याने, त्याला योग्यरित्या अल-मुआलिम अल थानी (दुसरा शिक्षक) म्हटले गेले. इब्न-ए-खलदूनच्या मते, कोणताही मुस्लिम विचारवंत तत्त्वज्ञानाच्या ज्ञानात अल-फराबीच्या समान स्थानावर पोहोचला नाही.

अ) राज्यकला :

फराबीचे राज्यकलेबद्दलचे मत खालील मुद्यांसह स्पष्ट करता येईल :

१) आदर्श शासक :

फराबीने तत्त्वज्ञानी-राजा किंवा सद्गुणी शासक (अल-मदानी) ची संकल्पना मांडली, ज्यात शहाणपण, ज्ञान आणि नैतिक गुण आहेत. त्यांचा असा विश्वास होता की आदर्श शासकाकडे बौद्धिक उत्कृष्टता असली पाहिजे आणि त्याने नैतिकतेवर आधारित शासन केले पाहिजे.

२) सदाचारी शासन :

फराबीने न्याय, सुसंवाद आणि नैतिक आचरणाच्या तत्त्वांद्वारे शासित एक सद्गुण शहर-राज्य (मदीनात अल-फदिलाह) स्थापन करण्याच्या महत्त्वावर जोर दिला. फराबीच्या दृष्टीमध्ये सुव्यवस्थित समाजाचा समावेश होता जिथे शासक नागरिकांना सद्गुण आणि तर्कशुद्धतेबाबत मार्गदर्शन करतो.

३) तात्विक पालकत्व :

फराबीने तात्विक अभिजात वर्गाची (फयालासुफ) कल्पना राज्यकारभारात मार्गदर्शक शक्ती म्हणून मांडली. फराबीने प्रस्तावित केले की हे उच्चभ्रू लोक हे त्यांच्या तात्विक शहाणपणाने आणि शासनाच्या तत्त्वांच्या आकलनाद्वारे, सामान्य हितासाठी निर्णय घेण्यास राज्यकर्त्याला मदत करतील.

४) सामाजिक व्यवस्था :

श्रेणीबद्ध सामाजिक व्यवस्थेच्या आवश्यकतेवर त्याचा विश्वास होता. फराबीने विविध वर्गांचा एक संरचित समाज प्रस्तावित केला, ज्यातील प्रत्येकाने सद्गुण शासकाच्या मार्गदर्शनाखाली राज्याच्या कल्याणासाठी योगदान देणारी विशिष्ट भूमिका पार पाडली.

५) शिक्षण आणि संस्कृती :

फराबीने सद्गुणी समाजाच्या संवर्धनासाठी शिक्षण आणि संस्कृतीच्या महत्त्वावर भर दिला. नागरिकांचे चारित्र्य घडवण्यात, सद्गुणांना चालना देण्यासाठी आणि व्यक्तींमध्ये तर्कशुद्धता जोपासण्यात शिक्षणाच्या भूमिकेवर त्याने भर दिला.

ब) राजपद :

अल-फराबीच्या राजकीय तत्त्वज्ञानावर ॲरिस्टॉटल, प्लेटो आणि पूर्वीच्या इस्लामिक विचारवंतांच्या कार्याचा प्रभाव होता. राजसत्तेबद्दलच्या विचारांमध्ये, त्याने आदर्श राज्याची कल्पना मांडली, ज्याला त्याने सद्गुणी शहर किंवा परिपूर्ण राज्य (मदिना अल-फदिला) म्हटले. त्यांच्या मते, परिपूर्ण राज्य हे तत्वज्ञानी-राजा किंवा सद्गुगी शासकाद्वारे शासित असते ज्याच्याकडे बौद्धिक आणि नैतिक दोन्ही गुण असतात.

१) तत्वज्ञानी-राजा :

अल-फराबीचा असा विश्वास होता की आदर्श शासक हा एक तत्वज्ञ असावा, ज्याला राजकीय तत्वज्ञानाची सखोल जाण आहे आणि त्याच्याकडे शहाणपण आहे. तत्वज्ञानी राजाने विवेक आणि सदाचाराच्या आधारे राज्य चालवणे अपेक्षित आहे.

२) राजपदाचा उद्देश :

अल-फराबीच्या मते, राजपदाचा उद्देश न्याय स्थापित करणे आणि नागरिकांचे कल्याण सुनिश्चित करणे आहे. समाजाला नैतिक आणि बौद्धिक परिपूर्णतेबाबत मार्गदर्शन करणे ही राज्यकर्त्याची प्राथमिक जबाबदारी असते.

३) राजकीय सद्गुण :

अल-फराबीने शासकातील सद्गुणाच्या महत्त्वावर जोर दिला. तत्वज्ञानी राजाने राज्याचे प्रभावी नेतृत्व करण्यासाठी न्याय, शहाणपण आणि संयम यासारखे नैतिक गुण अंगीकारले पाहिजेत.

४) धर्माची भूमिका :

अल-फराबीने समाजातील धर्माची भूमिका मान्य केली, तसेच सामाजिक सुव्यवस्था राखण्यासाठी आणि नैतिक मूल्यांचे संवर्धन करण्यासाठी राज्यकर्त्याने धर्माचा वापर करणे आवश्यक आहे यावरही त्याने भर दिला. तथापि, त्याने सुचवले की शासक हा धार्मिक शिकवणींचा तर्कशुद्ध अर्थ लावण्यासाठी सक्षम तत्त्वज्ञ असावा.

५) शैक्षणिक प्रणाली :

अल-फराबीने सद्गुणी व्यक्तींना विकसित करण्याच्या उद्देशाने एक विस्तृत शैक्षणिक प्रणाली प्रस्तावित केली. त्यांचा असा विश्वास होता की शिक्षणाने नैतिक आणि बौद्धिक विकासावर लक्ष केंद्रित केले पाहिजे आणि योग्य नेते तयार केले पाहिजे.

६) नागरी ऐक्य :

अल-फराबीच्या मते आदर्श राज्य हे नागरी ऐक्य आणि नागरिकांमधील सहकार्याने वैशिष्ट्यीकृत आहे. सामायिक मूल्ये आणि समुदायाची भावना वाढवून ही एकता वाढविण्यात शासक महत्त्वपूर्ण भूमिका बजावतात.

२.२.२ गझाली :

अल–गझाली, ज्याला अबू हमीद अल–गझाली म्हणूनही ओळखले जाते, मध्ययुगीन इस्लामिक विचारांमधील एक उत्तुंग व्यक्तिमत्व होते, ज्याचा प्रभाव धर्मशास्त्र, तत्त्वज्ञान, कायदा आणि राजकीय सिद्धांत यावर पसरलेला होता. राज्याच्या मध्ययुगीन सिद्धांतांमध्ये त्याचे योगदान बहुआयामी आहे, ज्यामध्ये शासन, नैतिकता, राजकारणातील धर्माची भूमिका आणि राज्यकर्त्यांच्या जबाबदाऱ्या यावरील विचारांचा समावेश आहे.

अ) राज्यकला :

गजालीचा राज्यकलेबद्दलचा दृष्टिकोन पुढील मुद्यांद्वारे स्पष्ट केला आहे :

१) राज्यकर्त्याची जबाबदारी :

अल्–गझालीने शासनात इस्लामी तत्त्वांचे पालन करणाऱ्या न्याय्य शासकाच्या महत्त्वावर भर दिला. त्याचा असा विश्वास होता की राज्यकर्त्याची प्राथमिक जबाबदारी न्याय टिकवून ठेवणे आणि दैवी कायद्यांची अंमलबजावणी करून लोकांचे कल्याण सुनिश्चित करणे आहे.

२) सुशासन :

अल्–गझालीने इस्लामिक शिकवणींमधून घेतलेल्या नैतिक तत्त्वांवर आधारित राज्यकारभाराचा पुरस्कार केला. अल–गझालीने शासकाच्या महत्त्वावर जोर दिला जो धार्मिकता, शहाणपणा आणि न्यायासाठी वचनबद्धतेने नेतृत्व करतो आणि सर्व विषयांना न्याय्य वागणूक देतो.

३) कायद्याची भूमिका :

अल–गझालीने कायद्याच्या शासनावर भर दिला आणि मानवी कायद्यांवरील दैवी नियमांच्या वर्चस्वावर विश्वास ठेवला. राज्यामध्ये सुव्यवस्था आणि न्याय राखण्यासाठी राज्यकर्त्याने शरिया (इस्लामी कायद्या) नुसार कारभार केला पाहिजे, असा युक्तिवाद केला.

४) सल्लागार नेतृत्व :

बलवान शासकाचे समर्थन करताना, अल–गझालीने राज्यकारभारात सल्लामसलत (शुरा) देखील महत्त्वाची ठरविली. त्याने सूचित केले की राज्यकर्त्यांनी सुज्ञ सल्लागार आणि विद्वानांचा सल्ला घ्यावा आणि माहितीपूर्ण निर्णय घ्यावे.

५) समाजकल्याण :

समाजाच्या कल्याणासाठी राज्यकर्त्याच्या जबाबदारीच्या महत्त्वावर अल्–गझालीने भर दिला. अल–गझालीचा असा विश्वास होता की राज्याने शिक्षण, न्याय आणि सामाजिक सेवांमध्ये प्रवेश सुनिश्चित करून आपल्या नागरिकांच्या कल्याणास प्राधान्य दिले पाहिजे.

ब) राजपद :

अल–गझालीचे राजपदाबद्दलचे विचार पुढीलप्रमाणे आहेत :

१) शासकांच्या जबाबदाऱ्या :

अल–गझालीने शासकांच्या जबाबदाऱ्या आणि न्याय टिकवून ठेवण्याच्या आणि त्यांच्या प्रजेच्या कल्याणासाठी त्यांच्या दायित्वावर जोर दिला. शासक हा एक विश्वस्त म्हणून पाहिला जातो ज्याने निष्पक्ष आणि समानतेने शासन केले पाहिजे.

२) इस्लामिक कायदा (शरिया) :

अल–गझालीच्या राजकीय तत्त्वज्ञानाचे केंद्रस्थान म्हणजे शासकाद्वारे इस्लामिक कायद्याचे (शरिया) पालन करणे. त्याचा असा विश्वास होता की शासकाने इस्लामिक न्यायशास्त्रात दिलेल्या न्यायाच्या तत्त्वांनुसार राज्य केले पाहिजे.

३) शासकांना सल्ला :

नसिहत अल-मुलुक हे मूलत: राज्यकर्त्यांसाठी मार्गदर्शक आहे, त्यांना शासन, न्याय आणि नैतिक आचरण याबद्दल सल्ला देतात. अल-गझालीने शासनाच्या बाबतीत ज्ञान, शहाणपण आणि धार्मिक विद्वानांकडून मार्गदर्शन मिळविण्याच्या महत्त्वावर जोर दिला.

४) विद्वानांकडून सल्ला :

अल-गझालीचा असा विश्वास होता की शासकांनी जाणकार विद्वान आणि धार्मिक अधिकाऱ्यांचा सल्ला घ्यावा. न्याय्य आणि सुसंवादी समाज राखण्यासाठी राज्यकर्ते आणि विद्वान यांच्यातील सहकार्य महत्त्वपूर्ण आहे.

५) धार्मिक मूल्ये :

अल-गझालीच्या मते, शासकाने राज्यात धार्मिक मूल्यांचे संवर्धन आणि जतन केले पाहिजे. यामध्ये इस्लामिक सद्गुणांचे पालन करण्यास प्रोत्साहन देणारे आणि नैतिक भ्रष्टाचाराला परावृत्त करणारे वातावरण निर्माण करणे समाविष्ट आहे.

६) जुलूम टाळणे :

अल-गझालीने शासकांच्या जुलमी आणि सत्तेच्या दुरुपयोगाविरुद्ध इशारा दिला. जुलूम इस्लामी तत्त्वांशी विसंगत मानला जात असल्याने त्याने जुलूम टाळण्याचा आणि न्यायाने राज्य करण्याचा राज्यकर्त्यांचा सल्ला दिला.

७) आर्थिक न्याय :

अल-गझालीने आर्थिक बाबींनाही स्पर्श केला, आर्थिक न्याय आणि संसाधनांच्या न्याय्य वितरणावर जोर दिला. शासकांना आर्थिक विषमता दूर करण्यासाठी आणि सर्व नागरिकांचे कल्याण सुनिश्चित करण्यासाठी प्रोत्साहित केले गेले.

२.२.३ शुक्राचार्य :

शुक्राचार्यांनी तेराव्या शतकाच्या आसपास 'शुक्रनीतीसार' या नावाचा ग्रंथ लिहिला. हा मध्ययुगीन राजनीतीवरील पहिला मोठा ग्रंथ आहे. या ग्रंथात पारंपरिक बाबींबरोबरच शुक्राचार्यांनी स्वतःचेसुद्धा विचार मांडले आहेत. या ग्रंथात राजेराजवाड्यांबरोबरच सामान्य लोकांनासुद्धा मार्गदर्शन केले. शुक्रनीतीसार या ग्रंथाचे चार भाग आहेत. पहिल्या आणि दुसऱ्या भागात राजधर्माविषयी माहिती देण्यात आली आहे. तसेच यात राजपुत्राची लक्षणे काय असावीत याचे सुद्धा विवेचन आहे. तिसऱ्या भागात राजा आणि जनतेविषयी आचारसंहिता देण्यात आली आहे तर चौथ्या भागात विविध विषयांचा परामर्श घेण्यात आला आहे. यात आठ भाग असून त्यात मित्र, शत्रू, आणि तटस्थ यांची लक्षणे, महसूल, राज्याची मालकी, जमीन, जनतेची कर्तव्ये, कायदे आणि न्यायव्यवस्था, सेना आणि तटबंदी अशा विविध विषयांचे विवेचन करण्यात आले आहे. या ग्रंथातील माहिती पुढीलप्रमाणे पाहाता येईल.

१) समाजाच्या उदयासंबंधी मत :

शुक्रनीतिसारमध्ये त्यांनी समाजाच्या उदयासंबंधीचे मत व्यक्त करताना पारंपरिक ब्राह्मणी मताला छेद दिला आहे. शुक्राचार्य वर्णव्यवस्थेला छेद देताना म्हणतात की, व्यक्तीचा सामाजिक दर्जा जन्मावरून ठरत नसून तो त्याच्या कार्यावरून व गुणांवरून ठरतो. मानवाचे प्रयत्न आणि त्याने पूर्वजन्मी केलेले काम यामुळे माणसा-माणसात भेद निर्माण होतात आणि परिणामी, त्याचा दर्जा निश्चित केला जातो. यातूनच शुक्राचार्य असे प्रतिपादन करतात की, समाज हा ईश्वरनिर्मित नसून मानवनिर्मित आहे.

२) सार्वभौमत्वाचा सिद्धान्त :

शुक्राचार्यांनी सार्वभौमत्वाची सांगितलेली कल्पना ही राजत्वाचे मूळ, राजाचे पद आणि राजाची कर्तव्ये या तीन बाबींवर आधारित आहे.राजा हा दैव निर्मित असतो आणि त्याच्या पुर्वजन्मातील कर्मामुळे तो सार्वभौम बनतो.

राजाच्या या सार्वभौमत्वाला शुक्राचार्य 'स्वामीत्वम' म्हणतात. सार्वभौमत्वामुळेच राजा संरक्षक, निर्देशक, आनंददाता आणि जगसंवर्धक बनतो. राजाजवळ लोकांना संरक्षण देण्याची क्षमता असते म्हणून तो सार्वभौम होतो. त्याच्या कर्तव्यामुळेसुद्धा तो सार्वभौम होतो. राजाच्या कर्तव्यपालनामुळे त्याच्यात पिता, गुरू, बंधू, मित्र, कुबेर, माता, यम यांचे गुण आपोआप येतात. शुक्राचार्य राजाला लोकसेवक आणि लोकमालक मानतो. शुक्राचार्य राजाला न्यायादानाच्या बाबतीत सर्वोच्च अधिकार देतात. शुक्राचार्य राजपदाला दैवी मानतात; परंतु हेही म्हणतात की, त्याला सामाजिक बंधने असतात. म्हणूनच तो बेजबाबदार बनू शकणार नाही आणि यातच त्यांच्या सिद्धान्ताचे महत्त्व आहे.

३) सेंद्रिय सिद्धान्त :

शुक्राचार्यांच्या लिखाणात सेंद्रिय सिद्धान्ताबद्दल अप्रत्यक्षपणे माहिती मिळते. शुक्राचार्य म्हणतात, राज्याला सात अंगे असतात किंवा सात अवयव असतात. त्यात सार्वभौमत्त्व, मंत्री, मित्र, कोष, जनता, दुर्ग आणि सैन्य हे होत. शुक्राचार्य सार्वभौमत्वाला (राजाला) मस्तिष्क म्हणतात. मंत्र्याला डोळा, मित्राला कान, कोषाला तोंड, सैन्याला मन, दुर्गाला भुजा आणि जनतेला पाया मानतात. राज्याची तुलना ते वृक्षाशी करतात. या राज्यवृक्षात, राजा त्याचे मूळ आहे, मंत्री त्याचे खोड आहे, सेनापती हे फांद्या आहेत, सेना ही त्याची पाने आहेत, प्रजा ही फळ आहे आणि भूमी ही त्याचे बीज आहे.

४) मंत्रिमंडळ :

शुक्राचार्यांनी मंत्रिमंडळाविषयीसुद्धा मत मांडले आहे. मंत्रिमंडळाच्या नेमणुकीविषयी ते म्हणतात की, फक्त कार्य, चारित्र्य आणि गुण यांना महत्त्व दिले गेले पाहिजे. दक्षिण भारतावर याचा प्रभाव पडलेला दिसतो. शुक्राचार्यांच्या मताप्रमाणे राजगुरू, प्रतिनिधी, प्रधान, सेनापती, मंत्री, न्यायाधीश, पंडित, सुमंत, अमात्य आणि गुप्तहेर हे मंत्रिमंडळाचे दहा सभासद असावेत. ते राजा ऐवजी राजपदाला महत्त्व देतात.

५) आर्थिक प्रश्न :

राज्य चालविण्यासाठी पैशाची आवश्यकता असते. याच अनुषंगाने शुक्राचार्य आर्थिक बाबींचे विश्लेषण करतात. करपट्ट्या, दंड, खनिजसंपत्तीचा राजहिस्सा, वितरण वगैरे बाबींचे विश्लेषण केले आहे. त्याचप्रमाणे वस्तूंच्या किमती कशा ठरवाव्यात याचेही विवेचन ते करतात. श्रमाप्रमाणे मजुरी द्यावी याचे विश्लेषण त्यांनी केले आहे. त्याचप्रमाणे मजुरांचे शोषण करू नये व त्यांना श्रमाप्रमाणे मजुरी द्यावी असे त्यांनी मत मांडले.

एकंदरीत शुक्राचार्यांनी मांडलेल्या राजकीय विचारांचा प्रभाव दक्षिण भारतातील राजसत्तेवर पडलेला दिसतो. काही विद्वान असे म्हणतात की, शिवाजी महाराजांच्या मंत्रिमंडळावर शुक्राचार्यांचा प्रभाव दिसतो.

२.२.४ बरानी :

झियाउद्दीन बरनी हा मध्ययुगातल्या सुलतानशाही कालखंडात असणाऱ्या प्रमुख इतिहासकारांपैकी एक होता. बरनीने 'तारीख-ए-फिरोजशाही' आणि 'फतवा-ए-जहांदरी' हे दोन ग्रंथ लिहिले. तो खिल्जी कालखंड आणि तुघलक कालखंडाचा साक्षीदार होता. बरनीचा जन्म १२८४ ला एका श्रीमंत सय्यद म्हणजेच धर्मगुरुच्या घरात झाला होता. बरनी हा धर्म प्रभावित व्यक्ती होता, हे त्याच्या लिखाणावरून स्पष्ट होते. आपण इतिहास का लिहिला याचे विवेचन तो आपल्या लिखाणात करताना आपणाला दिसतो. त्याने आर्थिक फायद्यासाठी लिखाण केले असे म्हणता येईल. तो स्वतः म्हणतो की, आपण अमीर आणि श्रीमंत लोकांसाठी लिखाण केले; कारण तेच इतिहास समजू शकतात. तो आपल्या लिखाणात फक्त भारतीय मुस्लिमांवर लक्ष केंद्रित करण्याचा प्रयत्न करताना आपल्याला दिसतो.

बरनीने आपल्या लिखाणाचे विभाग पाडताना वेगवेगळ्या शासनकाळांचा विचार केलेला दिसतो. आपल्या लिखाणात तो सुरुवातीलाच राजकुमार आणि तत्कालीन काळातील अमीरांची सुची देतो. त्याने तत्कालीन राजकीय

स्थितीवर आपली मते लादण्याचा प्रयत्न केलेला आपणाला दिसते. एकंदरीत तो सुलतान काळातील राजकीय स्थिती आपल्या मताप्रमाणे मांडण्याचा प्रयत्न करताना दिसतो. त्याचे तत्कालीन काळातील राजसत्तेविषयीचे विचार पुढीलप्रमाणे सांगता येतील :

१) राजसत्ता गैरइस्लामी संस्था :

बरनी तत्कालीन काळातील राजसत्तेला गैरइस्लामिक संस्था मानतो. म्हणूनच तो सुलतानाला असा सल्ला देतो की, सुलतानाने इस्लामचे संरक्षण करावे व धार्मिक कायदे अंमलात आणावेत. तसेच गैरमुस्लिमांना दंड द्यावा. राज्याचे हे उत्तरदायित्व आहे की त्याने अनैतिकतेला थारा देऊ नये. शासनाचा कार्यभार पवित्र आणि धार्मिक लोकांना दिला गेला पाहिजे. त्याचप्रमाणे शासनात बुद्धिजीवी आणि तत्त्वज्ञ लोकांना थारा नसावा. तसेच सुलतानाने आपला दरारा निर्माण केला पाहिजे. तसेच बरनी असे म्हणतो की राजाकडे एक प्रबळ आणि शक्तिशाली सेना असली पाहिजे.

२) अधिकाराविषयी मत :

सुलतानशाहीच्या या काळात उच्चवर्णीयांच्या अधिकारावर फार मोठ्या प्रमाणात गदा येऊ लागली होती. ही बाब बरनीला अयोग्य वाटत होती. कारण बरनी एक उच्चवर्णीय माणूस होता. म्हणूनच तो एका ठिकाणी म्हणतो की, मुस्लीम समाज हा विशिष्ट श्रेणीबद्ध जीवन जगत आहे. म्हणून सुलतानाने त्यात आडकाठी निर्माण करण्याऐवजी त्यांना संरक्षण दिले पाहिजे. म्हणजे त्यांचे जेवढे अधिकार आहेत तेवढे तसेच ठेवले गेले पाहिजेत या मताचा बरनी होता. या काळात अमीर वर्गाकडून सुलतानाला फार त्रास होत होता. म्हणून सुलतान त्यांच्यावर बंधने लादण्याचा प्रयत्न करत असे ही बाब बरनीला पसंत नव्हती.

३) हिंदू धर्माविषयी मत :

हिंदू बहुसंख्यांक असल्याकारणाने या काळातील मुस्लीम उच्चवर्णीय लोकांना त्यांच्या उठावाची भीती वाटत होती. ती भीती बरनीलासुद्धा वाटत होती म्हणूनच तो हिंदू धर्माविषयी कठोर शब्दात बोलतो. तो हिंदूंना बंडखोर आणि उठावखोर म्हणतो. त्याचप्रमाणे त्याला हिंदूंच्या संपत्तीविषयीसुद्धा असुया वाटत असावी. कारण तो स्वतः गरिबीत जीवन जगत होता. त्याचप्रमाणे गरीब हिंदूंप्रतीसुद्धा त्याचा दृष्टिकोन असाच कठोर होता. म्हणूनच तो सुलातानाला सल्ला देण्याचा प्रयत्न करतो की, हिंदूंवर जास्तीतजास्त कर आकारावा, त्यांच्यावर अनेक प्रकारची बंधने असावीत.

४) नैतिकता :

बरनी राजदरबारात नैतिकता या शब्दाला फार महत्त्वाचे स्थान देतो. त्याचे असे स्पष्ट मत होते की, एखाद्या राजाच्या धोरणाविषयी लोकांचे मत योग्य असले पाहिजे. त्यासाठी त्या राजांची धोरणे योग्य असली पाहिजेत. तो बल्बनच्या राज्यविषयक धोरणांची प्रशंसा करतो कारण या धोरणांमुळेच त्याला प्रभावीपणे काम करता आले. त्याचप्रमाणे अल्लाउद्दीन खिल्जीच्या आर्थिक सुधारणा कशा योग्य होत्या हेही तो सांगतो.

एकंदरीत बरनी हा मुस्लीम राज्य टिकावे या मताचा होता. त्याचप्रमाणे त्याला उच्चवर्णीय मुस्लिमांचीसुद्धा काळजी होती.

एकंदरीत बरनीचे लिखाण हे पूर्वग्रहदूषित असे आहे. तो वार्तालाप दाखविताना त्यामध्ये स्वतःची मते टाकतो; परंतु सुलतानशाही काळातील राजतंत्राविषयी बोलणारा तो पहिला व्यक्ती आहे. त्याचप्रमाणे 'तुर्कानि-ए-चहलगानी' नावाचे संघटनेविषयीसुद्धा आपल्याला त्याच्याच ग्रंथात माहिती मिळते.

२.२.५ अबुल फजल :

मध्ययुगीन भारतामध्ये अनेक प्रख्यात इतिहासकार होते आणि त्यापैकी शेख अबुल फझल (१५५१–१६०२) यास वेगळे स्थान आहे. याचे मुख्य कारण म्हणजे त्याच्या लेखनातील बौद्धिक घटकांचे प्राबल्य, धार्मिक आणि सांस्कृतिक परंपरांविरुद्ध तर्क करण्याचे त्याचे अतुलनीय आवाहन, इतिहासाकडे पाहण्याचा व्यापक दृष्टिकोन आणि त्याने आपल्या कार्याला लागू करण्याचा प्रयत्न केलेली नवीन पद्धत. इतिहासाचे त्याचे विवेचन त्या काळातील राजकीय, सामाजिक, आर्थिक आणि धार्मिक वास्तवाशी अविभाज्यपणे जोडलेले होते. अबुल फझल, मुघल सम्राट अकबराच्या दरबारातील एक प्रमुख व्यक्ती, भारतातील मध्ययुगीन काळात एक प्रसिद्ध इतिहासकार, विद्वान आणि राजकारणी होता. राज्याच्या सिद्धांतातील त्याचे योगदान प्रामुख्याने त्यांच्या व्यापक साहित्यिक कार्याभोवती फिरते, विशेषत: त्याच्या महान रचना, अकबरनामा, आणि त्याचे पूरक खंड, आयन–इ–अकबरी. अबुल फझलच्या लिखाणातून शासन, राजकीय विचारसरणी, प्रशासकीय व्यवस्था आणि मुघल काळात प्रचलित राज्याच्या सिद्धांतांबद्दल गहन माहिती मिळते.

अ) राज्यकला :

अबुल फझलचे राज्यकलेबद्दलचे विचार पुढील मुद्यांद्वारे स्पष्ट करता येतील :

१) आदर्श राज्यत्व :

अबुल फझलने अकबराच्या कारकिर्दीत दिसल्याप्रमाणे न्याय आणि समानतेने शासित असलेल्या आदर्श राज्याची कल्पना केली. शांतता राखण्यासाठी, न्याय सुनिश्चित करण्यासाठी आणि मुघल साम्राज्यातील विविध समुदायांमध्ये समृद्धी वाढवण्यासाठी सक्षम असलेल्या मजबूत केंद्रीय प्राधिकरणाच्या गरजेवर त्याने भर दिला.

२) सुल्ह–इ–कुल तत्त्व :

सार्वत्रिक शांतता आणि धार्मिक सहिष्णुतेचा पुरस्कार करणाऱ्या सुल्ह–इ–कुलच्या अकबराच्या धोरणाची त्याने विस्तृतपणे माहिती दिली. अबुल फझलने अकबरला एक दूरदर्शी शासक म्हणून चित्रित केले, ज्याने धार्मिक विविधता स्वीकारून आणि धर्मनिरपेक्ष शासनाला चालना देऊन एक सुसंवादी समाज निर्माण करण्याचा प्रयत्न केला.

३) प्रशासकीय कार्यक्षमता :

राज्यकलेच्या विवेचनात अबुल फझलने कार्यक्षम प्रशासकीय व्यवस्थेचे महत्त्व अधोरेखित केले. प्रभावीपणे महसूल गोळा करू शकेल, कायदा व सुव्यवस्था राखू शकेल आणि लोकांना न्याय देऊ शकेल अशा सुसंघटित नोकरशाहीच्या गरजेवर त्याने भर दिला.

४) दैवी राज्य :

अबुल फझलने दैवी राज्याच्या संकल्पनेचे समर्थन केले, ज्याने उच्च आध्यात्मिक अधिकाराला शासकाची वैधता दिली. या विचारसरणीने सम्राटाला पृथ्वीवरील दैवी अधिकाराचे प्रतिनिधी म्हणून शासन करण्याची महत्त्वपूर्ण शक्ती आणि जबाबदारी दिली.

५) केंद्रीकृत प्राधिकरण :

एकसमान शासन सुनिश्चित करण्यासाठी आणि मुघल साम्राज्यासारख्या विशाल व वैविध्यपूर्ण साम्राज्यावर सम्राटाचे वर्चस्व टिकवून ठेवण्यासाठी केंद्रीकृत अधिकाराची आवश्यकता त्यांच्या लेखनाने अधोरेखित केली.

ब) राजपद :

अबुल फझलचे राजपदाद्दलचे विचार पुढीलप्रमाणे सांगता येतील :

१) दैवी अधिकार आणि न्याय्य शासन :

अबुल फझलचा राजाच्या दैवी अधिकाराच्या संकल्पनेवर विश्वास होता, परंतु त्याने यावर जोर दिला की शासकाची वैधता त्याच्या न्याय्यपणे शासन करण्याच्या क्षमतेशी जोडलेली असते. अबुल फझलच्या मते राजाने दैवी कृपा राखण्यासाठी न्याय आणि निष्पक्षतेने राज्य केले पाहिजे.

२) धार्मिक सहिष्णुता :

अबुल फझलने चित्रित केल्याप्रमाणे अकबराच्या कारकिर्दीतील एक विशिष्ट वैशिष्ट्य म्हणजे धार्मिक सहिष्णुता होय. धार्मिक सर्वसमावेशकतेच्या धोरणाला चालना देण्याचे श्रेय अकबराला जाते आणि अबुल फझलने या कल्पनेचे समर्थन केले. लोकांमध्ये सामंजस्य सुनिश्चित करण्यासाठी राजाने विविध धार्मिक समजुतींबद्दल सहिष्णुता बाळगली पाहिजे असे त्यांचे मत होते.

३) प्रशासन आणि शासन :

अबुल फझलने आईन-ए-अकबरी मध्ये मुघल साम्राज्याच्या प्रशासकीय रचनेची रूपरेषा दिली. सुशासन निश्चित करण्यासाठी सुसंघटित आणि कार्यक्षम नोकरशाहीच्या महत्त्वावर त्याने भर दिला. त्याच्या मते, राजाने प्रशासनात सक्रियपणे सामील असले पाहिजे आणि सक्षम सल्लागार बाळगले पाहिजे.

४) बौद्धिक शोध :

अबुल फझलला बौद्धिक आणि सांस्कृतिक कार्याबद्दल खूप कौतुक होते. त्याने अकबराची कला, साहित्य आणि शिक्षणाला चालना देण्याच्या स्वारस्यावर प्रकाश टाकला. अबुल फझलच्या मते राजा हा कलांचा संरक्षक असावा आणि त्याने समाजाच्या बौद्धिक विकासाला पाठिंबा दिला पाहिजे.

५) जमीन महसूल प्रणाली :

अबुल फझलने ऐन-ए-अकबरी मध्ये अकबराच्या जमीन महसूल प्रणालीची चर्चा केली, ज्याला जब्त प्रणाली म्हणून ओळखले जाते. या प्रणालीचा उद्देश महसूल संकलन तर्कसंगत करणे आणि आर्थिक स्थिरता सुनिश्चित करणे आहे. अबुल फझलचा असा विश्वास होता की न्यायी राजाने लोकांच्या आर्थिक कल्याणासाठी फायदेशीर धोरणे अंमलात आणली पाहिजेत.

६) शासनाची सल्लागार शैली :

अबुल फझलने निर्णय घेण्याबाबत अकबरच्या सल्लागार दृष्टिकोनावर प्रकाश टाकला. अबुल फझलच्या म्हणण्यानुसार राजाने माहितीपूर्ण निर्णय घेण्यासाठी जाणकार आणि अनुभवी मंत्री, विद्वान आणि अधिकारी यांचा सल्ला घ्यावा.

७) समाजकल्याण :

अबुल फझलने समाजकल्याण आणि परोपकाराचे महत्त्व सांगितले. त्याच्या मते, न्यायी राजाने गरिबांचे दुःख दूर करण्यासाठी आणि समाजातील सर्व घटकांचे कल्याण सुनिश्चित करण्यासाठी उपाय केले पाहिजेत.

२.२.६ रामचंद्रपंत अमात्य :

'आज्ञापत्र' हा ग्रंथ रामचंद्रपंत अमात्य यांनी १७०० साली लिहिला. त्यांनी प्रत्यक्ष शिवाजी महाराजांच्या प्रशासनात काम केले होते. त्यामुळे त्यांच्या राजनीतीचा त्यांच्या वारसदारांना फायदा व्हावा या उद्देशाने त्यांनी हा ग्रंथ लिहिला. यामध्ये एकूण नऊ प्रकरणे आहेत. या नऊ प्रकरणात राजा आणि राज्याची संकल्पना त्यांनी मांडली आहे. मराठ्यांच्या राजनीतीवरील हा अत्यंत महत्त्वाचा असा ग्रंथ आहे. राजनीतीबरोबरच या ग्रंथात मराठ्यांच्या स्वातंत्र्य युद्धापर्यंतचा इतिहास दिलेला आहे. त्यांनी या ग्रंथात राज्याची सात अंगे सांगितलेली आहेत. त्यांची माहिती पुढीलप्रमाणे आहे.

अ) राजा :

राजेशाहीची संकल्पना मांडताना राजाला सर्वोच्च स्थान दिले आहे. शिवाजी महाराजांना दैवीराजपदाचा सिद्धान्त मान्य होता. राजा हा ईश्वराला जबाबदार असतो असे ते म्हणत. त्याचप्रमाणे राजाने ईश्वराला अनुरूप असेच वर्तन करावे असे ते म्हणत. जर राजाचे वर्तन अयोग्य असेल तर ईश्वराची अवकृपा होईल याची जाणीव ठेवूनच राजाने राज्याचा राज्यकारभार करावा अशी सूचना ते करतात. राजा कसा असावा याचे विवेचन ते करतात. त्याची माहिती पुढीलप्रमाणे पाहता येईल.

१) राजाची कर्तव्ये व जबाबदारी :

राज्याने राज्यातील मंदिरांची काळजी घ्यावी. त्या ठिकाणी वेतनधारी पुजाऱ्यांची नियुक्ती करावी. ब्राम्हण, वैद्य आणि शास्त्रज्ञ यांची काळजी घ्यावी. त्याचप्रमाणे फकीर व फिरणाऱ्या लोकांवर विश्वास ठेवू नये, त्यांना दूरच ठेवावे. प्रसंगी त्यांना शिक्षासुद्धा द्यावी. त्याचप्रमाणे अपंग आणि आंधळे, बेकार यांच्याविषयी आस्था ठेवावी. तसेच राजाने नाच - गाण्यापासून दूर असावे असे ते म्हणतात. कलावंतांचे महोत्सव करावेत; परंतु स्वतः मात्र त्यापासून दूर राहावे अशी सूचना ते करतात. मद्यप्राशन करू नये. गुणीजनांचा दरबारात संग्रह असावा; परंतु त्यांची राज्यकारभारात लुडबुड होणार नाही याची दक्षता घ्यावी. राजाने मर्यादित विनोद करावा. जे कार्य हाती घ्यायचे आहे त्याविषयी स्वतः चौकशी करावी, त्याविषयी सल्ला घ्यावा. जो ते कार्य पूर्ण करेल त्याचा मानसन्मान करावा.

२) राजाचा सेवकवर्ग :

राजाने स्वतःचा सेवकवर्ग नेमताना दक्ष असावे. आपल्या संरक्षणासाठी सैनिकांना नेमताना विश्वासू, प्रामाणिक, पराक्रमी असे सेवक ठेवावेत. त्यांचे समाधान होईल याकडे लक्ष द्यावे. एखाद्या सेवकाविषयी संशय आल्यास त्याला तात्काळ दूर करावे. त्याची निष्पक्ष चौकशी करावी. संशय दूर झाल्यास त्याला इतर सेवा सांगावी. त्याचप्रमाणे शिक्षा करणे आवश्यक वाटत असेल तरच त्याला शिक्षा करावी. त्याचप्रमाणे त्याचे वेतन नियमित देत जावे. पदोन्नती देण्याऐवजी त्याला बक्षीस द्यावे कारण अशा सैनिकाचे वेतन वाढविल्यामुळे इतर सैनिकही वेतन वाढ वाढून मागतील त्यामुळे त्याला फक्त बक्षीस द्यावे.

३) राजाचे सैन्य :

राज्यविस्तार करण्यासाठी व स्वतःची प्रबळता सिद्ध करण्यासाठी राजाला सैनिकांची आवश्यकता असते. सेना ही शूर, पराक्रमी, प्रामाणिक असावी. राजाने सेना निवडताना राज्याचा दौरा करून प्रामाणिक लोक चौकशी करून निवडावेत. सैन्य शस्त्र-अस्त्रानिशी कायमस्वरूपी तयार असायला हवे.

४) लोकसंग्रह :

राजाला लोकसंग्रह आवश्यक आहे. लोकसंग्रह ठेवताना राजाने मोठ्या लोकांचा मानपान ठेवावा. लोकसंग्रह ठेवताना व नेमणूक देताना राजाने त्यांची पूर्ण चौकशी करावी. तो दुर्व्यसनी नसावा. या लोकांबरोबर राजाने सलगी वाढवू नये. कामापुरताच संपर्क ठेवावा. एकाचे दोष दुसऱ्याजवळ बोलू नयेत. राजाने गुणसंपन्न बनण्याचा कायमस्वरूपी प्रयत्न करायला हवा.

५) राजाचे गुण :

राजाच्या अंगी अनेक गुण असावेत अशी सूचना ते करतात. यासाठी राजकुमार असल्यापासून त्याच्या शिक्षणाची सोय करावी. त्यास शास्त्राभ्यास, लेखाभ्यास, युद्धशिक्षण द्यावे. राजा हा सर्व गुणसंपन्न असावा; कारण 'यथा राजा तथा प्रजा असते'. राजा हा प्रजेच्या रक्षणासाठी असतो. राजा हा ईश्वराने निर्माण केलेला असल्याने त्याने कर्तव्यदक्ष असावे. आज्ञापत्रात राजाला राज्याचे मस्तक मानले आहे.

ब) प्रधान :

आज्ञापत्रात प्रधानाला राज्याचे आधारस्तंभ मानले आहे. ते म्हणतात की, ''हत्तीला जसा अंकुश तसा राजाला प्रधान.'' ते प्रधानाला सरकारकून म्हणतात. त्यामुळेच त्याची नेमणूक करताना काळजी घ्यावी. प्रधान हा गुणसंपन्न असावा. तो दुराग्रही व व्यसनी नसावा. राजाने त्याला मान द्यावा. तसेच त्याच्याकडून सर्वोत्तम सेवा करून घ्यावी.

क) सावकार :

आज्ञापत्रात सावकाराला राज्याची 'शोभा' असे म्हटले आहे. त्यांच्यामुळे राज्याची भरभराट होते असे ते म्हणतात. राज्यात व्यापाराची भरभराट होईल याकडे लक्ष द्यावे. आपल्या राज्यात बाहेरून वस्तू येतील तसेच आपल्या वस्तू बाहेर जातील याची दक्षता घ्यावी. सागरी व्यापार करणाऱ्या परकीय व्यापाऱ्यांना ते 'टोपीकर' म्हणतात. ते म्हणतात की, 'त्यांना राज्यात प्रवेश द्यावा; परंतु त्यांच्यावर विशेष लक्ष असावे. तसेच खाडीच्या तोंडी त्यांना जागा देऊ नये.'

ड) वतनदार :

आज्ञापत्रामध्ये जमीनदार, देशमुख, कुलकर्णी, पाटील यांना वतनदार मानून यांना ते स्वतंत्र देश-नायकच म्हणतात. ही वतनदार मंडळी त्रासदायकच असतात. यामुळे त्यांचे रक्षण युक्तीनेच केले पाहिजे. त्यांचा द्वेष करू नये. त्यांची वतने जप्तही करू नयेत. त्यांना स्नेह आणि दंड यामध्ये जखडून ठेवावे; परंतु जे या दोन्हींत बसणार नाहीत त्यांना कठीण कामगिरीवर पाठवावे. तेथून यशस्वी होऊन आला तर ठीक नाही आला तर त्याचा विनाश अटळ आहे. शिवाजी महाराजांनी आपल्या राज्यात एकही नवीन वतनदार निर्माण केला नाही. त्याचप्रमाणे जे वतनदार होते त्यांच्यावर कायमस्वरुपी नियंत्रण ठेवण्याचा प्रयत्न केला.

इ) जमीन महसूल :

मध्ययुगीन कालखंडात राज्याच्या उत्पादनाचे एक प्रमुख साधन म्हणजे 'जमीन महसूल' होय. त्या काळात उदरनिर्वाहाच्या साधनाला 'वृत्ती' म्हणत. अमात्य असे म्हणतात की, 'कोणाची वृत्ती काढून घेऊ नये आणि कोणाला नवीन देऊ नये. जास्तीतजास्त जमीन लागवडीखाली आणावी आणि राज्याचे उत्पादन वाढवावे.' त्याचप्रमाणे ते धार्मिक कार्यासाठी जमीन दान देण्यास परवानगी देतात; परंतु इतर कार्याला जमीन दान देऊ नये अशी सूचना ते करतात. त्याचप्रमाणे राज्याचा खजिना समृद्ध असावा अशी सूचना ही ते करतात.

फ) किल्ले :

अमात्य किल्ले आणि दुर्गाला राज्याचे सार मानतात. शिवाजी महाराजांनी आपल्या स्वराज्याची निर्मिती ही किल्ल्यांच्या आधारावरच केली. शिवाजी राजांचे किल्ले तीन प्रकारचे होते. ते म्हणजे डोंगरी किल्ले, सागरी किल्ले आणि भुईकोट किल्ले. अमात्य म्हणतात की, 'किल्ल्यांच्या बांधकामासाठी खर्च करणे वाईट नाही तसेच किल्ल्यावर अधिकारी नेमताना दक्षता घ्यावी.' त्याचप्रमाणे गडकोटावर ठेवलेल्या अन्नधान्याचे संरक्षण उंदीर, कीड, मुंगी यांच्यापासून करावे अशी सूचना ते करतात. एकूण आपल्या राज्यविषयक कल्पनेत ते दुर्गाला अत्यंत महत्त्वाचे स्थान देतात.

ग) आरमार :

आरमाराला रामचंद्रपंत अमात्य एक स्वतंत्र अंग मानतात. शिवाजी महाराजांनी परकीय सत्तांना शह देण्यासाठी आरमाराची निर्मिती केली व आपल्या आरमाराचा प्रमुख म्हणून दर्या सारंगला नियुक्त केले. प्रबळ आरमार असावे अशी सूचना रामचंद्रपंत अमात्य करतात.

एकंदरीत अमात्यांनी शिवकालीन राजनीतीवर भाष्य करणारा आज्ञापत्र हा अत्यंत महत्त्वाचा ग्रंथ लिहिला तो नंतरच्या काळात मार्गदर्शक ठरला.

▷ २.३ द्वीपकल्पीय भारतातील राज्य निर्मिती :

द्वीपकल्पीय भारत म्हणजे विंध्यच्या दक्षिणेकडील प्रदेशाचा संदर्भ आहे, ज्यात सध्याचा महाराष्ट्र, कर्नाटक आणि आंध्र प्रदेश (डेक्कन), तामिळनाडू आणि केरळ यांचा समावेश आहे. ओरिसाचा येथे समावेश नाही, कारण हा गुप्तोत्तर काळातील एक प्रादेशिक राज्य होता जो द्वीपकल्पातील प्रमुख राजकीय प्रदेश म्हणून विकसित होत होता. मलप्रभा-कृष्ण, कृष्ण-तुंगभद्रा आणि गोदावरी खोऱ्यातील दख्खनमधील इतर प्रमुख राज्ये, उदा., वातापीचे चालुक्य (इ.स. ६ वे-८ वे शतक), मन्याखेताचे राष्ट्रकूट (८ वे-१० वे शतक), कल्याणीचे चालुक्य (१० वे-१२ वे शतक), द्वारसमुद्र/हलेबीडचे होयसळ आणि वारंगलचे काकतिया (१२ वे-१४वे शतक). तामिळनाडूच्या प्रमुख सत्ता म्हणजे कांचीपुरमचे पल्लव (पालार-चेयार खोरे) आणि मदुराईचे पांड्य (वैगई-ताम्रपर्णी खोरे) (६ वे-९ वे शतक) आणि तंजावरचे चोल (कावेरी खोरे) (९ वे-१३ वे शतक). कावेरी खोरे हे त्यांच्या सामर्थ्याचे केंद्रक असलेल्या द्वीपकल्पीय राजवटीतील सर्वात शक्तिशाली चोल हे तामिळ सूक्ष्म-प्रदेशात सर्वात शाश्वत प्रादेशिक राज्य स्थापन करण्यात यशस्वी झाले. त्यांच्या अंतर्गत तमिळ प्रदेशाने आपली विशिष्ट राजकीय-सांस्कृतिक वैशिष्ट्ये विकसित केली.

२.३.१ बहामनी साम्राज्य :

बहमनी राज्याची स्थापना दक्षिण भारतातील सध्याच्या कर्नाटक राज्यातील गुलबर्गा या ठिकाणी हस्तनगंगू बहमीन याने १३४७ मध्ये केली. बहमनी राज्यात १३४७ ते १४६३ या १५७ वर्षाच्या काळात विविध सुलतांनानी कार्य केले. विदर्भ, मराठवाडा, पश्चिम महाराष्ट्र, कोकण व आंधप्रदेशापर्यंत बहमनी राज्याचा विस्तार झाला होता. बहमनी सुलतान व विजयनगराचे साम्राज्य यांच्यात, राज्याचे संरक्षण व विकास यासाठी सतत संघर्ष होत राहिला. तरी प्रतयेकाने प्रशासन वेग-वेगळ्या पद्धतीने स्थिर-स्थावर करण्याचा प्रयत्न केला.

अ) बहमनी साम्राज्याचा उदय :

१) दक्षिणेत मुसलमानांचा प्रवेश :

खिलजी सुलतानांनी दक्षिणेत आक्रमण करून दक्षिणेत मुसलमानांचा प्रवेश केला. सर्व प्रांत सुलतानाच्या अधिकाराखाली आणला. त्यांना हा भाग व भाषा अपरिचीत होत्या. हिंदू स्त्रियांशी विवाह, हिंदूपरंपरांचा परिणाम, त्यामुळे राहणीमान व विचारात फरक पडला. त्याचा सुलतानाने योग्य बंदोबस्त न केल्यामुळे बहामनी राज्य उदयास आले.

२) विशाल साम्राज्यविस्तार :

खिलजी शासकांनी दक्षिणेत आपले वर्चस्व निर्माण केले; परंतु त्यावर प्रत्यक्ष नियंत्रण ठेवणे त्यांना कठीण गेले. दळणवळणाची साधने पर्याप्त नव्हती. दिल्लीवरून राज्य करणे कठीण होते म्हणून त्याने राजधानी दक्षिणेत आणून पाहिली; परंतु ही योजना अयशस्वी होऊन पुन्हा तो दिल्लीत गेला. याचा फायदा बहामनी राज्य उदयास येण्यास झाला.

३) विजयनगरच्या हिंदू राज्याचा उदय :

याच काळामध्ये विजयनगरचे हिंदू राज्य उदयास आले. ते बलिष्ठ होऊन आपल्यावर राज्य करतील ही भावना दक्षिणेतील मुसलमानांची होऊ लागली. अशा वेळी आपलेही राज्य असावे अशा उद्देशाने बहामनी राज्य उदयास आले.

४) हिंदूंचे पतन :

हिंदू धर्मातील जातीप्रथा, अस्पृश्यता व असमानता यामुळे हिंदूंचे भयंकर पतन झाले. स्वतःला हिंदू धर्माचे रक्षक समजणारे आणि दुसऱ्याला ब्रम्हज्ञान सांगणारे ब्राम्हणही भराभरा मुसलमान बनत होते. अशा प्रकारे बहामनी राज्याच्या उदयास धर्मांतर केलेल्या हिंदूंनी ही मनापासून मदत केली.

५) महंमद तुघलकाच्या योजना :

महंमद तुघलकाने राबवलेल्या योजना पूर्णपणे अयशस्वी झाल्या. त्यामुळे राज्यात पूर्णपणे गोंधळ निर्माण झाला. त्यामुळे तो मुसलमानांमध्ये अप्रिय झाला होता.

६) केंद्रीय सत्ता दुर्बल :

मध्ययुगीन काळात दिल्लीच्या गादीवर विविध सुलतानांनी वर्चस्व प्रस्थापित केले होते. या सुलतानांच्या राजकीय धोरणामुळे सुलतानशाहीतील केंद्रीय सत्ता दुर्बल होत गेली. महंमद तुघलक काळात तुघलक घराण्याचे वर्चस्व संपूर्ण भारतावर प्रस्थापित झाले होते. पण या विस्तारित साम्राज्याची घडी बसविण्यामध्ये महंमदाला यश आले नाही. परिणाम स्वरूप दक्षिणेत व उत्तरेत सर्वत्र उठावाची स्थिती निर्माण झाली. ही उठाव सदृश्य परिस्थिती महंमद तुघलकाच्या केंद्रीय अधिकाऱ्याला नष्ट करता आली नाही व विविध प्रबळ सरदारांवर वर्चस्व प्रस्थापित करता आले नाही. या प्रबळ सरदारांपैकी हसन गंगू हा एक होता. त्याने केंद्रीय प्रशासनाच्या दुर्बलतेचा फायदा घेऊन दक्षिणेत बहामनी राज्याची सत्ता निर्माण केली.

७) प्रबळ सरदारांची निर्मिती :

सुलतान महंमद तुघलक हा विविध प्रयोग करण्यात मग्न असल्यामुळे त्याचे प्रशासनावर प्रभुत्त्व नव्हते. त्याचा फायदा उत्तरेतील व दक्षिणेतील सरदारांनी घेतला. या सरदारांनी राज्यात सुलतानाऐवजी स्वतःचा प्रभाव निर्माण केला. महसुलातून केंद्राचा जो वाटा होता, तो सर्व सरदारांनी किंवा राज्यांनी स्वतःकडे ठेवून घेतला. राज्याच्या या कृतीमुळे महंमदाच्या नियंत्रणाखालील सर्व सरदार व राज्ये लष्करी व आर्थिकदृष्ट्या प्रबळ बनले. या प्रबळ बनलेल्या सरदारांनी स्वतःला स्वतंत्र घोषित केले व नवीन राज्याची निर्मिती केली.

८) दक्षिणेकडे दुर्लक्ष :

महंमद तुघलकासोबत इतर सर्व सुलतानांनी दक्षिणेतील प्रशासनाकडे लक्ष दिले नाही. त्यामुळे दक्षिणेतील सर्व सरदार शक्तिशाली बनले व त्यांनी स्वतःच्या जवळ मोठ्या संख्येचे सैन्यबळ जमा केले. दिल्लीतील सर्व सुलतानापैकी केवळ अल्लाउद्दीन खिलजीने दक्षिणेकडील प्रशासनाकडे विशेष लक्ष पुरविले होते. पण महंमद तुघलकाने अतिदक्षिणेकडील प्रदेशाकडे पूर्णपणे दुर्लक्ष केल्यामुळे त्याचा फायदा हसन गंगूने घेतला व बहामनी राज्याची स्थापना केली.

९) हसन गंगूची कामगिरी :

बहामनी राज्याचा संस्थापक हसन गंगू हा होता. हसन हा मूळचा इराणचा होता व स्वतःला बहमन वंशाचा वंशज मानीत असे म्हणून त्याने बहामनशहा ही पदवी धारण केली होती. महंमद तुघलकाच्या कारकीर्दीत दक्षिण भारतातील मुस्लीम सरदारांनी त्यांच्याविरुद्ध बंड केले व इस्माईल मख याला नासिरूद्दीनशहा किताब देवून आपला सुलतान म्हणून घोषित केले. इस्माईल मख हा वृद्ध झालेला होता. त्याला राज्यकारभार करता येत नसल्याने त्याने राज्यत्याग केला व सर्व कारभार हसनकडे सोपविला होता. ३ ऑगस्ट १३४७ रोजी हसन 'अब्दूल मुजफ्फर अल्लाउद्दीन बहामनशहा' हा किताब घेवून गादीवर बसला व गुलबर्गा ही बहामनी राज्याची राजधानी बनविली.

मध्ययुगीन काळात दक्षिणेत जे अनेक राज्य उदयाला आले त्यामध्ये बहामनी ही मुस्लीम सत्ता होती. या सत्तेची स्थापना सन १३४७ बहामनशहा हसन गंगू याने केली होती. अल्पावधीतच त्याने आपला राज्यविस्तार घडवून आणला व लष्करी सामर्थ्याच्या बळावर बिदर, मालखेड, दक्षिणेतील गोवा, दाभोळ, कोल्हापूर हा प्रदेश जिंकून घेतला. दक्षिण भारतात बहामनी राज्याचे वर्चस्व जवळपास दोन ते तीन शतके होते.

ब) बहमनी साम्राज्याचा शेवट :

बहमनी दरबारातील दक्षिणी मुसलमान आणि विदेशी मुसलमान यांच्यातील संघर्ष बहमनी साम्राज्याचा वजीर महंमद गवान याच्या नाशास कारणीभूत ठरला, बहमनी राज्याचा मुख्य आधारच नष्ट झाल्याने बहमनी साम्राज्याला उतरती कळा लागली.

बहमनी साम्राज्याच्या नाशाची कारणे :

१) तिसऱ्या महंमदशहाच्या मृत्यूनंतर त्याचा बारा वर्षे वय असलेला मुलगा महमूदशहा गादीवर आला. या काळात दोन मुस्लिम गटातील संघर्ष विकोपास गेला होता.

२) राज्यातील सुभेदारांनी आपल्या राज्याच्या प्रगतीकडे लक्ष न देता स्वतःच्या स्वार्थाकडे लक्ष दिले. ते साम्राज्यातून बाजूला झाले. त्यामुळे साम्राज्याचा दरारा नष्ट झाला.

३) महमूदशहाच्या मृत्यू नंतर अवघ्या ९ वर्षामध्ये ४ सुलतान सत्तेवर आले पण ते सर्वजण नाकर्ते निघाले सुलतान असूनही दरबारातील दिवाणाच्या हातचे बाहुले बनले.

४) बहमनी साम्राज्याच्या विभाजनाला इ.स. १४८४ पासूनच सुरुवात झाली.

५) १४८४ मध्ये विदर्भचा सुभेदार फतेउल्ला इमादशहा याने वऱ्हाडमध्ये इमादशाही (१४८४-१५२७) स्थापन केली.

६) १४८९ मध्ये जुन्नरचा सुभेदार मालिक अहमद उर्फ निजामशहा याने अहमदनगर येथे निजामशाही (१४८९-१६३३) निर्माण केली.

७) याच वर्षी विजापूरला युसुफ आदिलशहा या तुर्की अमीराने आदिलशाही (१४८९-१६८६) निर्माण केली.

८) तेलंगणचा सुभेदार कुतुबशहा याने इ.स. १५५२ मध्ये कुतुबशाही अली बरीद याने बरीदशाही (१५२६-१५९०) स्थापन केली.

अशारितीने बहमनी साम्राज्याचा सूर्य अस्ताला जाताना साम्राज्याचे तुकडे करुन गेला.

क) बहमनी साम्राज्याचे मूल्यमापन :

बहमनी राज्याची स्थापना दक्षिण भारतातील सध्याच्या कर्नाटक राज्यातील गुलबर्गा या ठिकाणी हसनगंगू बहमनी याने १३४७ मध्ये केली. बहमनी राज्यांच्या १५७ वर्षाच्या काळात विविध सुलतान होऊन गेले. त्यांच्या कारकिर्दीने बहमनी साम्राज्यांचा विकास आणि विनाश अशा दोन्ही गोष्टी घडत गेल्या. मूल्यमापन पुढीलप्रमाणे

१) बहमनी साम्राज्याच्या एकूण काळात १८ सुलतान होऊन गेले.

२) हे साम्राज्य महंमद तुघलकाच्या दिल्लीतील शासनाच्या विरोधात झालेले एक यशस्वी बंड होते.

३) विजनगर प्रमाणेच बहमनी सत्तेलाही दिल्लीचे राज्य नको होते. दोन्ही सत्तांनी आपसात तडजोड करुन राज्य केले असते तर दक्षिणेचा इतिहास वेगळा झाला असता.

४) बहमनी राज्यातील १८ सुलतांनापैकी पाच सुलतानांचा वध, तिनजण पदच्युत, दोनजण अतिमद्यपानामुळे मृत्युमुखी आणि दोघांना आंधळे करण्यात आले होते.

५) दुसऱ्या अलाउद्दीनच्या काळात राज्यात मद्यपानावर निर्बंध होते. अपराधी लोकांना गळ्यात साखळदंड अडकवून रस्ते झाडून घेण्याचे व भंग्याचे काम करुन घेतले जाई.

६) लोकांना शिक्षा करण्यासाठी सुलतान हुमाशुनशहा अत्यंत कुप्रसिद्ध होता. त्याने लोकांना यातना देण्यासाठी हिस्त्र पशु व भयानक जंगली हत्ती पाळले होते.

७) बहमनी सत्तेच्या अखेरच्या काळात चैनी, विलासी, क्रुर, अत्याचारी सुलतान गादीवर येऊनही हे साम्राज्य टिकले ते केवळ महमद गवाज या वजीरामुळे. त्याने निष्ठेने बहमनी साम्राज्याची ३५ वर्षे सेवा केली.

८) बहमनी राज्यात हाजारो परकीय मुसलमान आले होते. त्यांनी तुर्की व इजिप्तची स्थापत्यशैली प्रसारित केली.

९) सुलतान दुसरा महमंदशहा हा दक्षिणेचा ॲरिस्टॉटल म्हणून ओळखला जातो. त्याने अनेक मशिदी बांधल्या, शाळा उघडल्या, विद्या व कलांना प्रोत्साहन दिले.

१०) सुलतान फिरोजशहाने भीमा नदीकाठी फिरोजाबाद नावाचे शहर निर्माण केले.

११) महंमद गवान हा अत्यंत विद्वान होता. त्याने 'रोजत-अल-इन्श' व 'दिवाने-अश्व' ही दोन पुस्तके लिहीली.

१२) बहमनी काळात अनेक सुलतान कर्तबगार होते परंतु तेवढेच धर्मवेडे होते. त्यांनी हिंदू मंदिरांचा विध्वंस केला, हिंदूवर अनेक अत्याचार केले.

१३) गुलबर्गा येथील जामी मशीर (१३६७) बिदर येथील महमंद गवानने बांधलेला मदरसा (१४७२) या दोन इमारती बहमनी शैलीच्या असून त्या बांधण्यासाठी इराणमधून कलाकार आणले होते.

१४) बहमनी साम्राज्याची गुलबर्गा प्रथम आणि बिदर ही दुसरी राजधानी होती. येथे आढळणाऱ्या इमारतींवर हिंदू शैलीचा प्रभाव दिसून येतो.

बहमनी साम्राज्याचे मूल्यमापन करताना या विविध गोष्टी समोर येतात.

२.३.२ विजयनगरचे साम्राज्य :

मध्यकालीन भारताच्या इतिहासात एक गोष्ट प्रकर्षाने आढळते. ती म्हणजे या देशात राजसत्तेच्या माध्यमातून बऱ्याच सुलतानांनी इस्लामी धर्म, तत्त्वज्ञान व जीवनशैली येथील जनतेवर जबरदस्तीने लादण्याचा प्रयत्न केला. मात्र या देशातील प्राचीन परंपरेचा व राजकीय इतिहासाचा मागोवा घेतल्यास हा दुराग्रह व अमानुष प्रकार नेहमीकरिता यशस्वी होणे शक्य नव्हते. कारण या देशाला प्राचीन इतिहासाची साक्ष आहे. दिल्ली सुलतानशाहीने वर्चस्व निर्माण करण्याचा प्रयत्न केला तरी दक्षिण भारतातील हिंदुची प्रतिकारशक्ती संपली नाही. देवगिरीच्या यादवांच्या अस्तानंतर अवघ्या २० वर्षाच्या आतच १३३६ मध्ये सध्याच्या कर्नाटक प्रांतातील तुंगभद्रा नदीच्या काठी रामायण काळातील किष्किंधा नगरीच्या भग्न अवशेषावर हरिहर राय व बुक्कराय या दोन भावांनी विजयनगर राज्याची स्थापना केली.

अ) विजयनगर साम्राज्याचा उदय :

तेराव्या शतकाच्या शेवटच्या दशकात मुस्लिमांनी विंध्य पर्वत ओलांडून दक्षिण भारतात साम्राज्यविस्तार करण्यास सुरुवात केली. अल्लाउद्दीन खिलजीने इ.स. १२९३ मध्ये सर्वप्रथम दक्षिण भारतातील देवगिरीवर स्वारी केली. येथे आपल्यावर त्याला दक्षिणेतील समृद्धि दिसून आली आणि दिल्लीचा सुलतान बनल्यावर, त्याने आपला सेनापती मलिक काफूर याला दक्षिण विजयासाठी पाठवले त्याप्रमाणे मलिक काफूरने दक्षिणेतील देवगिरी व वारंगळ ही राज्ये जिंकली.

खिलजी घराण्याच्या शेवट झाल्यानंतर दिल्लीच्या गादीवर तुघलक घराण्याचा गियासुद्दीन तुघलक हा सुलतान बनला. त्याच्या कारकिर्दीत वारंगळच्या काकतिय राजाने बंड केले. गियासुद्दीनचा मुलगा महंमद-बीन-तुघलकने दक्षिणेवर आक्रमण करुन हे बंड मोडून काढले. वारंगळचे राज्य आपल्या साम्राज्याला जोडले. वारंगळवरुन पांड्य राज्यावर आक्रमण केले. होयसळांनी हिंदूंचे राज्य निर्माण करण्याचे प्रयत्न सुरु केले. तुंगभद्रा ही नदी त्यांच्या राज्याची सीमा होती. तुंगभद्रेच्याच किनाऱ्यावरील अनागोंदीचा राजा होयसळांचा मांडलीक होता. इ.स. १३२५ मध्ये महंमद-बीन-तुघलक सुलतान बनला, तेव्हा दक्षिणेत देवगिरी, तेलंगणा (काकतिय राजे-वारंगळ राजधानी), होयसळ (द्वारसमृद्ध, आजचे म्हैसूर ही राजधानी), पांड्य (मदुरा-राजधानी) ही चार प्रमुख राज्ये होती. महंमदच्या काळात संपूर्ण देशात मोठ्या प्रमाणात बंडाळ्या सुरु झाल्या. त्यात त्याच्या चुलत भावाने गुरशास्पने महंमदविरुद्ध बंड केले आणि होयसळांच्या ताब्यातील कंपिली किल्ल्याचा आश्रय घेतला. महंमद तुघलकाने कंपिलीला वेढा घातला. कंपिलीच्या राजाने घाबरुन अनागोंदीचा राजा प्रतापरुद्रकडे आश्रय

घेतला. प्रतापरुद्रने तुघलकाला प्रतिकार केला. यावेळी झालेल्या युद्धात प्रतापरुद्र मारला गेला व अनागोंदीचे राज्य तुघलकाने ताब्यात घेतले. अनगोंदीचा दिवाण हरिहर व न्यायाधीश बुक्क या दोन भावांना अटक करुन दिल्लीला नेले. लवकर अनागोंदीमध्ये तुघलकाविरुद्ध प्रचंड असंतोष निर्माण झाल्याने महंमद तुघलकाने हरिहर व बुक्क यांची सुटका करुन त्यांना आपले सेवक बनवले आणि त्यांच्यावर अनागोंदीच्या कारभाराची जबाबदारी सोपवली. महंमद तुघलकाचा चुलत भाऊ यावेळी होयसळ राजा वीर बल्लाळच्या आश्रयास गेल्याने महंमदने होयसळांविरुद्ध मोठे सैन्य पाठवले. या मोहीमेत मुस्लिमांना हरीहर व बुक्क यांनीही मदत केली.

विजयनगर राज्याच्या स्थापनेमागे जशी धार्मिक, सामाजिक व आर्थिक कारणे होती तशीच काही राजकीय कारणेही होती. विजयनगर राज्याच्या स्थापनेमागील राजकीय कारणे पुढील मुद्यांच्या आधारे स्पष्ट करता येतील :

१) हिंदू राज्य असावे ही भावना :

दक्षिण भारतात असलेल्या हिंदू राज्यांवर अल्लाउद्दिन खिलजीच्या नामवंत सेनापतीने म्हणजे मालिक काफूरने कब्जा मिळविला होता. हिंदू राज्याच्या राजांना आपले मांडलिक बनविले होते. मात्र त्या राजांच्या प्रशासनीक कार्यात हस्तक्षेप केलेला नव्हता. मात्र महंमद तुघलकाने संपूर्ण दक्षिण भारतावर आपले प्रत्यक्ष प्रशासन स्थापन केले. परिणामी, हिंदूंच्या दुर्दशेला सीमा उरली नाही. प्रत्यक्षात खऱ्या अर्थाने एकही हिंदू राज्य अस्तित्वात राहिले नाही त्यामुळे हिंदू धर्मियांच्या मनात हिंदूंचे स्वतंत्र राज्य असावे या भावनेची वाढ झाली. हिंदू राज्याच्या अस्तित्वाची मागणी मांडण्यात येऊ लागली. हिंदू राज्य असावे ही भावना उघड-उघड व्यक्त होऊ लागल्याने हरिहर व बुक्क यांनी विजयनगर येथे हिंदू राज्याची स्थापना केली. थोडक्यात, हिंदू राज्य असावे ही भावना प्रकट होऊ लागल्याने विजयनगर राज्याची स्थापना झाली.

२) भौगोलिक स्थान :

मध्ययुगीन भारताच्या इतिहासात विजयनगरचे स्थान अतिशय महत्त्वाचे होते. कर्नाटकातील मध्यवर्ती भागात विजयनगर वसलेले असल्याने संपूर्ण दक्षिण भारतावर नियंत्रण ठेवण्यासाठी विजयनगर अतिशय महत्त्वाचे स्थान आहे याची जाणीव मुस्लीम राज्यकर्त्यांना झालेली होती. विजयनगरवर ज्याचा कब्जा तीच सत्ता दक्षिण भारतावर नियंत्रण ठेवू शकते या वस्तुस्थितीचा विचार झाला. मुस्लीम आक्रमकांना पायाबंद घालायचा असेल तर विजयनगर हेच सर्वोत्तम ठिकाण आहे याची जाणीव हरिहर आणि बुक्क यांना झाली व या जाणिवेतूनच विजयनगर येथे हिंदू राज्य स्थापन झाले.

३) महंमद तुघलकाचे धोरण :

दिल्ली सुलतानशाहीचा विस्तार करण्याच्या उद्देशाने महंमद तुघलकाने विशिष्ट धोरण आखलेले होते. मात्र त्याच्या धोरणात असंख्य त्रुटी असल्याने मुस्लीम धर्मात त्याला राजा, सुभेदार म्हणून मान्यता मिळाली नाही. महंमद तुघलकांच्या विविध प्रयोगांमुळे त्याची प्रशासनावरील पकड ढिली झाली. त्याच्या कारकिर्दित प्रशासनात अकार्यक्षम आणि भ्रष्टाचारी बनले. परिणामी, दक्षिण भारतावर त्याला नियंत्रण ठेवता आले नाही. याचा फायदा दक्षिणेकडील विजयनगर येथील हरिहर व बुक्क यांनी घेतला विजयनगर राज्याची स्थापना केली.

४) प्रस्थापितांत बंडखोरी :

महंमद तुघलकांनी जे दक्षिण धोरण राबविण्याचा प्रयत्न केला त्याला सुलतानशाहीतील सुभेदार आणि सरदारांनी आवश्यक असे सहकार्य देण्यास नकार दिला. प्रत्येक सुभेदार आणि सरदार योग्य अशी संधी शोधून आपले स्वातंत्र्य घोषित करीत होते. त्यामुळे हरिहर व बुक्क यांच्या योजनेला पायबंद घालणारा एकही सामर्थ्यशाली असा सुभेदार वा सरदार महंमद तुघलकाच्या हाताशी नव्हता. सुभेदार आणि सरदारांनी बंडखोरी करण्याचे धोरण अवलंबविल्याने विजयनगर राज्याच्या उदयाला एक प्रकारे हातभारच लागला.

५) होयसळांची मदत :

विजयनगरचे राज्य स्थापन करण्यात होयसळांनी हरिहर आणि बुक्क यांना सर्वतोपरी मदत दिली. तुंगभद्रेच्या उत्तर काठावर आणि मुडी हा किल्ला बांधून होयसळांनी मुस्लीम आक्रमकांना पायबंद घातला. विजयनगरच्या स्थापनेत होयसळ राजांनी विशेषतः बोर बल्लाळ तृतीय याने जी मदत केली त्यामुळे विजयनगर राज्याची स्थापना होण्यास अनुकूल वातावरण निर्माण झाले.

६) काकतियांची मदत :

होयसळ राजांप्रमाणेच दक्षिणेत हिंदूंचे स्वतंत्र राज्य निर्माण व्हावे यासाठी तेलंगणाच्या काकतिय घराण्यातील राजांनी मदत केली. थोडक्यात, विजयनगरच्या स्थापनेमागे तेलंगणा प्रांतातील काकतियांनी अतिशय महत्त्वाची भूमिका बजावली.

उपरोक्त मुद्यांच्या आधारे असे नमूद करता येईल की, विजयनगर साम्राज्याची स्थापना होण्याअगोदरच्या काळात दक्षिण भारतात अनेक हिंदू राज्ये अस्तित्वात होती. मात्र दिल्ली सुलतानशाहीच्या साम्राज्यवादी धोरणामुळे विशेषतः महंमद-बिन-तुघलकाच्या काळात दक्षिण भारतातील हिंदू राज्ये संपुष्टात आणली गेली.

ब) विजनगर सम्राज्याची स्थापना :

होयसळ राजाविरुद्ध सुरु असलेल्या मोहिमेमध्ये मुस्लिम सैन्याने बेलूरपर्यंतचा प्रदेश उध्वस्त केला, अनेक मंदिरे नष्ट केली असे असले तरी होयसळ राजा वीर बल्लाळने प्रचंड पराक्र गाजवून रामेश्वरपर्यंत विजय प्राप्त केला. मुस्लिम सैन्याचा पराभव होऊ लागला.

अशा अंदाधुंदीच्या परिस्थितीत शृंगेरी मठाचे शंकराचार्य माधवाचार्य विद्यारण्यस्वामी यांनी हरिहर व बुक्क या दोन भावंना हिंदूंचे स्वतंत्र व सार्वभौम साम्राज्य निर्माण करण्याची प्रेरणा दिली. विद्यारण्यस्वामींच्या प्रेरणेमुळे हरिहर व बुक्क यांनी तुंगभद्रा नदीच्या काठी इ.स. १३३६ मध्ये हिंदूंचे स्वतं. विजयनगर साम्राज्य स्थापन केले. तुंगभद्रेच्या उत्तर व दक्षिणेकडील प्रदेश जिंकून घेतले. तुंगभद्रेच्या दक्षिण तीरावर विजनगरची स्थापना झाली तर उत्तर तीरावरील अनागोंदी विजनगर मध्ये समाविष्ट करण्यात आले. तुंगभद्रेच्या मोठ्या पात्रामुळे, पाण्याच्या प्रवाहामुळे तसेच आजुबाजुला असलेल्या उतुंग शिखरांमुळे विजनगरला नैसर्गिक संरक्षण मिळाले होते. विजनगरचे राजयकर्ते पराक्रमी, बुद्धिमान, साहित्य, कला व शाखांची आवड असलेले असल्यामुळे विजयनगर दक्षिणेतील हिंदू संस्कृतीचे माहेरघर बनले. विजयनगरवर संगम, शालव, तुलव व अरविंदु अशा चार वंशांनी सुमारे तीनशे वर्षे राज्य केले.

१) संगम वंश (१३३६-१४८६) :

i) हरिहर (१३३६-५३) :

विजनगरच्या हिंदू साम्राज्याचा संस्थापक असलेल्या हरिहरचा वंश संगम या नावाने ओळखला जातो. इ.स. १३४२ मध्ये मुदरा येथे मुस्लिमांशी लढतांना होयसळ राजा वीर बल्लाळचा मृत्यु झाला. त्यानंतर त्याचया राज्यात गोंधळ झाला. वीर बल्लाळचा मुलगा विरुपाक्ष बल्लाळ हा गादीवर बसला असला तरी अंतर्गत यादवीमुळे हे राज्य पोखरले गेल याचा फायदा घेऊन हरिहरने होयसळांचे पेनकोंडा व चितळदुर्ग प्रदेश जिंकले. इ.स. १३४६ मध्ये विरुपाक्षचा अस्त झाला त्यावेळी हरिहरने संपूर्ण होयसळ राजय जिंकून घेतले, क्रमाक्रमाने त्याने विजनगरचा चोहोबाजूंनी विस्तार करण्यास सुरुवात केली. १३५३ पर्यंत विजयनगरच्या सीमा उत्तरेला कृष्ण, दक्षिणेला काबेरी तर पूर्व-पश्चिमेकडे समुद्रापर्यंत पसरल्या. विजनगरच्या उत्तरेला मुस्लिमांचे बहामनी साम्राज्य निर्माण झाले होते. दोन्ही साम्राज्याच्या सरहद्दी एकमेकाला जोडलेल्या असल्याने त्यांच्यात सतत संघर्ष सुरु झाले. हरिहर हा केवळ विजेताच नव्हे तर उत्कृष्ट शासकही होता.

ii) पहिला बुक्कराय (१३५३–६९) :

हरिहरच्या मृत्युनंतर त्याचा भाऊ बुक्क हा गादीवर बसला. हरिहरप्रमाणे तो देखील कुशल सेनापती, उत्तम शासक व धर्मसहिष्णू राजा होता. त्याने मलबारच्या राजाचा पराभव केला. इ.स. १३६६ मध्ये मुद्‌गल जिंकून घेतल्याने बहामनी सुलतान महंमदशहाने चिडून विजनगरवर आक्रमण केले. अनोदीजवळ झालेल्या लढाईत मुस्लिमांचा विजय झाला पण विजनगर जिंकता आले नाही. इ .स. १३७१ मध्ये बुक्कचा मुलगा कंपण्णने कांची जिंकले, मदुरेवर आक्रमण करुन तेथील मुस्लिम सत्ता नष्ट केली. इ.स. १३७५ पासून विजनगर व बहामनी साम्राज्यात सतत लढाया सुरु झाल्या. यात विजनगरने बुक्कच्या नेतृत्त्वाखाली अनेक विजय मिळवले. बुक्करायचा तीन समद्रांचा स्वामी असा इतिहासात उल्लेख आढळतो. त्याचा वकील चीनी सम्राटाच्या दरबारी होता.

iii) दुसरा हरिहर (१३७९–१४०६) :

बुक्करायच्या मुलगा हरिहर याने वडीलांच्या मृत्युनंतर राज्यकारभार सुरु केला. हरिहर व बुक्क या दोन्ही भावांनी आपल्या कारकिर्दीत राजमुकुट धारण केला नव्हता; परंतु दुसऱ्या हरिहरने मात्र स्वतःवर राजयभिषेक करुन 'महाराजाधिराज' ही उपाधी धारण केली. हरिहरच्या काळात बहामनी साम्राज्यात दुसरा मोहम्मदशहा व फिरोजशहा हे शासक होते. हरिहरने केरळ, तेलंगणा, आंध्र, कटक ही राज्ये जिंकून राज्याची सीमा दक्षिणेत दूरवर वाढवली. कोकणातील खारेपटाण ताब्यात घेतले. १३८४ मध्ये वारंगळवर आक्रमण केले. १३७९ मध्ये बहामनी सुलतान महम्मदशहाचा मृत्यु झाला. याचा फायदा घेऊन हरिहरने मुद्‌गल व रायचूरचे किल्ले जिंकले; परंतु सुलतान फिरोजशहाने त्याच्या सैन्याचा पराभव केला. हरिहर दुसरा हा शिवभक्त असला तरी इतर धर्मांच्याबाबत सहिष्णू होता. त्याने अनेक देवालये बांधली.

iv) पहिला देवराय (१४०६–२२) :

इ.स. १४०६ मध्ये बहामनी सुलमान फिरोजशहाने विजनगरवर स्वारी केली. या युद्धात देवराय पराभूत झाला व त्याने फिरोजशहाशी तह केला. या तहानुसार प्रचंड खंडणी, बंकापूरचा किल्ला व बदला देवरायला आपल्या मुलीचा विवाह फिरोजशहाशी लावून द्यावा लागला. याचा बदला घेण्यासाठी देवरायने वारंगळच्या राजाच्या मदतीने १४२० मध्ये फिरोजशहाचा पराभव केला. विजापूरपर्यंतचा मुलुख लुटला, कोकणातील चौल व दाभोळचा किल्ला जिंकून घेतला. या पराभवाच्या धक्क्याने फिरोजशहाचा १४२२ मध्ये मृत्यू झाला.

v) दुसरा देवराय (१४२२–४६) :

पहिल्या देवरायच्या मृत्युनंतर काही काळ तिसरा बुक्कराय या मुलाकडे सत्ता होती पण त्याच्या मृत्युमुळे त्याचा मुलगा देवराय दुसरा गादीवर आला. याच वेळी फिरोजशहाचा भाऊ अहमदशहाने युद्ध पुकारले. त्यात त्याचा पराभव होऊन तह करावा लागला. या तहानुसार पुढील पाच वर्षे देवरायने खंडणी न दिल्याने शहाजादा महमदखान त्याच्यावर चालून गेला. देवरायने त्याच्याशी तह केला. १४४३ मध्ये बहामनी सुलतान अल्लाउद्दीनविरुद्ध देवरायने युद्ध पुकारले आणि रायचूर, बंकापूर, मुद्‌गल जिंकले.

vi) संगम वंशाची अखेर :

इ.स. १४४७ मध्ये दुसऱ्या देवरायनंतर त्याचा मुलगा मल्लिकार्जुन हा गादीवर आला. काही दिवसातच बहामनी सुलतान व ओरिसाचा राजा यांनी मिळून विजनगरला वेढा दिला; परंतु विजनगरच्या प्रखर विरोधामुळे त्याला माघार घ्यावी लागली. इ.स. १४५७ मध्ये हुमायुन बहामनीने देवरकोंडवर आक्रमण केले तेव्हा तेलंगणने विजनगरकडे मदत मांगितली. मल्लिकार्जुनने त्याकडे दुर्लक्ष केले. परिणामी, विजनगर साम्राज्याच्या मोठा भाग त्याच्या हातातून निसटला. इ.स. १४८६ मध्ये मल्लिकार्जुनचा मृत्यु झाला व त्याचा मुलगा दुसरा विरुपाक्ष राजा

बनला. तो विक्षिप्त व क्रूर होता. त्याच्या चैनविलासामुळे विजनगरवर अनेक संकटे आली. बहामनी सेनापती महंमद गवान याने विशाळगड, गोवा आणि विजनगरचे अनेक प्रदेश जिंकले. या सर्व गोंधळाचा फायदा घेऊन शालव वंशाचा तेलंगणचा शासक नरसिंहरायने विजयनगरवर आक्रमण करुन अर्धे विजयनगर जिंकून घेतले. इ.स. १४८६ मध्ये विरुपाक्षचा वध घडून आला. त्यानंतर लवकरच संगम वंशाच्या सत्तेचा शेवट घडून शालव वंशाची सत्ता सुरु झाली.

२) शालव वंश (१४८६–१५०५) :

i) नरसिंहराय (१४८६–१४९१) :

यानेच संगम वंशाचा शेवटचा राजा विरुपाक्षला ठार करुन विजनगरमध्ये शालव किंवा साळुव घराण्याची सत्ता निर्माण केली. नरसिंहराय हा पराक्रमी व कर्तबगार होता. गादीवर आल्यानंतर त्याला मांडलिकांच्या उठावाला तोंड द्यावे लागले. या परिस्थितीचा फायदा घेऊन ओरिसाचा राजा गजपती याने उदयगिरी ताब्यात घेतले. इतकेच नव्हे तर नरसिंहराय स्वतः या लढाईत पकडला गेला. शेवटी उदयगिरी देण्याच्या बोलीवर स्वतःची सुटका करुन घ्यावी लागली. आपल्या कारकिर्दीत बहामनी राजाने आणि ओरिसाच्या सम्राटाने जो मुलुख जिंकून घेतला होता तो त्याने परत मिळविला.

ii) इम्मडी नरसिंहराय (१४९१–१५०१) :

नरसिंहरायच्या मृत्युनंतर विजनगरची सर्व सूत्रे त्याचा मित्र नरसा नायककडे गेली. या काळात बहामनी साम्राज्याच्या विभाजनास सुरुवात झाली होती. नरसा नायकाने नरसिंहरायच्या मोठ्या मुलास गादीवर बसवले होते. नरसा नायक व सरदार तिम्मराज यांच्यात अंतर्गत संघर्ष होता. त्यातून तिम्मराजने सम्राटाचा वध करुन त्याजागी नरसिंहरायच्या दुसऱ्या मुलास इम्मडी नरसिंहरायला गादीवर बसवले. संतापलेल्या नरसा नायकने सैन्य जमवून विजनगरला वेढा दिला. नरसा नायकचा राग शांत करण्यासाठी इम्मडी नरसिंहने तिम्मराजला ठार केले पण लवकरच नरसा नायकने सम्राटाला कैद करुन सर्व सत्ता आपल्या ताब्यात घेतली.

iii) नरसा नायक :

नरसा नायकने पूर्वेकडे उदयगिरी घेतली. दक्षिणेत कांजीवरमच्या राजाचा पराभव केला व चोल राजाचा पराभव करुन मदूरेवर आक्रमण केले. शेवटी रामेश्वरपर्यंत पोहोचला. इ.स. १५०२ मध्ये नरसा नायकचा मृत्यू झाला.

३) तुलव वंश (१५०५–१५७०) :

i) वीर नरसिंह (१५०५–१५०९) :

हा विजनगरमध्ये सेनापती होता. नरसा नायकच्या मृत्युनंतर इ.स. १५०२ मध्ये महम्मदशहा बहामनी याने रायचूरवर हल्ला केला. सेनापती वीर नरसिंहनेच बहामनी सम्राटाशी तह केला. बाह्य शत्रूंचा त्रास कमी झाल्यावर त्याने आपल्या बंडखोर मांडलिकांचा बिमोड केला. राजधानीमध्ये परत आल्यानंतर त्याच्यात सम्राट पदाची महत्वाकांक्षा निर्माण झाली. त्याने कैदेत असलेल्या इम्मडी नरसिंहराय या सम्राटास पळून जाण्यास मदत केली व तो पळून जात असतांना त्याला ठार केले. अशा प्रकारे शालव वंशाचा शेवट होऊन तुलव वंशाचा वीर नरसिंह विजनगरचा सम्राट बनला. इ.स. १५०५ मध्ये त्याने बहामनी सुलतानाचा पराभव केला. इ.स. १५०९ मध्ये त्याचा मृत्यू झाला.

ii) कृष्णदेवराय (१५०९–२९) :

वीर नरसिंहच्या मृत्यूनंतर त्याचा सावत्र भाऊ कृष्णदेवराय हा गादीवर बसला. सत्तेवर येताच आपले विरोधक असलेल्या पुतण्यास व भाऊ अच्युतराय यांना कैद केले तरीही राज्यात लगेच शांतता निर्माण होऊ शकली

नाही. ओरिसाचा राजा विजयनगरवर आक्रमण करण्याच्या तयारीत होता. बहामनी साम्राज्याचे तुकडे व्हायचा सुरुवात झाली. त्यामुळे कृष्णदेवरायने आपले लष्कर प्रबळ बनवण्याचा प्रयत्न सुरु केला. कृष्णदेवराय हा तुलव वंशातीलच नव्हे तर विजयनगरच्या सर्व राजांमधील सर्वश्रेष्ठ सम्राट होता. त्याच्या कारकिर्दीत विजयगनर साम्राज्याचा परमोच्च उत्कर्ष घडून आला.

म्हैसूरजवळ उमत्तूर येथे राजा गंगरायचे राज्य होते. तो सुरुवातीपासूनच विजयनगरला जुमानत नव्हता. त्यामुळे कृष्णदेवरायने त्याच्यावर हल्ला करुन त्याचा पराभव केला यावेळी उमत्तूर, श्रीरंगपट्टण व शिवसुंदरम् ही ठिकाणे काबीज केली. पळालेल्या गंगरायचा कावेरी नदीत बुडून मृत्यु झाला. त्याचे सर्व साम्राज्य कृष्णदेवरायने आपल्या राज्यात विलीन करुन तेथे शांतता निर्माण केली.

२.३.३ मराठा साम्राज्य :

१७ व्या शतकात उदयास आलेल्या मराठा साम्राज्याने द्वीपकल्पीय भारताच्या राज्य निर्मिती आणि राजकीय परिदृश्यात महत्त्वपूर्ण भूमिका बजावली. त्याची प्रसिद्धी आणि त्यानंतरच्या विस्ताराने दख्खन आणि आसपासच्या प्रदेशातील राज्य संरचना, शासन आणि प्रादेशिक राजकारणाच्या उत्क्रांतीमध्ये महत्त्वपूर्ण योगदान दिले.

१) मराठा सत्तेचा उदय :

मराठा साम्राज्याचा उगम १७ व्या शतकात छत्रपती शिवाजी महाराजांच्या गतिशील नेतृत्वाखाली झाला. आदिलशाही आणि मुघलांच्या जुलमी राजवटीविरुद्ध विभेदित मराठा कुळांना एकत्र आणण्याच्या क्षमतेमुळे शिवाजी महाराजांना साम्राज्य उभारण्यात यश आले. सामरिक लष्करी मोहिमांच्या मालिकेद्वारे, शिवाजी महाराजांनी दख्खन प्रदेशात एक राज्य स्थापन केले आणि मराठा साम्राज्याचा पाया घातला. त्यांची दृष्टी केवळ लष्करी सामर्थ्यच नव्हे तर प्रभावी शासन आणि प्रशासन देखील स्पष्ट करते.

२) शिवाजी महाराजांच्या प्रशासकीय सुधारणा :

शिवाजी महाराजांनी स्थिरता आणि समृद्धी सुनिश्चित करण्याच्या उद्देशाने दूरगामी प्रशासकीय सुधारणा लागू केल्या. चौथ आणि सरदेशमुखी पद्धती, मराठ्यांच्या प्रभावाखाली असलेल्या प्रदेशांमधून कर गोळा करण्यासाठी तयार केल्या गेल्या, ज्यामुळे उत्पन्नाचा एक स्थिर स्त्रोत उपलब्ध झाला. याव्यतिरिक्त, शिवाजी महाराजांनी तटबंदी आणि गुप्तचर यंत्रणेवर लक्ष केंद्रित केल्यामुळे विशाल आणि वैविध्यपूर्ण साम्राज्यावर नियंत्रण राखण्यास मदत झाली. या प्रशासकीय नवकल्पना मराठा साम्राज्याच्या यशात महत्त्वाचे घटक बनले.

३) लष्करी डावपेच आणि गुरिल्ला युद्ध :

मराठ्यांनी त्यांच्या लष्करी पराक्रमाने अधिक परंपरागत सैन्याविरुद्ध गनिमी युद्धासारख्या नाविन्यपूर्ण डावपेचांचा वापर करून स्वतःला वेगळे केले. गतिशीलता, आकस्मिक हल्ले आणि घोडदळाच्या प्रभावी वापरावर शिवाजी महाराजांनी दिलेला भर या गोष्टीनी मराठ्यांना द्वीपकल्पीय भारतात एक शक्तिशाली सत्ता म्हणून स्थापित करण्यात महत्त्वाची भूमिका बजावली. या लष्करी रणनीतीने त्यांना विविध भूप्रदेशांशी जुळवून घेण्यास आणि मोठ्या शत्रूंचा प्रभावीपणे सामना करण्यास चालना दिली.

४) पेशव्यांच्या अंतर्गत विस्तार :

पेशव्यांच्या काळात विशेषतः बाळाजी विश्वनाथ आणि त्यांच्या वारसांनी मराठा साम्राज्याचा लक्षणीय विस्तार केला. त्यांनी मुघल आणि इतर प्रादेशिक शक्तींचा पराभव करून, प्रायद्वीपीय भारताच्या महत्त्वपूर्ण भागांवर मराठा प्रभाव वाढवून यशस्वीरित्या सत्ता मजबूत केली. पेशव्यांच्या प्रशासकीय कौशल्य आणि लष्करी मोहिमांनी भारतीय उपखंडातील एक प्रमुख सत्ता म्हणून मराठा साम्राज्याचे स्थान आणखी मजबूत केले.

५) प्रशासन आणि महसूल यंत्रणा :

पेशव्यांनी प्रशासकीय रचनेत सुधारणा घडवून आणल्या, कार्यक्षम महसूल संकलन आणि शासन यावर भर दिला. विकेंद्रीकरण हा एक महत्त्वाचा पैलू होता, ज्यामुळे स्थानिक राज्यकर्त्यांना त्यांच्या प्रदेशात काही प्रमाणात स्वायत्तता मिळाली. या दृष्टिकोनाने विविध समुदायांमध्ये सहकार्य आणि स्थिरता वाढवून अधिक समावेशक आणि वैविध्यपूर्ण साम्राज्याला हातभार लावला.

६) मराठा नौदल शक्ती :

मराठ्यांनी मजबूत नौदलाचे सामरिक महत्त्व ओळखले आणि ते बांधण्यासाठी गुंतवणूक केली. या नौदल साम र्थ्याने मराठ्यांना किनारपट्टीच्या प्रदेशांवर आणि महत्त्वाच्या व्यापारी मार्गांवर नियंत्रण मिळवता आले. युरोपियन वसाहतवादी शक्तींचा प्रतिकार करण्यातही त्यांनी महत्त्वाची भूमिका बजावली, आपल्या सागरी हितसंबंधांचे रक्षण करण्यासाठी मराठ्यांनी बांधिलकी दर्शविली.

७) धार्मिक सहिष्णुता :

मराठा साम्राज्याचे एक उल्लेखनीय वैशिष्ट्य म्हणजे शिवाजी महाराज आणि त्यानंतरच्या राज्यकर्त्यांच्या अंतर्गत धार्मिक सहिष्णुतेचे धोरण. या सर्वसमावेशकतेमुळे साम्राज्यात विविध धार्मिक समुदायांच्या सहअस्तित्वास चालना मिळाली. धार्मिक सौहार्दावर भर दिल्याने विविध लोकांमध्ये एकतेची भावना निर्माण होऊन सामाजिक एकता आणि स्थिरता निर्माण झाली.

८) राजनैतिक संबंध :

मराठा राज्यकर्ते सक्रियपणे राजनैतिक संबंधांमध्ये गुंतले, प्रादेशिक शक्तींशी युती आणि करार तयार केले. मुत्सद्देगिरीद्वारे गुंतागुंतीच्या राजकीय परिस्थितींमध्ये नेव्हिगेट करण्याची क्षमता मराठ्यांचे परराष्ट्र व्यवहारात पराक्रम दर्शवते. हे राजनयिक प्रयत्न साम्राज्याचे हितसंबंध सुरक्षित करण्यासाठी आणि प्रदेशात सत्ता संतुलन राखण्यासाठी महत्त्वपूर्ण ठरले.

९) मुघल आणि दख्खन सल्तनतांकडून आव्हाने :

मराठ्यांना मुघल साम्राज्य आणि दख्खन सल्तनत यांच्याकडून महत्त्वपूर्ण आव्हानांचा सामना करावा लागला. १७६१ मधील पानिपतच्या युद्धासारख्या लढायांसह सततच्या संघर्षांनी मराठा साम्राज्याची ताकद आणि असुरक्षितता दोन्ही प्रतिबिंबित केली. या संघर्षांच्या परिणामांनी साम्राज्याच्या इतिहासाच्या मार्गाला आकार दिला.

१०) अंतर्गत कलह आणि अधोगती :

अंतर्गत संघर्ष, वारसाहक्क विवाद आणि केंद्रीकृत अधिकाराचा अभाव यामुळे मराठा साम्राज्याच्या अधोगतीला हातभार लागला. १७६१ मधील पानिपतच्या तिसऱ्या लढाईने अंतर्गत कमकुवतपणा आणि बाह्य धोके अधोरेखित करून एक महत्त्वपूर्ण धक्का दिला. या घटकांमुळे एकत्रितपणे मराठा सत्तेची झीज झाली.

११) ब्रिटिश ईस्ट इंडिया कंपनी आणि मराठा युद्धे :

ब्रिटिश ईस्ट इंडिया कंपनीने मराठा साम्राज्यातील अंतर्गत कलहाचा गैरफायदा घेतला, ज्यामुळे १८व्या आणि १९ व्या शतकाच्या सुरुवातीला अँग्लो-मराठा युद्धांची मालिका सुरू झाली. या संघर्षांनंतर स्वाक्षरी केलेल्या करारांमुळे मराठा सार्वभौमत्व हळूहळू कमी होत गेले आणि भारतातील ब्रिटिश वर्चस्वाचा मार्ग मोकळा झाला. या युद्धांचे परिणाम भारतीय इतिहासातील एक निर्णायक वळण ठरले.

❋❋❋

सरावासाठी प्रश्न

प्र. १. दीर्घोत्तरी प्रश्न.

१) मध्ययुगीन भारतातील ईश्वरसत्ताक राज्यपद्धती म्हणजे काय? ईश्वरसत्ताक राज्यपद्धतीची वैशिष्ट्ये आणि योगदान तपशीलवार सांगा.

२) मध्ययुगीन भारतातील सरंजामशाही राज्ये म्हणजे काय? सरंजामशाही राज्यांची वैशिष्ट्ये आणि योगदान तपशीलवार सांगा.

३) मध्ययुगीन भारतातील विभागीय राज्ये म्हणजे काय? विभागीय राज्यांची वैशिष्ट्ये आणि योगदान तपशीलवार सांगा.

४) मध्ययुगीन दक्षिण भारताच्या विशेष संदर्भात विभागीय राज्य सिद्धांताचे परीक्षण करा.

५) मध्ययुगीन भारतातील वंशपरंपरागत-नोकरशाही राज्यांचा अर्थ, वैशिष्ट्ये आणि योगदान स्पष्ट करा.

६) मध्ययुगीन भारतातील उत्तराधिकारी राज्यांचा अर्थ, वैशिष्ट्ये आणि योगदान लिहा.

७) फराबीचे राज्यकला आणि राजपद याविषयीचे विचार स्पष्ट करा.

८) गझालीचे राज्यकला आणि राजपद याविषयीचे विचार स्पष्ट करा.

९) शुक्राचार्यांच्या राज्यकला आणि राजपद दृष्टिकोनाबद्दल विवेचन करा.

१०) राज्यकला आणि राजपद याविषयी बरानी यांचे विचार तपशीलवार स्पष्ट करा.

११) अबुल फजलचे राज्यकला आणि राजपद याविषयीचे विचार स्पष्ट करा.

१२) रामचंद्रपंत अमात्य यांचा राज्यकला आणि राजपदविषयक दृष्टिकोन लिहा.

१३) द्वीपकल्पीय भारतातील राज्य निर्मितीमध्ये बहामनी साम्राज्याचा आढावा घ्या.

१४) द्वीपकल्पीय भारतातील राज्य निर्मितीतील विजयनगरचे साम्राज्य स्पष्ट करा

१५) द्वीपकल्पीय भारतातील राज्य निर्मितीमध्ये मराठा साम्राज्याविषयी माहिती सांगा.

प्र. २. टिपा लिहा.

१) ईश्वरसत्ताक राज्यपद्धती.

२) सरंजामशाही राज्ये.

३) विभागीय राज्ये.

४) वंशपरंपरागत-नोकरशाही राज्ये.

५) उत्तराधिकारी राज्ये.

६) फराबी.

७) गझाली.

८) शुक्राचार्य.

९) बराणी.

१०) अबुल फजल.

११) रामचंद्रपंत अमात्य.

१२) बहामनी साम्राज्य.

१३) विजयनगर साम्राज्य.

१४) मराठा साम्राज्य.

❋ ❋ ❋

प्रकरण ३

प्रशासकीय व्यवस्था

- ३.१ केंद्रीय आणि प्रांतीय प्रशासन
- ३.२ मनसबदारी व्यवस्था
- ३.३ कृषी व्यवस्था

प्रस्तावना :

मध्ययुगीन काळात मुस्लिमांनी भारतावर आक्रमण केले व भारताची प्रचंड लूट केली, पण कालांतराने काही मुस्लीम आक्रमक भारतामध्ये स्थायिक झाले. त्यांनी तलवारीच्या बळावर संपूर्ण उत्तर भारत स्वतःच्या अधिपत्याखाली आणला आणि येथे राज्य करण्यास प्रारंभ केला. या काळास सुलतानशाहीचा काळ म्हणतात. त्यांनी भारतात येत असताना सोबत नवीन रूढी, परंपरा, प्रशासन व्यवस्था, संस्कृती भारतात आणली आणि पुढील काळात त्याचा प्रभाव भारतीय समाजावर पडला.त्यातून एक नवीन प्रशासन व्यवस्था उदयाला आली. सुलतानशाही काळात प्रशासकीय क्षेत्रात अनेक आमूलाग्र बदल घडून आले. या काळात नावीन्याने राजसत्ताक पद्धती सुरू झाली. या काळातील मुलकी, लष्करी, न्यायीक प्रशासनामध्ये अनेक परिवर्तने घडून आली. नवीन युद्धनीती, नवीन सैन्य रचना, नवीन सैनिकी अधिकार पदे निर्माण झाली. त्याचबरोबर या काळात भारतीय न्यायव्यवस्थेवर मुस्लिमांचा प्रभाव पडला. मुस्लीम कायद्यानुसार न्यायदान करण्यात येऊ लागले. याच काळात दक्षिणेत विजयनगर व बहामनी साम्राज्याचा उदय दक्षिण भारतात घडून आला. त्यांच्या सत्तेच्या काळात नवीन प्रशासन व्यवस्था निर्माण झाली. तसेच या सत्तांच्याबरोबरच शिवाजी महाराजांनी स्थापन केलेल्या स्वराज्याची देखील एक प्रशासन व्यवस्था होती जी काही प्रमाणात शिवोत्तर काळात अर्थात पेशवेकाळात काही बदलांनी तयार झाली. मध्ययुगीन काळातील या विविध सत्तांच्याप्रशासन व्यवस्थेचा अभ्यास करणे आवश्यक आहे.

३.१ केंद्रीय आणि प्रांतीय प्रशासन :

मध्ययुगीन भारतात, प्रशासकीय संरचनेचे वैशिष्ट्य शाही स्तरावर केंद्रीकृत प्रणाली आणि विकेंद्रित प्रांतीय शासनामध्ये होते. केंद्रीय प्रशासनात दिल्ली सल्तनत आणि नंतर मुघल साम्राज्याच्या अंतर्गत, शासक किंवा सम्राटाचे नेतृत्व होते; ज्याने लष्करी, आर्थिक आणि न्यायिक बाबींवर महत्त्वपूर्ण अधिकार ठेवला होता. सम्राटाच्या दरबारात प्रमुख मंत्री आणि अधिकारी यांचा समावेश होता, त्यांनी धोरण तयार करण्यात आणि अंमलबजावणीमध्ये महत्त्वपूर्ण भूमिका बजावली. प्रांतीय प्रशासनाबाबत प्रादेशिक गव्हर्नर किंवा प्रांतांचे देखरेख करणारे सुभेदार यांना अधिकार सोपवतात. या राज्यपालांना काही प्रमाणात स्वायत्तता होती परंतु ते साम्राज्यवादी धोरणांच्या चौकटीत कार्यरत होते. प्रांतांची पुढे जिल्ह्यांमध्ये विभागणी करण्यात आली आणि स्थानिक प्रशासन दिवाण म्हणून ओळखल्या जाणाऱ्या प्रशासकांद्वारे

सुलभ केले गेले. मध्ययुगीन भारताच्या विशाल आणि वैविध्यपूर्ण परिप्रेक्षामध्ये कार्यक्षम प्रशासनाला चालना देऊन, प्रशासकीय प्रणाली केंद्रीय नियंत्रण आणि प्रादेशिक लवचिकता यांच्यातील संतुलन प्रतिबिंबित करते.

३.१.१ सुलतानशाहीच्या कालखंडातील प्रशासन व्यवस्था :

१२ व्या शतकाच्या अखेरीस उत्तर भारतात तुर्कांद्वारे स्थापन झालेले राज्य हळूहळू एका शक्तिशाली आणि केंद्रीभूत राज्याच्या स्वरूपात उदयाला आले. काही काळासाठी का होईना, संपूर्ण देशावर तसेच दक्षिणेकडे मदुराईपर्यंतच्या प्रदेशावर त्यांचे शासन होते. इराण व हिंदुस्थानसह पश्चिम आशियामध्ये राजाने आपल्या मंत्रिमंडळाच्या साहाय्याने राज्य करण्याची प्रदीर्घ परंपरा आहे. शासनाचे काही विभाग वा अधिकारपदेही पूर्वीपासूनच चालत आली होती. फक्त बदलत्या संदर्भात त्यांना नवी नावे दिली गेली होती. तुर्कांनी मात्र अनेक नव्या संस्था आणि संकल्पना विकसित केल्या. या संकल्पनाच सत्तेच्या व अधिकाराच्या केंद्रीकरणाकरता आधारभूत ठरल्या. अल्लाउद्दीन खिलजीने मध्ययुगीन भारतात सुलतानशाहीचे परिदृढीकरण केले आणि प्रशासन व्यवस्थित सुरळीत आणण्याच्या उद्देशाने प्रशासन व्यवस्थेची केंद्रीय, प्रांतिक व स्थानिय अशा तीन गटात विभागणी केली. प्रशासनाची माहिती पुढील मुद्यांच्या आधारे स्पष्ट करता येईल.

अ) सुलतानशाही कालखंडातील केंद्रीय प्रशासन :

अल्लाउद्दीन खिल्जीने मध्ययुगीन भारतात सुलतानशाहीचे परिदृढीकरण केले आणि प्रशासन व्यवस्थेत सुरळीतता आणण्याच्या उद्देशाने प्रशासन व्यवस्थेची केंद्रीय, प्रांतिक आणि स्थानीय अशा तीन गटात विभागणी केली. सुलतानशाहीचा मध्ययुगीन भारतातील कालखंड १२०६ ते १५२६ असा असून या काळात असलेल्या केंद्रीय, प्रांतिक व स्थानीय प्रशासनाची माहिती पुढील मुद्यांच्या आधारे स्पष्ट करता येईल. सुलतानशाहीच्या केंद्रीय प्रशासनात सुलतान आणि त्याचे मंत्रिमंडळ यांचा समावेश होतो. सुलतानशाहीतील केंद्रीय प्रशासन पुढीलप्रमाणे स्पष्ट करता येईल:

१) सुलतान सर्वोच्च प्रमुख :

सुलतानशाहीत सुलतान हाच केंद्रीय प्रशासन व्यवस्थेतील सर्वोच्च प्रमुख होता. सुलतान शाहीत ईश्वरसत्ताक राज्य पद्धतीचा सिद्धान्त मान्य करण्यात आलेला असल्याने दिल्लीचे सुलतान अनियंत्रित सत्ताधारी होते. सर्व सुलतानांना ईश्वराचा प्रतिनिधी असेच समजले जात होते. सैद्धान्तिक दृष्टिकोनातून सुलतानाने कुराणातील नियमांनुसार राज्य करावे असे जरी समजले गेलेले असले तरी व्यवहारात सर्व सुलतानांनी आपल्या इच्छेनुसार प्रशासनात बदल घडवून आणले. कायदे तयार करण्याचा आणि त्याची अंमलबजावणी करण्याचा संपूर्ण अधिकार सुलतानांनी आपल्याच हाती ठेवलेला होता. थोडक्यात, सुलतानशाहीतील केंद्रीय प्रशासन व्यवस्थेत सुलतान हाच सर्वेसर्वा होता.

२) अधिकारांचे केंद्रीकरण :

सुलतानशाहीच्या कालखंडात अधिकाऱ्यांची नियुक्ती करणे, त्यांची बढती करणे, त्यांना पदावरून दूर करणे असे सर्व अधिकार सुलतानाच्या हाती केंद्रित झालेले होते. दिल्लीच्या सुलतानाचे प्रशासन सैनिकी प्रशासनाप्रमाणे होते. राज्यात शांतता आणि सुव्यवस्था राखण्यासाठी सुलतानशाहीत सैन्यदलाचाच अधिकांश प्रमाणात वापर केला जात असे. युद्धप्रसंगी सैन्याचे नेतृत्व करण्याच्या अधिकाराचे केंद्रीकरण सुलतानाच्याच हाती होते. प्रजेवर आपला प्रभाव पडावा, यासाठी सुलतान वेळोवेळी भव्य दरबार भरवित व अशावेळी सरदार सुलतानाला भेटवस्तू देत असत. आपल्या सत्तेला कोणीही आव्हान देऊ नये या दृष्टीने सुलतानांनी प्रशासनाचे सर्व अधिकार आपल्याच हाती केंद्रित केलेले होते. सुलतानशाहीत मजलिस-ए-खलवत ही सुलतानांना माहिती देण्यासाठी,

सल्ला देण्यासाठी अस्तित्वात असलेली मंडळ होते. मात्र या मंडळाचा सल्ला ऐकण्याचे, त्यादृष्टीने विचार करण्याचे कोणतेही बंधन सुलतानावर नव्हते.

३) मंत्रिमंडळ :

सुलतानशाहीत केंद्रीय प्रशासनात राज्यकारभार पाहण्यासाठी मंत्रिमंडळ होते. गुलाम घराण्याच्या कालखंडात वजीर, अरिज-ए-मामलिक, दिवाण-ए-इन्शा, दिवाण-ए-रिसालत असे चार मंत्री होते. मात्र जसजसा सुलतानशाहीचा विस्तार होत गेला तसतशा प्रमाणात मंत्र्यांच्या संख्येत वाढ होत गेली. सुलतानशाहीच्या केंद्रीय प्रशासनात अंतर्भूत असलेले प्रमुख मंत्री पुढीलप्रमाणे होते :

i) वजीर :

मंत्रिमंडळाचा सर्वोच्च प्रमुख म्हणून वजीराचे स्थान होते. वजीर म्हणजे राज्याचा पंतप्रधान असेच समजले जाई. तसेच राज्याच्या अर्थ खात्यावर वजीराचेच नियंत्रण असे. वजीराच्या कार्यालयाला दिवाणे-वजारत असे समजले जाई. वजीराची मंत्रिमंडळाचा प्रमुख या नात्याने असलेली मुख्य कार्ये पुढीलप्रमाणे होती :

अ) राज्याच्या उत्पन्नाच्या आणि खर्चाच्या बाबींवर नियंत्रण ठेवणे.

ब) शासकीय नोकरांची भरती करणे.

क) सैन्यदलावर नियंत्रण ठेवणे.

ii) दिवाण-ए-अरिज :

दिवाण-ए-अरिज हा सैन्यदलाचा प्रमुख होता. त्याला अस्ते-मुमालिक असेही म्हणत. दिवाण-ए-अरिज या मंत्र्याची प्रमुख कार्ये पुढीलप्रमाणे होती :

अ) सैन्यदल भरती करणे.

ब) सैन्यात सुव्यवस्था आणि शिस्त राखणे.

क) सैनिक, घोडदळ यांचा दर्जा चांगला राखणे.

ड) सैन्यासाठी आवश्यक असलेल्या साधनसामग्रीचा पुरवठा करणे.

इ) सुलतानाच्या आदेशानुसार सैन्याचे नेतृत्व करणे.

iii) दिवाण-ए-इन्शा :

सुलतानशाहीत दिवाण-ए-इन्शा हा राज्याचा पत्रविभाग/पत्रखाते होते. या खात्याच्या प्रमुखाला डबीर असे समजले जात असे. दिवाण-ए-इन्शा याला पुढील कार्ये करावी लागत होती :

अ) राजदरबारातील पत्रव्यवहार सांभाळणे.

ब) परदेशी राज्यकर्त्यांना व अधिकाऱ्यांना पाठविण्याच्या पत्राचा मसुदा तयार करणे.

क) महत्त्वपूर्ण पत्रांची नक्कल प्रत तयार करून ठेवणे.

iv) दिवाण-ए-रसालत :

सुलतानशाहीत दिवाण-ए-रसालत हे ही महत्त्वाचे खाते होते. या विभागाच्या प्रमुखाची कार्ये कोणती होती. याविषयी इतिहासकारांत मतभेद आहेत. मात्र मध्ययुगीन भारताच्या इतिहासाची जी साधने उपलब्ध आहेत. त्यात दिवाण-ए-रसालत या खात्याच्या प्रमुखाला करावी लागणारी कार्ये स्पष्ट केलेली असून ती पुढीलप्रमाणे :

अ) इतर राष्ट्रांशी मैत्रीपूर्ण संबंध प्रस्थापित करणे.

ब) दुसऱ्या राष्ट्रांत राजदूत पाठविणे.

क) दुसऱ्या राष्ट्रांतून आलेल्या राजदूताचे आदरातिथ्य करणे.

v) सुद्रस–सुदूर :

सुलतानशाहीच्या कालखंडात सुद्रस-सुदूर हा मंत्री धर्मविभागाचा प्रमुख होता. सुद्रस-सुदूर या मंत्र्याला पुढील कार्ये करावी लागत होती :

अ) आपल्या राज्यातील प्रजा कुराणातील नियमांनुसार आचरण करते की नाही हे पाहणे.

ब) धार्मिक संस्था, शाळा, गोरगरीबांना आर्थिक मदत करणे.

क) धर्मसंस्थेवर नियंत्रण ठेवणे इत्यादी.

vi) दिवाण–ए–काझा :

सुलतानशाहीतील केंद्रीय प्रशासनातील मंत्रिमंडळात असलेला एक महत्त्वाचा मंत्री म्हणजे दिवाण-ए-काझा होय. राज्याचा मुख्य काझी या विभागाचा प्रमुख होता. विभागाचा प्रमुख या नात्याने काझी या अधिकाऱ्याला पुढीलप्रमाणे कार्ये करावी लागत असत :

अ) राज्य व्यवस्थेच्या न्याययंत्रणेवर नियंत्रण ठेवणे.

ब) न्यायदान करणे.

क) वादी-प्रतिवादी यांच्या उपस्थितीत कज्जे चालविणे.

ड) इतर न्यायालयांच्या कार्यावर नियंत्रण ठेवणे.

vii) वरीद–ए–मुमालिक :

सुलतान शाहीत वरीद-ए-मुमालिक हेही खाते अतिशय महत्त्वाचे होते. या खात्याच्या प्रमुखाला गुप्तहेर प्रमुख असे संबोधले जात असे. गुप्तहेर प्रमुख नात्याने या खात्याच्या प्रमुखाला पुढील कार्ये करावी लागत :

अ) राज्यातील सर्व राजकीय, सामाजिक घडामोडी राजाला पुरविणे.

ब) अन्य राज्यातील घडामोडींची इत्यंभूत माहिती राजाला देणे.

क) सुलतानाला राज्याच्या हितसंबंधाचे रक्षण व्हावे यासाठी आवश्यक अशी सर्व माहिती देणे.

थोडक्यात, सुलतान शाहीतील केंद्रीय प्रशासनात सुलतान व त्यांचे मंत्रिमंडळ यांचाच समावेश करण्यात आला होता. सुलतानाच्या हातीच सत्तेची सर्व सूत्रे होती, मात्र राज्यकारभार सुरळीत व्हावा, त्यात कोणतेही अडथळे येऊ नयेत या दृष्टिकोनातून मंत्रिमंडळाची वैशिष्ट्यपूर्ण अशी रचना करण्यात आली होती. उपरोक्त नमूद केलेल्या मंत्र्यांव्यतिरिक्त दिवाण-ए-अमिर कोटी, दिवाण-ए-मस्तखराज, मजलिस-ए-खलबत, अमिर-ए-आखूर, मीर-ए-इमारत, वकिल-ए-दार, हाजिब, शेख-अल्-इस्लाम असे विविध शासकीय अधिकारी सुलतानशाहीतील केंद्रीय प्रशासन व्यवस्थेतील महत्त्वाचे घटक होते.

ब) प्रांतीय प्रशासन :

दिल्ली सुलतानशाही (१३वे ते १६वे शतक) दरम्यान, प्रांतीय प्रशासन हा शासन रचनेचा एक अविभाज्य भाग होता, जो वेगवेगळ्या शासकांच्या अंतर्गत कालांतराने विकसित झाला. दिल्ली सुलतानशाही हे केंद्रीकृत अधिकाराने वैशिष्ट्यीकृत होते आणि त्याचे प्रांत इक्तास किंवा शिक म्हणून ओळखले जात होते, इक्तादार किंवा मुक्तीस म्हणून ओळखल्या जाणाऱ्या अधिकाऱ्यांकडून ते शासित होते.

१) इक्ता प्रणाली :

इक्ता प्रणाली दिल्ली सुलतानशाहीमध्ये प्रचलित होती, जिथे प्रांत किंवा प्रदेश लष्करी अधिकारी किंवा इक्तादार किंवा मुक्ती म्हणून ओळखल्या जाणाऱ्या श्रेष्ठांना महसूल अभिहस्तांकन म्हणून दिले जात होते. त्यांच्या सेवांच्या बदल्यात, या अधिकाऱ्यांना नियुक्त प्रदेशातून महसूल गोळा करण्याचा अधिकार होता.

२) इक्तादारच्या जबाबदाऱ्या :

इक्तादार त्यांच्या नियुक्त प्रदेशांच्या कार्यक्षम प्रशासनासाठी जबाबदार होते. यामध्ये महसूल गोळा करणे, कायदा व सुव्यवस्था राखणे आणि आवश्यकतेनुसार लष्करी दलांची जमवाजमव यांचा समावेश होता. इक्तदारांना त्यांचे प्रांत व्यवस्थापित करण्यात बऱ्यापैकी स्वायत्तता होती.

३) महसूल संकलन :

महसूल वसुली हा प्रांतीय प्रशासनाचा एक महत्त्वाचा पैलू होता. इक्तदारांनी साम्राज्याच्या एकूण महसुलात योगदान देऊन कृषी उत्पादन आणि इतर स्त्रोतांकडून कर गोळा करणे अपेक्षित होते. तथापि, त्यांना जमा झालेल्या महसुलाचा काही भाग केंद्रीय तिजोरीत जमा करणे आवश्यक होते.

४) दिवाणाची भूमिका :

दिवाण किंवा आर्थिक अधिकारी हे प्रांतीय प्रशासनात महत्त्वपूर्ण भूमिका बजावत. ते महसूल संकलनावर देखरेख ठेवण्यासाठी, आर्थिक नोंदी राखण्यासाठी आणि केंद्र सरकारपर्यंत योग्य वाटा पोहोचण्याची खात्री करण्यासाठी जबाबदार होते.

५) लष्करी जबाबदाऱ्या :

इक्तादारांनी त्यांच्या प्रांतांच्या संरक्षणासाठी सैन्याची तुकडी राखणे आणि लष्करी मोहिमेच्या वेळी केंद्र सरकारला पाठिंबा देणे अपेक्षित होते. प्रशासक आणि लष्करी सेनापती या दुहेरी भूमिकेने साम्राज्याच्या स्थिरतेत त्यांनी योगदान दिले.

६) स्थानिक स्तरावरील प्रशासन :

प्रांतांतर्गत स्थानिक प्रशासन शिकदार किंवा मुक्तीचे प्रतिनिधी म्हणून ओळखल्या जाणाऱ्या अधिकाऱ्यांमार्फत चालवले जात असे. दैनंदिन कारभार, कायदा व सुव्यवस्था राखणे आणि तळागाळातील प्रशासकीय यंत्रणेचे सुरळीत कामकाज सुनिश्चित करणे यासाठी ते जबाबदार होते.

७) अलाउद्दीन खिलजी अंतर्गत बदल :

अलाउद्दीन खिलजीच्या कारकिर्दीत प्रांतीय प्रशासनात महत्त्वपूर्ण बदल करण्यात आले. त्याने दाघ आणि चेहरा प्रणाली सुरू केल्या, ज्याचा उद्देश महसूल अभिहस्तांकनाचे नियमन करणे आणि इक्तदारांची कार्यक्षमता आणि जबाबदारी सुनिश्चित करणे हा होता.

८) प्रांतीय राज्यपालांची भूमिका :

काही घटनांमध्ये विशेषत: दिल्ली सुलतानशाहीच्या नंतरच्या काळात, केंद्रीय प्राधिकरणाद्वारे नियुक्त केलेले प्रांतीय गव्हर्नर काही प्रदेशांवर थेट शासन करत होते. हे राज्यपाल त्यांच्या नियुक्त प्रदेशांमध्ये नागरी आणि लष्करी प्रशासनासाठी जबाबदार होते.

९) विकेंद्रित सत्ता :

सुलतानांनी केंद्रीकृत अधिकार राखले असताना प्रांतीय प्रशासनाने काही प्रमाणात विकेंद्रीकरण करण्याची परवानगी दिली. केंद्रीय नियंत्रण आणि प्रादेशिक लवचिकता यांच्यात समतोल राखून इक्तादारांना त्यांचे प्रदेश व्यवस्थापित करण्यात लक्षणीय स्वायत्तता होती.

१०) स्थिरतेवर परिणाम :

प्रांतीय प्रशासन प्रणालीने विश्वासार्ह लष्करी अधिकार्यांना जबाबदाऱ्या सोपवून, विशाल आणि वैविध्यपूर्ण साम्राज्यात प्रभावी शासन सुनिश्चित करून दिल्ली सुलतानशाहीच्या स्थिरतेत योगदान दिले.

३.१.२ मुघलकालीन प्रशासन व्यवस्था :

मध्ययुगीन इतिहासातील महत्त्वाच्या कालखंडापैकी एक म्हणजे मुघल कालखंड, सुमारे ५०० वर्षे या सत्तेने भारतावर राज्य केले. विशाल साम्राज्य कार्यक्षम प्रशासनयंत्रणा आणि आर्थिक संपन्नता ही या काळाची वैशिष्ट्ये आहे. मुघलांची प्रशासनव्यवस्था लक्षात घेत असताना प्रामुख्याने इ.स. १५२६ ते १७०७ या कालखंडाचाच विचार केला जातो. मुघलकालीन प्रशासनव्यवस्थेची माहिती मिळविण्यासाठी राजदरबारात असलेल्या इतिहासकारांनी लिहिलेले ग्रंथ, परकीय प्रवाशांचे प्रवासवृत्तांत्त, दरबाराची बातमीपत्रे, बादशहाची फर्माने, बादशहा व मांडलीक राजांमधील बादशहा व सुभेदारामधील पत्रव्यवहार, पुरातत्त्वीय अवशेष, नाणी, आलेख यांचा साधने म्हणून उपयोग होता. मुघल प्रशासनात भारतीय आणि पर्शियन प्रशासन प्रणालीचे मिश्रण आढळते. या प्रशासनावर अफगाणांचा विशेष प्रभाव दिसत असला तरी खुद्द मुघल बादशहांनीही वेळोवेळी प्रशासनात सुधारणा केल्या.

अ) केंद्रीय मध्यवर्ती प्रशासन :

मुघलकालीन केंद्रीय मध्यवर्ती प्रशासन व्यवस्थेची माहिती पुढीलप्रमाणे :

१) सम्राट :

मुघल सम्राटांच्या हाती राज्याची सर्व सत्ता एकवटलेली होती. त्यांच्या सत्तेवर कोणाचाही अंकुश नव्हता. राजाकडे लष्करी, मुलकी व न्यायविषयक अधिकारी एकवटले होते. सम्राटाने कुराणाचे उल्लंघन केल्यास त्यास पदच्युत करण्याचा अधिकार उलेमांना होता; परंतु मुघल सम्राट आपली शक्तीशाली सत्ता स्थापन करण्यात यशस्वी झाले होते. अकबरने तर उलेमांकडे असणारे सर्वोच्च धार्मिक अधिकार आपणाकडे एकवटले. स्वतःला मुस्लिमांचा आध्यात्मिक गुरू म्हणून घोषणा केली. ही परिस्थिती मुघल कालखंडात थोडा फार बदल होऊन टिकून होती.

सम्राज्यातील उच्चपदस्थ अधिकारी, मंत्री यांच्या नेमणुका स्वतः सम्राट करत असे. सम्राटाशिवाय हा अधिकार इतर कोणासही नव्हता. सिंहाची शिकार करणे, हत्तींच्या झुंजीचा हुकूम देणे, दर शुक्रवारी पालखीमधून जामा मशिदीत जाऊन प्रार्थना करणे, सुवर्णतुला करणे इत्यादी अधिकार केवळ सम्राटाकडे एकवटले होते. मुघलसम्राट दर्शनीय मंझिल किंवा हुजूर महलमधून सकाळी आपल्या प्रजेला दर्शन देत असत. दरबारी कामकाज, मंत्री व अधिकाऱ्यांबरोबरच्या चर्चा, सामान्यजनाचे प्रश्न, न्यायनिवाडे यांमध्ये सम्राट दिवसभर व्यस्त असे.

२) मंत्री व मंत्रालये :

सम्राट राज्यकारभाराच्या सोईसाठी अनेक मंत्र्यांची नियुक्ती करत असत. नित्याच्या कामाबाबात मंत्र्यांना स्वातंत्र्य दिले होते. मंत्री राजाला सल्ला देत असत; परंतु हा सल्ला राजावर बंधनकारक नसे. मंत्री आपले पद टिकविण्यासाठी राजाची मर्जी सांभाळण्यात मशगूल असत. मंत्र्यांची संख्या ४ ते ८ पर्यंत असे.

i) प्रधानमंत्री किंवा वजीर :

प्रशासनाचा प्रमुख म्हणून वजिरा कामगिरी पाहावी लागे. सम्राटाला सल्ला देण्याचे काम तो करत असे. तसेच सम्राट व मंत्री यांच्यामधील दुवा म्हणून वजिराला काम करावे लागे. त्याच्याकडे अर्थविभागही असल्यामुळे त्यास दिवाण असेही म्हणतात. बैरामखानने अकबराचा दिवाण (वजीर) म्हणून कामगिरी पार पाडली. बैरामखानास (वकील) असेही म्हटले जाई. वजिरास सम्राटाच्या अनुपस्थितीत राज्यकारभार पाहावा लागे.

ii) दिवाण (अर्थमंत्री) :

दिवाण हा वजिरानंतरचा महत्त्वपूर्ण मंत्री होय. अकबराच्या काळात राजा तोरडमल हा कार्यक्षम अर्थमंत्री झाला. अर्थमंत्र्याला राज्याच्या जमा-खर्चाचा कारभार पार पाडावा लागे. राज्याच्या महसुलाबाबत अनेक कायदे त्यास तयार करावे लागत.

iii) मीर बक्षी (युद्ध मंत्री) :

लष्करसंबंधीचे सर्व कामकाज मीर बक्षी यास पार पाडावे लागे. साम्राज्यवाढीवर दिलेला भर, राज्यांतर्गत बंडखोरी यामुळे या खात्यास सतत दक्ष रहावे लागे. मीर बक्षीला सैन्य मंत्री म्हणून अनेक कामे पार पाडावी लागत. ती याप्रमाणे

अ) राज्यातील सर्व मुलगी व लष्करी अधिकाऱ्यांची मनसबदारांची, दर्जा, पगार व नाव यांबाबतची नोंद ठेवणे. **ब)** सैन्याच्या पगार वाटपाचे काम पार पाडणे. **क)** लष्करी मोहिमांचे नियोजन करणे. **ड)** राजाला लष्करासंबंधी माहिती देण्याचे कार्य त्यास पार पाडावे लागे. **इ)** राजवाड्याच्या संरक्षणाची जबाबदारी मीर बक्षीकडे असे. **फ)** राज्यात गुप्तहेरांच्या नेमणुका करणे, ठिकठिकाणी बातमीदार नेमणे **ग)** लष्करभरती, त्याचे प्रशिक्षण, युद्ध साहित्य याबाबतची कामगिरी पार पाडणे.

iv) सद्–इ–सदर (धर्मदाय मंत्री) :

धर्मदाय विभागाचा हा प्रमुख होय. विविध प्रकारांची धार्मिक कार्ये त्यास पार पाडावी लागत होती. त्याच्या कामाचे स्वरूप खालीलप्रमाणे होते.

१) राजाला धार्मिक बाबतीत सल्ला देण्याचे काम धर्मदाय मंत्र्यास करावे लागत. **२)** राजातर्फे दानधर्म करण्याचा अधिकार धर्मदाय मंत्र्यास होता. **३)** कुराणामधील आज्ञांचे राजा व प्रजाजन यांच्याकडून योग्य पालन होते की नाही हे पाहणे. **४)** इस्लाम धर्म व विद्या यांना चालना मिळेल या दृष्टीने पाहणे. **५)** प्रांतिक व स्थानिक धर्माधिकाऱ्यांच्या नेमणुका करणे. **६)** मशीद व धार्मिक तीर्थक्षेत्रांची व्यवस्था पहाणे. **७)** इस्लामच्या धार्मिक संस्थांना मदत करणे. **८)** कलावंत व विद्वानांना आर्थिक मदत करणे.

v) काजी–उल–कजात (न्यायमंत्री) :

राज्याचा सर्वोच्च न्यायाधीश हा सम्राटच असे. सम्राटानंतरचा न्यायाखात्याचा प्रमुख म्हणून न्यायमंत्र्यास काम पहावे लागे. मुघल काळामध्ये न्यायमंत्र्याच्या हाती अनेक अधिकार एकवटलेले होते. प्रांत, जिल्हा व नगर काजींच्या नियुक्तीचे अधिकार यांचेकडे होते. तसेच इस्लाम कायद्यानुसार धार्मिक खटल्याची सुनावणी न्यायमंत्र्यास करावी लागे.

vi) दरोगा–ए–डा चौकी (पत्रव्यवहार व गुप्तहेर विभाग प्रमुख) :

या खात्याच्या प्रमुखास गुप्तहेरांच्या नेमणुका करून राज्यकारभाराची व शत्रूंच्या गोटातील माहितीत्यांच्याकडून मिळवून ती राजास सादर करावी लागे. त्याबरोबर अनेक समाचार लेखकांच्या नियुक्तीचे अधिकार गुप्तहेर विभाग प्रमुखास होते. मध्ययुगीन कालखंडामध्ये विभागास अतिशय महत्वपूर्ण स्थान प्राप्त झाले होते.

vii) मीर आतीव (तोफखाना विभाग प्रमुख) :

हा तोफखान्याचा मुख्य अधिकारी होय. संपूर्ण तोफखान्याची व्यवस्था या अधिकाऱ्यास पार पाडावी लागे. तोफा, बंदुका, दारूगोळा यांची निर्मिती करणे, त्यांची व्यवस्था लावणे, महत्त्वपूर्ण किल्ल्यावर व्यवस्था ठेवणे व तोफांबाबतची ताजी माहिती या अधिकाऱ्यास पार पाडावी लागत असे.

viii) खान–ए–सामा (सम्राटाचा खाजगी चिटणीस) :

सम्राटाचा खासगी चिटणीस म्हणून कामगिरी पार पाडावी लागे. राजगृहाची व्यवस्था पाहणे, सम्राट व त्यांचे राजकुटुंब, जनानखाना यांना लागणारी वस्त्रभूषणे यांची व्यवस्था करणे, सम्राटाच्या भोजनाची व्यवस्था ठेवणे इत्यादी कामे या चिटणिसास करावी लागत.

ब) मुघलकालीन प्रांतिक प्रशासन :

भारतामध्ये भर-भक्कम साम्राज्याची उभारणी केल्यानंतर येथील प्रशासनात सुसूत्रता आणण्याचे काम मुघल सत्ताधिशांनी केले. प्रशासन व्यवस्थेची भक्कम चौकट निर्माण करताना मुघल सत्ताधीशांनी प्रशासनाचे अनेक प्रांतात विभाजन केले. प्रांताला 'सुभा' असे म्हणत. सुभ्यांची संख्या प्रत्येक बादशहाच्या कारकिर्दीत वेगवेगळी होती. अकबराच्या कारकिर्दीत १५ प्रांत, जहांगीरच्या काळात १७, शहाजहानच्या काळात २२, तर औरंगजेबाच्या काळात २१ प्रांत होते. अकबराने प्रांताची विभागणी महाल आणि सरकारमध्ये केली होती.

भारतामध्ये भर भक्कम साम्राज्याची उभारणी केल्यानंतर येथील प्रशासनात सुसूत्रता आणण्याचे काम मुघल सत्ताधिशांनी केले. प्रशासन व्यवस्थेची भक्कम चौकट निर्माण करताना मुघल सत्ताधीशांनी प्रशासनाचे विभाजन केले होते. अकबराने निर्माण केलेली प्रशासन व्यवस्था ही ५ विभागत केले होते. त्यापैकी प्रांतिक प्रशासनाचा आढावा पुढील प्रमाणे घेता येईल :

१) प्रांतिक प्रशासन :

मुघलकालीन प्रांतिक प्रशासनाची रचना पुढीलप्रमाणे :

राज्यकारभाराच्या सोईसाठी साम्राज्याचे जे विभाग केले होते त्यास प्रांत किंवा सुभा असे म्हणतात. प्रत्येक प्रांतात सिपहसालार(राज्यपाल), दिवाण, काझी, बक्षी, कोतवाल इत्यादी अधिकारी असत. ते आपापल्या विभागाचा कारभार पार पाडत असत. प्रांतिक प्रशासनाबाबत सर जदुनाथ सरकार म्हणतात, 'मुघल साम्राज्यात निर्माण करण्यात आलेली प्रांतीय व्यवस्था म्हणजे मध्यवर्ती कारभाराचीच छोटी प्रतिकृती होती.' औरंगजेबाच्या कालखंडामध्ये दक्षिणेकडील अनेक प्रांत मुघल साम्राज्यात समाविष्ट झाले. त्याच्या सुभ्यांची संख्या २१ होती. ती याप्रमाणे दिल्ली, आग्रा, लाहोर, मुलतान, अलाहबाद, अवध, काबूल, माळवा, अजमेर, बिहार, बंगाल, गुजरात, खानदेश, वऱ्हाड, ठठ्ठा, ओरिसा, औरंगाबाद, विजापूर, बीदर, हैद्राबाद व काश्मीर.

i) प्रांतप्रमुख किंवा सुभेदार (सिपाहसालार) :

प्रांताचा मुख्य अधिकारी म्हणजे राज्यपाल होय. अकबर कालखंडामध्ये प्रांतप्रमुखास 'सिपाहसालार' असे म्हटले जाई. प्रांताचा सर्व कारभार त्याच्या ताब्यात असल्यामुळे सम्राट या पदावरती अत्यंत विश्वासू व्यक्तीची नियुक्ती करत असे.

अ) प्रांतामध्ये शांतता व सुवस्था ठेवणे हे प्रांतप्रमुखाचे मुख्य कार्य होय.

ब) प्रांतातील प्रजेच्या कल्याणाचे निर्णय घेणे.(रस्ते, कालवे, दवाखाना, धर्मशाळा इत्यादी)

क) न्यायविषयक अधिकारही सुभेदारास होते, एखाद्यास फाशीची शिक्षा द्यावयाची झाल्यास त्यासाठी राजाची मान्यता घेणे आवश्यक होते.

ड) प्रांतातून शेतसारा वसूल करणे, इतर करांची वसूली करणे.

इ) प्रांतातील मांडलिक राजाकडून खंडणी वसूल करणे.

ई) प्रांताचे उत्पन्न व खर्च यामध्ये मेळ घालणे.

ii) प्रांतीय दिवाण :

प्रांतीय प्रशासनातील सुभेदारानंतरचा महत्त्वपूर्ण अधिकारी म्हणजे दिवाण होय. प्रांतीय सुभेदार व प्रांतीय दिवाण यांचे परस्परांवर नियंत्रण असे. ते एकमेकांचा गुप्त अहवाल सम्राटाकडे पाठवत असत. प्रांतीक दिवाणांची कामे खालीलप्रमाणे :

१) प्रांतामधून शेतसारा व अन्य करांची वसुली करणे.
२) प्रांतातून महसूल वसुलीसाठी अमीन, आमील अशा अधिकाऱ्यांची नियुक्ती करणे.
३) प्रांतीय खजिन्यावर नियंत्रण ठेवणे.
४) दिवाणी खटल्याचे कामकाज चालविणे.
५) शेतीच्या उन्नतीसाठी शेतकऱ्यांना (तगाई) कर्ज देणे.
६) दुष्काळ, महापूर अशा नैसर्गिक संकटांच्या प्रसंगी शेतकऱ्यांना मदत करणे.

iii) प्रांतीय सदर किंवा काझी (न्यायप्रमुख) :

प्रांतीय दिवाणानंतर काझीला महत्त्वपूर्ण स्थान होते.त्याची नियुक्ती मध्यवर्ती कायदेमंडळातील सद-इ-सदर (धर्मदाय मंत्री) कडून होत असे. त्यास धर्मांचे चांगले ज्ञान असावयास हवे. तसेच तो प्रामाणिक व चारित्र्यसंपन्न असावयास हवा. काझीस खालील कामे पार पाडावी लागत.

अ) जमीन दान देण्याबाबत व आर्थिक मदतीबाबत केंद्र सरकारला शिफारस देणे.
ब) प्रांतीय व जिल्हा पातळीवरील काझीच्या कारभारावर देखरेख ठेवणे.
क) प्रांतामधील विविध धर्मीयांमध्ये एकवाक्यता राखणे.
ड) धार्मिक वादविवादांबाबत योग्य तो न्याय देणे.

iv) प्रांतीय बक्षी (प्रांतीय सैन्यप्रमुख) :

केंद्र सरकारचा मीर बक्षी प्रांतीय बक्षीची निवड करत असे. प्रांतीय सैन्यप्रमुख म्हणून त्यास पुढील कामे पार पाडावी लागत.

अ) प्रांतीय सैन्याची भरती करणे.
ब) प्रांतातील सैन्यामध्ये शिस्त व कार्यक्षमता राखणे.
क) प्रांतातील बंडखोरीस आळा घालणे.

v) कोतवाल (प्रांत पोलीस प्रमुख):

मुघल कालखंडामध्ये प्रमुख शहरे, व्यापारी बंदरे यांचा कारभार पाहण्यासाठी केंद्र सरकारकडून कोतवालाची नियुक्ती केली जात असे. त्याची कामे पुढीलप्रमाणे.

अ) शहरात शांतता व सुव्यवस्था ठेवणे.
ब) शहराच्या संरक्षणासाठी लष्कराची तयारी ठेवणे.
क) शहरातील उद्योग व बाजारपेठांचे रक्षण करणे.
ड) शहरामधील अवैध धंद्यावर नियंत्रण ठेवणे.
इ) शहरामधील आरोग्य, शिक्षण आदी सामाजिक सुविधांकडे लक्ष ठेवणे.

अशा प्रकारे मुघल काळाचे प्रांतिक प्रशासन होते.

vi) अमील – (महसूल अधिकारी) :

प्रांताचा महसूल वसूल करण्याचा अधिकारी म्हणून अमीलची नियुक्ती केली जाई.

अ) प्रांतातील सर्व महसूल वसूल करणे
ब) महसूलाचा हिशेब ठेवणे
क) पडीक जमिनी लागवडीखाली आणणे
ड) शेतजमिनीची मोजणी करणे.

▷ ३.२ मनसबदारी व्यवस्था :

अकबरकालीन मनसबदारी पद्धत म्हणजे ढोबळमानाने मुलकी व लष्करी सेवेतील पद व कार्य यावर आधारित पद्धत होय. ही पद्धत अकबराच्या पूर्वीही अस्तित्वात होती; परंतु अकबराने तिला बैठक देऊन तिची प्रभावी अंमलबजावणी केली, त्यामुळे ती त्याच्या नावाशी जोडली जाते. अकबराची ही पद्धत त्याच्यानंतरही मोगल काळात अस्तित्वात असताना आपणास दिसते. एखाद्या व्यक्तीला मनसब देताना त्याचे स्थान आणि दर्जा दिला जात असे. मनसबदारी ही लष्करी अधिकाऱ्याबरोबरच प्रशासकीय अधिकाऱ्यालाही दिली जात होती.

३.२.१ अर्थ :

मनसब या शब्दाचा अर्थ पद, प्रतिष्ठा किंवा श्रेणी असा होतो. मुघलांच्या लष्करी व्यवस्थेचा बारकाईने अभ्यास करणारे इर्विन लिहितात की, मनसबदारी पद्धतीचा उद्देश वेतनाचे प्राधान्य आणि श्रेणीकरण हा होता. हे असे सूचित करते की जेव्हा मनसब धारकाला असे करण्यास सांगितले जाते तेव्हा तो लष्करी किंवा नागरी सेवा प्रदान करण्यास बांधील होता.

३.२.२ व्याख्या :

विविध इतिहासकार आणि लेखकांनी मनसबदारी पद्धतीच्या व्याख्या खालीलप्रमाणे केल्या आहेत :

१) **इरफान हबीब :**

''मनसबदारी व्यवस्था ही मुघल प्रशासनातील शाही अधिकार्यांसाठी श्रेणीबद्ध श्रेणीची व्यवस्था आहे.''

२) **सतीश चंद्र :**

''मनसबदारी व्यवस्था ही मुघल साम्राज्यातील लष्करी श्रेणींची एक प्रणाली आहे जिथे अधिकार्यांना शाही सेवा राखण्यासाठी अपेक्षित असलेल्या सैनिकांच्या संख्येवर आधारित श्रेणी (मनसब) नियुक्त केल्या गेल्या.''

३) **अबूल फजल :**

''मनसबदारी व्यवस्था ही संख्यात्मक क्रमवारी प्रणाली आहे जी मुघल प्रशासनातील अधिकारी आणि सेनापतींचे वेतन आणि लष्करी जबाबदाऱ्या निर्धारित करते.''

४) **जदुनाथ सरकार :**

''मनसबदारी व्यवस्था ही मुघल साम्राज्यातील अधिकारी आणि सरदारांची पदानुक्रमित संस्था आहे, त्यांच्या पदांवर किंवा मनसबांवर आधारित असून त्यांच्या भूमिका, कर्तव्ये आणि जबाबदाऱ्या नियंत्रित करते.''

५) **नुरुल हसन अन्सारी :**

''मनसबदारी व्यवस्था ही मुघल साम्राज्याची एक मूलभूत संस्था आहे, जी कुलीन आणि लष्करी अधिकार्यांना श्रेणीबद्ध श्रेणींमध्ये (मनसब) आयोजित करते, त्यांचे वेतन ठरवते आणि त्यांची कर्तव्ये आणि जबाबदाऱ्या निर्दिष्ट करते.''

३.२.३ मनसबदारीचे स्वरूप :

मनसबदारीचे स्वरूप अधिक व्यापक होते. साम्राज्यातील काझी व सद-उस-सदर ही दोन पदे वगळल्यास अन्य सर्व मुलकी व लष्करी मनसबदारी या नावानेच ओळखली जात असत. प्रशासनात त्याचा दर्जा व त्याची मनसब निश्चित होत असे. मनसबदारीशी संबंधित विविध घटक पुढीलप्रमाणे आहेत:

१) **मनसबदाराचा दर्जा :**

सैन्यातील सर्वात कनिष्ठ मनसबदार १० सैनिकांचा असे तर सर्वोच्च वरिष्ठ मनसबदार १०,००० सैन्यावरचा असे.

पुढील काळात सैन्यात वाढ होऊन त्याची श्रेणीत गणना होऊ लागली. विविध श्रेण्या पडल्या. प्रांत व सरकार प्रमुख हे ठरावीक दर्जाचे मनसबदार होते व तो मंत्रीपण होता तर राजा रामसिंग व सैन्याचे ७,००० मनसबदार होते. तरीपण त्यांना मंत्रीपद नव्हते त्यांचा दर्जा फक्त सैन्यावरच अवलंबून होता.

२) मनसबदाराचे सैन्य :

मनसब प्राप्त करणाऱ्या अधिकाऱ्यास मिळालेल्या मनसबदारीच्या प्रमाणात सैन्य बाळगण्याचा अधिकार सम्राटाकडून प्राप्त केलेला असे नाही; परंतु त्यास प्रत्यक्ष बाळगलेल्या सैन्याचा शस्त्रास्त्रे, घोडे, हत्ती वगैरे संबंधीची नोंद मात्र ठेवावी लागत असे. मनसबदाराच्या सैन्याची व्यवस्था ठरविण्यासाठी निश्चित नियम नव्हते. मनसबदार आपल्या अधिकाराखाली सैन्यव्यवस्था स्वत:च्या सोयीनुसार ठरवीत असे. डॉ. श्रीवास्तवच्या मते, सैन्याची संख्या सम्राट ठरवीत असे. उदा. नाशबंद खान हा पंचहजारी मनसबदार होता. मात्र प्रत्यक्षात त्याच्याकडे ५०० सैनिक होते.

३) मनसबदाराचा पगार :

मनसबदारांमध्ये नकदी मनसबदार व जहागीरदार असे दोन प्रकार होते. नकदी मनसबदारांना त्यांचे वेतन रोख मिळत असे, तर जहागिरदारांना रोख वेतनाऐवजी जहागीर मिळत असे. पण ही जहागीर कायमस्वरूपी नसे. प्रत्येक मनसबदाराला त्याच्या मनसब व श्रेणीनुसार वेतन दिले जाई. त्या वेतनातून त्याला त्याच्या मनसबचा व त्यातील घोडे व ओझेवाहू जनावरांचा खर्च भागवावा लागे.

i) मनसबदाराची सर्वात लहान श्रेणी दहाची असे. त्याला त्याच्या श्रेणीनुसार प्रथम १०० रू., द्वितीय – ८२.५ रू., तृतीय ७५ रू. वेतन मिळे.

ii) मनसबदाराच्या पदरी असलेल्या सैनिकांना राज्याच्या तिजोरीतून वेतन मिळे यातून खोटी सैनिकी संख्या दाखवून भ्रष्टाचार करू नये यासाठी काळजी घेण्यात येई.

iii) पायदळातील सैनिकाला २४० ते ५०० दाम (४० दाम म्हणजे चांदीचा एक रूपया) म्हणजे मासिक ६ ते १२.३० रू. पगार मिळे.

iv) 'दाखिली' म्हणजे ज्याला सरकारकडून घोडा व शस्त्र पुरविले जाई. त्याला सुरूवातीला १६० दाम म्हणजे महिना ४ रू. पगार मिळे.

v) बंदुकीला महिना २६० ते ३०० दाम तर बंदुका वाहून नेणाऱ्यांना सुरूवातीला मासिक १६० दाम पगार मिळे.

vi) ५०० मनसब असणाऱ्या मनसबदाराला त्याच्या श्रेणीनुसार अनु. २,५०० रु. २,३०० रु, २,१०० रु, मासिक पगार मिळे. तो कोणत्याही श्रेणीचा मनसबदार असला तरी त्याला त्याच्या मनसबच्या व्यवस्थापनासाठी ११७० रू. खर्च येई.

vii) पाचशेची मनसब असणाऱ्या प्रत्येक मनसबदाराला त्याची कोणतीही श्रेणी असली तरी विशिष्ट जातीचे ३० घोडे, १२ हत्ती, १०उंट, ३ खेचर व १५ चाकांच्या गाड्या पदरी बाळगाव्या लागत.

४) मनसबदारांची वर्गवारी :

i) सर्वात लहान मनसब ही दहाची असून सर्वात वरिष्ठ मनसब ही दहा हजारांची होती.

ii) पाचशे व त्यावरील मनसबदारांना त्यांच्या अधिकाराखाली काही निम्न श्रेणीचे मनसबदार ठेवता येई.

iii) दहा हजार मनसबदाराच्या हाताखाली जास्तीत जास्त श्रेणीचे म्हणजे एक हजारी मनसबदार असत.

iv) आठ हजारी मनसबदाराच्या हाताखाली जास्तीत जास्त म्हणजे 'हष्टसादिस' म्हणजे आठशेचे मनसबदार असत.

v) सातहजारी मनसबदाराच्या अधिकाराखाली जास्तीत जास्त हफ्तसादिस म्हणजे सातशे श्रेणीचा मनसबदार असे.

vi) केवळ राजपुत्रांनाच वरिष्ट श्रेणीतील मोजक्या मनसबदारांची सेवा घेता येत असे.

५) सैन्यसंख्या :

सम्राट अकबराच्या काळात साम्राज्यातील सर्व मनसबदारांकडे असलेले सैन्य व इतर सैन्य मिळून तीन लाखांपेक्षा जास्त होते. ही संख्या पुढे सुध्दा अशीच राहिली.

६) मुलकी व लष्करी सेवेत अभेद :

मनसबदारी पद्धतीत मुलकी व लष्करी मनसबदार असा भेद नव्हता. मनसबदाराला ही दोन्ही कर्तव्ये पार पाडावी लागत असत. फक्त काझी आणि शूद्र सोडले तर सर्व अधिकाऱ्यांना त्यांच्या मनसबदारीच्या दर्जानुसार सैन्य बाळगावे लागत. म्हणूनच राजा तोरडमल, बिरबल इत्यादी मंत्री युध्द मोहिमेवर जात.

७) मांडलिक राजेही मनसबदार :

मोगलांनी आपल्या वर्चस्वाखाली आणलेली जी मांडलिक राज्ये होती त्यांना स्वतंत्र राज्याचा दर्जा होता. मात्र मोगलांच्या धोरणामुळे त्यांना मनसबदारी स्वीकारावी लागत असे. त्यांनी पदरी बाळगलेले सैन्याच्या पाहणीचे अहवाल वेळोवेळी सादर करावे लागत असत.

८) मनसबदारीची नियुक्ती, पदोन्नती आणि मुक्ती :

मनसबदारांची विलासी वृत्ती हा त्यांना मिळणाऱ्या भरमसाठ वेतनाचा दुष्परिणाम होता. एखादा मनसबदार मृत्यू पावल्यास त्यांची स्थावर मालमत्ता सरकारात जमा होऊन तिचा सार्वजनिक कार्यासाठी उपयोग केला जात असे. त्यामुळे मालमत्ता जमविण्याचा छंद मनसबदार धरीत नसे. उलट तिचा जास्तीतजास्त उपयोग कसा घेता येईल हेच बघत असे आणि आपल्या मालमत्तेची विल्हेवाट लावत असे. त्यातूनच त्यांचे जीवन आळशी व विलासी बनले.

९) मनसबदारीतील श्रेणी :

इ.स. १६०३ ते १६०४ च्या सुमारास मनसबदारीच्या पद्धतीत जात आणि संवार या दोन श्रेणी निर्माण झाल्या ही पद्धत गुंतागुंतीची झाली. जात आणि सवार यावरून मनसबदाराचा नेमका दर्जा ठरविण्याच्या संदर्भात इतिहासकारात मतभेद आहेत. मनसबदाराचा दर्जा ठरविण्याचे दोन प्रकार होते. जात आणि सवार, तर त्याच्या तीन श्रेण्या असत.

i) जात :

एखादा मनसबदार २०० सैनिकांचा असेल व तो २०० सैन्य बाळगत असेल तर तो प्रथम श्रेणीत १०० सैनिक तर दुय्यम श्रेणीत १०० पेक्षाही कमी सैनिक बाळगत असल्यास तृतीय श्रेणी अशा मनसबदारी पद्धतीत तीन श्रेण्या होत्या.

ii) संवार :

३००० सैनिकांच्या मनसबदाराला ६००० घोडेस्वार ठेवावे लागत असत. युध्दात घोडेस्वार कमी आल्यास घोडेदळ कमी होऊ नये किंवा घोडे थकल्यास दुसरे घोडे वापरण्यासाठी त्यांचा उपयोग होत असे. त्याला ६००० सैन्यांचा संपूर्ण खर्च दिला जात असे; परंतु त्यांचा दर्जा मनसबदाराचा राहत असे.

३.२.४ मनसबदारीचे गुण :

मनसबदारीचे गुण पुढीलप्रमाणे सांगता येतील :

१) मध्ययुगीन सुधारित लष्करी व्यवस्था :

या व्यवस्थेमुळे मध्ययुगीन काळात लष्करी पद्धतीत निश्चितच सुधारणा झाली. ही पद्धत म्हणजे टोळी पद्धत व जहागिरी पद्धतीचा सुवर्ण संगम होय.

२) साम्राज्याच्या सर्व लष्करी शक्तीचा उपयोग :

या पद्धतीमुळे साम्राज्याच्या संपूर्ण लष्करी शक्तीचा उपयोग साम्राज्य वृध्दीसाठी करण्यात आला. उदा. प्रत्येक राजपूत या पद्धतीने साम्राज्याच्या दावणीला बांधला त्यामुळे त्यांचा उपयोग इतर राजपूत राजाविरूद्ध करण्यात आला.

३) सैन्याचे नियंत्रण सूत्र सम्राटाच्या हाती :

या पद्धतीमुळे सर्व सूत्र सम्राटाच्या हाती एकवटतात. सुलतानशाहीत सरंजामदाराचे वर्चस्व होते. महत्त्वाकांक्षी सरदार व सरंजामदार सम्राटाविरूद्ध बंड करीत पूर्वीचे सैन्य सरदार व सरंजामदाराला जबाबदार असे; परंतु या पद्धतीमुळे सर्व सैन्य सम्राटाला जबाबदार असे.

४) सम्राटाशी एकनिष्ठ :

मनसबदाराची उन्नती ही त्याच्या कर्तृत्वाचा भाग असे पण तो सम्राटाशी एकनिष्ठ राहणे अत्यंत महत्त्वाचे होते. म्हणून प्रत्येक मनसबदार हा स्वत:चे कर्तृत्व आणि सम्राटाप्रती निष्ठा दाखविण्यासाठी धडपडू लागला व त्यातून सम्राटाभोवती कर्तृत्ववान आणि निष्ठावान मनसबदाराचे संरक्षक कडे तयार झाले.

३.२.५ मनसबदारीचे दोष :

मनसबदारीत जसे काही गुण होते तसेच दोषही होते ते दोष पुढीलप्रमाणे आहेत:

१) सैन्य भरतीत भ्रष्टाचार :

मनसबदारीच्या नावाखाली मनसबदार भ्रष्टाचारी प्रवृत्तीचे बनलेले होते. वरील गुणात त्याविषयी विवेचन आलेले आहे. ते म्हणजे एखादा मनसबदार जर ५०० सैनिकांवरचा असेल तर तो स्वत:च्या जवळ ५० सैनिकच ठेवू लागला आणि शासनाकडून ५०० सैनिकांचे वेतन, रसद आदी गोष्टींचा उपभोग घेऊ लागला. त्यामुळे त्याच्या प्रवृत्तीत बदल होऊन तो विलासी व कर्तृव्यशून्य बनू लागला. हा फार मोठा दोष या मनसबदारी पद्धतीमुळे झाला.

२) सैन्याची निष्ठा मनसबदाराप्रती :

या पद्धतीमुळे जसा भ्रष्टाचार वाढत गेला तसा सैन्याचा विश्वास सम्राटाऐवजी मनसबदारावर राहू लागला. कारण सैन्यभरतीपासून ते शेवटपर्यंत सर्व व्यवहार मनसबदाराकडे असल्याने त्याची निष्ठा मनसबदारावरच जास्त होऊ लागली अशा काळात मनसबदाराचे महत्त्व वाढे आणि तो म्हणेल तसे कळसूत्री बाहुलीप्रमाणे हे सैन्य नाचत असे. यामधून साम्राज्यात बंड होत असे म्हणून मनसबदारी साम्राज्याला घातक होती.

३) नियंत्रणासाठी कठोर अंमलबजावणीचा अभाव :

अकबरानंतर काही मनसबदार आग्रहाचे विशेष कृपापात्र झालेले दिसतात.त्याबद्दल नियम सैल केले जात असत. मनसबदार त्यांना नेमून दिलेल्या संख्यांपेक्षा कितीतरी कमी सैन्य व जनावरे बाळगत; परंतु खर्च मात्र नेमून दिल्याप्रमाणे वसूल करत असत.

४) खर्चीक पद्धती :

या पद्धतीमुळे अनेक गोष्टींवर खर्च अमाप होत असे.त्यात तारतम्य ठरलेले नव्हते. मनसबदाराला मिळणारा तनखा अमापच होता. यामुळे सरकारच्या तिजोरीवर ताण पडत असे व एकीकडे या रकमेवर ऐष-आराम होत असे. पुढील काळात मोगलांच्या ऱ्हासाला मनसबदारीचे दोषच कारणीभूत ठरले यात काही शंका नाही.

५) एकवाक्यतेचा अभाव :

प्रत्येक मनसबदाराच्या हातातील सैन्य वेगवेगळ्या प्रकारचे असे. त्यांची गुणवत्ता, संख्या, शस्त्रास्त्रे यात फरक असल्याने हे सैन्य सुसंघटित नसे. त्यांच्यात एकजिनसीपणा नसल्याने ते पराभवाला कारणीभूत ठरत असत.

६) तोफखाना व आरमाराकडे दुर्लक्ष :

या काळात तोफखान्याला अतिशय महत्त्व प्राप्त झाले होते. या पद्धतीत तोफखान्याकडे अक्षम्य दुर्लक्ष करण्यात आले. मोगलांचे आतापर्यंतचे विजयाचे एकमेव कारण म्हणजे त्यांचा सुसज्ज असा तोफखाना होय; परंतु या पद्धतीत तोफखान्याला केवळ शोभेची बाहुली बनवले होते. असे विविध दोष या पद्धतीमुळे मोगल लष्करात निर्माण झाले.

७) शिस्तीकडे दुर्लक्ष :

सैन्यावर वेगवेगळ्या मनसबदारीचे वर्चस्व असल्यामुळे त्यांच्यात सारखेपणा नव्हता. शिस्तबद्धता, कार्यक्षमता आदी गोष्टींचा अभाव होता. त्यामुळेच सैन्याच्या कार्यक्षमतेवर परिणाम झाल्याचे दिसून येते. अमाप संपत्तीमुळे मनसबदार दुराचारी व दुर्व्यसनी बनत चालले होते. त्यांना आपल्या रंगेल जीवनामुळे सैन्याकडे लक्ष देण्यास वेळसुध्दा मिळत नसे. सम्राट हा फक्त मनसबदारावर लक्ष ठेवत असे त्यामुळे सैन्यात विविध दोष आपोआप निर्माण झाले. या सर्व गोष्टींचा विचार केल्यास ही पद्धत किती घातक स्वरुपाची होती ते समजते.

८) राष्ट्रीय वृत्तीचा अभाव :

या पद्धतीत सैन्य निरनिराळ्या मनसबदाराच्या हाताखाली विखुरलेले होते. त्यात २/३ सैनिक हे परदेशी असल्याने त्यांना एका सूत्रात बांधणारा कोणताही दुवा नव्हता. त्यामुळे राष्ट्रीय एकनिष्ठतेचा प्रश्नच उद्भवत नाही.

मनसबदारी ही पद्धत अकबराच्या पूर्वीसद्धा होती ती अगदी चंगेजखानच्या काळातसुद्धा होती. पुढे ती शेरशहाने सुरू केली आणि नंतर ती अकबराने स्वीकारली. अकबराने तिला व्यवस्थित बैठक दिली. त्यात काही प्रमाणात गुणही होते आणि काही प्रमाणात दोषही होते. या पद्धतीमुळेच अकबराचे साम्राज्य विशाल असे पसरले होते. वर सांगितल्याप्रमाणे दोष मान्य करूनही अकबराची मनसबदारी पद्धती ही मध्ययुगीन काळातील सदोष पद्धती होती व त्यामुळेच अकबराला विशाल मोगल साम्राज्याची उभारणी करता आली हे सत्य नाकारता येत नाही.

▷ ३.३ कृषी व्यवस्था :

भारतात राज्यकर्त्यांच्या उत्पन्नाचे प्रमुख साधन ब्रिटिश अमदानीपर्यंत शेतसारा हेच होते. मध्यकाळ देखील त्याला अपवाद नव्हता. सुलतानांची राजवट १२२५ पासून १४५० पर्यंत गुजरात, माळवा, उत्तरप्रदेश, पंजाब, दिल्ली, बिहार आणि बंगाल इत्यादी प्रांतात स्थिर आणि मजबूत होती. प्राचीन काळापासून मध्यकाळापर्यंत भारतातील शेती आणि शेतकरी पावसाच्या पाण्यावरच अवलंबून होता. कधी अनावृष्टी तर कधी अतिवृष्टी यामुळे महापूर वा ओला दुष्काळ ही संकटे शेतकऱ्यांवर नेहमी येत असत. मध्ययुगीन कालखंडात धर्मांध राजवटी कार्यरत असल्यातरी आर्थिक व्यवस्थेचा कणा असलेल्या शेती व्यवसायाकडे दुर्लक्ष करण्याइतके अव्यवहारी मुळीच नव्हते. त्यामुळे विजयनगराचा, मुघलाचा वा मराठ्यांचा कोणाचाही कालखंड लक्षात घेताना कृषी व्यवस्थेविषयी केलेल्या तरतुदी दृष्टीस पडतात. त्यांनी केलेल्या उपाययोजना तत्कालीन कृषी व्यवस्थेला पुरकच ठरल्या. हे पुढील मुद्यांच्या आधारे पाहता येईल/अभ्यासता येईल.

३.३.१ मध्ययुगीन काळातील शेतीविषयक अर्थव्यवस्था :

मध्ययुगीन कालखंडातही प्राचीन कालखंडाप्रमाणे शेती हेच सर्वसामान्य जनतेच्या व राज्याच्या उत्पन्नाचे साधन होते. मध्ययुगीन भारतात ७५% पेक्षा अधिक लोकसंख्या शेती क्षेत्रावरच अवलंबून होती. साहजिकच मध्ययुगीन राज्यकर्त्यांनी शेतीविषयक धोरणाला अग्रक्रम दिलेला होता. मध्ययुगीन कालखंडाचा म्हणजे सम्राट अकबराच्या काळापासून शेतीक्षेत्राला नवीन दिशा प्राप्त झाली. शेती लागवड करण्यासाठी अवजारांचा वापर, शेती लागवडीची पद्धत, पडीक जमीन लागवडीखाली आणण्याचे धोरण, शेती क्षेत्रातून विविध उत्पादने घेण्याची प्रक्रिया अशा विविध

बाबींचा अकबराने शेतीविषयक धोरणात अवलंब केल्याने मध्ययुगात शेती क्षेत्राचे स्वरुपच बदलून गेले. मध्ययुगीन काळातील शेतीविषयक अर्थव्यवस्थेचे विश्लेषण पुढील मुद्यांच्या आधारे करता येईल :

१) शेती उत्पादन – विविध घटकांवर आधारित :

सुलतानशाहीच्या व मोगलशाहीच्या कालखंडात शेती उत्पादन हे विविध घटकांवर आधारित होते. हवाम ान, पावसाचे प्रमाण, जमिनीची उत्पादकता, मशागतीची पद्धत, जमीन सुधारणाविषयक शासनाचे धोरण, पाणीपुरवठ्याच्या सोई, उत्तम बी–बियाणांची उपलब्धता, दळणवळणाची साधने, परकीय आक्रमण किंवा अंतर्गत बंड यापासून मिळणारी शांतता या घटकांवरच शेती उत्पादनाचे प्रमाण अवलंबून होते. थोडक्यात, मध्ययुगीन काळात शेती उत्पादन हे विविध घटकांवर अवलंबून होते.

२) राज्यकर्त्यांचे धोरण :

मध्ययुगीन काळात शेती हाच अर्थव्यवस्थेचा कणा असल्याने राज्यकर्त्यांनी शेतीचा विकास करण्याच्या दृष्टिकोनातून विशेष अशी धोरणे आखली व अमलात आणली. विशेषतः सुलतानशाहीच्या कालखंडात शेरशहा सूरीच्या काळापासून शेती क्षेत्राचा अधिकाधिक विकास कसा होईल याचाच विचार झाला. जमीन सुधारणाविषयक शासनाच्या धोरणाला शेरशहाच्या४ काळापासूनच चालना मिळाली. मोगलशाहीत सम्राट अकबराने अलमगुजार पद्धतीचा अवलंब करून शेती क्षेत्राचा विकास करण्याचा प्रयत्न केला. सम्राट अकबराचे धोरण मोगलशाहीतील राज्यकर्त्यांनी पुढेही सुरुच ठेवले. मध्ययुगीन काळात लोकसंख्येत वाढ होत होती. लोकसंख्येच्या वाढीमुळे अन्नधान्याच्या मागणीतही वाढ होत होती. ही वाढती मागणी पूर्ण करण्याच्या उद्देशाने, दृष्टिकोनातून मोगलशाहीत शेती विकासाला चालना देण्याचे धोरण आखण्यात आले. १६ व्या शतकापासून राज्यकर्त्यांच्या शेतीविषयक पुरोगामी धोरणामुळे शेती उत्पादन वाढण्यास सुरुवात झाली. सम्राट अकबराने शेती उत्पादन वाढावे या दृष्टीने शेतकरी वर्गाला विशेष साहाय्य आणि सवलती देण्याचे धोरण आखले. उत्तम बियाणे, खते, जमीन कसण्यासाठी नवनवीन अवजारे शेतकरी वर्गाला उपलब्ध करून दिली. इब्त पद्धतीत अधिक शास्त्रीयता आणून जमिनीची प्रतवारी आणि त्यावरून महसूल निश्चित केला. थोडक्यात, मध्ययुगीन कालखंडात राज्यकर्त्यांनी शेती क्षेत्राचा सर्वांगीण विकास करण्याच्या उद्देशाने व्यूहरचना आखली.

३) शेतकऱ्यांचा दृष्टिकोन :

मध्ययुगीन काळात ७५% पेक्षा अधिक लोक खेड्यातच राहत असल्याने शेती हाच त्यांच्या उदरनिर्वाहाचा मार्ग होता. शेती क्षेत्रातून अधिकाधिक उत्पादन कसे मिळेल याचा विचार शेतकरी वर्गाकडून करण्यात आला. शेत लागवड करताना, शेतीची मशागत करण्यासाठी वेगवेगळ्या अवजारांचा, साधनांचा उपयोग करण्यास शेतकरी वर्गाने अग्रक्रम दिला. शेत जमिनीची योग्य मशागत व्हावी यासाठी शेत जमिनीचे स्वरुप लक्षात घेण्यात आले व शेत जमिनीच्या स्वरुपावरून लाकडी किंवा लोखंडी नांगराचा वापर होण्यास सुरुवात केली. नांगरणीच्या पद्धतीप्रमाणेच पेरणीच्या पद्धतीतही याच काळात परिवर्तन घडवून आणण्यात आले. मध्ययुगीन भारतीय शेती व शेतकरी वर्ग यांचा अभ्यास केल्यास असे निदर्शनास येते की, मध्ययुगीन काळातील शेतकऱ्यांना जमिनीच्या खोल नांगरणीबरोबरच, पेरणीच्या पद्धतीचे ज्ञान अवगत होते. खरीप आणि रब्बीच्या वर्षात दोन पिके शेतकरी वर्ग घेत असे. म्हणजेच मध्ययुगीन काळात शेतकरी वर्गाचा शेती क्षेत्राकडे पाहण्याचा दृष्टिकोन सकारात्मक होता.

४) आवश्यकतेनुसार पिके :

मध्ययुगीन काळात शेतकरी वर्गाने आवश्यकतेनुसार पिके घेण्यास सुरुवात केली. अर्थात, जीवनावश्यक पिके घेण्याला प्राधान्य दिले. गहू, तांदूळ, तृणधान्ये, द्विदलधान्ये, तेलबिया आदी पिकांचे उत्पादन अग्रक्रमाने घेण्यात

शेतकरी वर्गाने विशेष रस दाखविला. वाढत्या लोकसंख्येच्या गरजांची पूर्तता करणे, अन्नधान्याच्या बाबतीत स्वयंपूर्णता मिळविणे हा जीवनावश्यक पिके घेण्यामागचा उद्देश होता. मात्र परकीयांचे आगमन झाल्यानंतर ज्या पिकांपासून रोख, नकद पैसा मिळतो अशीही म्हणजे कापूस, अंबाडी, ताग, नीळ, ऊस अशी पिके घेण्यास शेतकऱ्यांनी सुरुवात केली. म्हणजेच काळाच्या गरजेनुसार आणि मागणीनुसार विविध पिके घेण्यास शेतकऱ्यांनी सुरुवात केली. राज्याची अर्थव्यवस्था शेती क्षेत्रावरच अवलंबून आहे, शेती हेच राज्याच्या उत्पन्नाचे मुख्य साधन आहे याची जाणीव शेतकरी वर्गाला झाली. १७ व्या शतकात शेतकरी वर्गाने तंबाखू आणि मका तसेच मसाल्याचे पदार्थ उत्पादित करण्यास सुरुवात केली. थोडक्यात, काळात होणाऱ्या बदलानुसार आणि परकीयांकडून येणाऱ्या शेती उत्पादनाची मागणी पूर्ण होणाऱ्या बदलानुसार आणि परकीयांकडून येणाऱ्या शेती उत्पादनाची मागणी पूर्ण करण्याच्या उद्देशाने शेतकरी वर्गाने पिके घेण्याच्या पद्धतीत संरचनात्मक बदल केले.

५) जलसिंचन :

मध्ययुगीन काळात शेती हाच राज्याच्या अर्थव्यवस्थेचा कणा आहे, शेतीक्षेत्र हेच राज्याच्या उत्पन्नाचे प्रमुख साधन आहे याची संपूर्ण जाणीव शेतकरी आणि राज्यकर्त्यांना झाली. शेती क्षेत्रापासून अधिकाधिक उत्पादन मिळावे या दृष्टिकोनातून राज्यकर्त्यांनी जलसिंचनाच्या विविध सोई उपलब्ध करून देण्यावर भर दिला. पाऊस, नद्या या नैसर्गिक पाणीपुरवठ्याच्या साधनांबरोबरच सुलतानशाही, मोगलशाही, शिवशाही, पेशवे काळातील राज्यकर्त्यांनी विहिरी, तलाव, कालवे अशा पाणीपुरवठ्याच्या सोई शेतकरी वर्गाला उपलब्ध करून दिल्या. विशेषत: मोगलशाही, शिवकाळ आणि पेशवेकाळात शेत जमिनीला मुबलक पाणीपुरवठा व्हावा या दृष्टीने व्यूहरचना आखण्यात आली. सम्राट बाबराने पंजाब प्रांतात रहाटाद्वारे पाणीपुरवठ्याची सोय उपलब्ध करून दिली. बिदर आणि विजयनगरच्या प्रदेशात मोठ्या प्रमाणावर तलाव बांधण्यात आले. शहाजहान, जहांगीर यांनीही शेती क्षेत्राचा विकास व्हावा या उद्देशानेच तलावाच्या निर्मितीला व त्याद्वारे शेतीला पाणीपुरवठा करण्याच्या कार्याला चालना दिली. बागलाणच्या प्रदेशातही कालव्यांच्या माध्यमातून शेत जमिनीला पाणीपुरवठा करण्यात आला. थोडक्यात, शेती हेच लोकांच्या उपजीविकेचे आणि राज्याच्या उत्पन्नाचे प्रमुख साधन आहे असे मानून राज्यकर्त्यांनी जलसिंचनाच्या सोई उपलब्ध करून दिल्या.

६) दुष्काळविषयक धोरण :

प्राचीन काळापासून आजपर्यंत भारतात शेती हाच अर्थव्यवस्थेचा कणा आहे. मध्ययुगीन काळातदेखील याला अपवाद ठरला नाही. मध्ययुगीन काळात विशेषत: सुलतानशाही व मोगलांच्या काळात सर्वसामान्य शेतकऱ्यांना त्रास होईल इतपत मोठ्या प्रमाणावर दुष्काळ पडले नाहीत. मात्र १६३०, १६७३, १६७६, १६८९ या काळात महाराष्ट्रात मोठ्या प्रमाणावर दुष्काळ पडले. शेतकरी वर्गाची परिस्थिती अतिशय दयनीय झाली. अशा वेळी शिवाजी महाराजांनी, संभाजी महाराजांनी सर्वसामान्य रयतेला दुष्काळी परिस्थितीतून दिलासा मिळावा या दृष्टीने काही धोरणात्मक निर्णय घेतले. दुष्काळी परिस्थितीत शेतकऱ्यांना साऱ्यातून सूट देणे, अन्नधान्याची आयात करणे, पिण्याच्या पाण्याचा पुरवठा करणे, शासकीय तिजोरीतून शेतकऱ्यांना मदत करणे अशी विविध धोरणे मध्ययुगीन काळात राज्यकर्त्यांनी राबवून सर्वसामान्य रयतेला दिलासा दिला.

उपरोक्त मुद्यांच्या आधारे असे नमूद करता येईल की, मध्ययुगीन काळात शेती हाच अर्थव्यवस्थेचा कणा होता. शेती क्षेत्रापासून राज्याला उत्पन्न मिळते हा दृष्टिकोन समाजातील व्यक्तींनी तसेच राज्यकर्त्यांनी तात्त्विक आणि व्यावहारिक दृष्टिकोनातून स्वीकारलेला होता. मध्ययुगीन काळात शेती हाच अर्थव्यवस्थेचा कणा आहे त्याचा सर्वांगीण विकास करण्याची आवश्यकता आहे असा व्यापक धोरणात्मक दृष्टिकोन राज्यकर्त्यांनी स्वीकारलेला होता.

३.३.२ मध्ययुगीन काळातील पिके :

शेती हा मध्ययुगीन भारताच्या अर्थव्यवस्थेचा कणा होता. धान्य आणि धान्याशिवाय इतर पिकांच्या उत्पादनातील विविधता हे मध्ययुगीन भारताच्या शेतीचे वैशिष्ट्य मानले जाते. मध्ययुगीन कालखंडात भारतीय शेतकऱ्यांनी परंपरागत पिकांच्या उत्पादनावर भर दिला. बाबरनामा या ग्रंथात अधिकाधिक पिके घेण्याच्या उद्देशाने 'दुआब' प्रदेशात शेतकरी वर्गाने स्थलांतर केले असा उल्लेख सापडतो. शेती हाच उत्पन्नाचा मुख्य स्त्रोत असल्याने मध्ययुगीन काळात भारतीय शेतकऱ्यांनी शेतीच्या मशागतीकडे, जलसिंचनाच्या सोईकडे, उत्तमोत्तम बी-बियाणे मिळविण्यासाठी, खते मिळविण्यासाठी विशेष लक्ष दिले. मध्ययुगीन भारतात शेतकरी वर्गाकडून जी जीवनावश्यक, नगदी आणि मसाल्याची पिके घेण्यास सुरुवात केली त्याची सविस्तर माहिती पुढील मुद्यांच्या आधारे स्पष्ट करता येईल :

अ) जीवनावश्यक पिके :

मध्ययुगीन भारतात हवामान, जमिनीची उत्पादकता, पावसाचे प्रमाण, पाणीपुरवठ्याच्या सोई यांचा विचार करूनच निरनिराळ्या जीवनावश्यक अन्नधान्यांचे उत्पादन शेतकरी घेत असत. मध्ययुगात गहू, तांदूळ, तृणधान्ये, डाळी, द्विदल, गळिताची धान्ये अशा विविध जीवनावश्यक पिकांचे उत्पादन घेण्यात येत असे. मध्ययुगीन काळात विविध प्रांतात जी जीवनावश्यक पिके घेतली जात ती पुढीलप्रमाणे:

१) गहू :

गहू हे जीवनावश्यक पीक सामान्यत: मर्यादित पाऊस आणि पाणीपुरवठ्याची सोय असलेल्या प्रांतात उत्पादित केला जाई. विशेषत: आग्रा, अलहाबाद, दिल्ली, लाहोर, अवध, सिंध, मुलतान, माळवा, अजमेर या भागात गव्हाचे उत्पादन मोठ्या प्रमाणावर घेण्यात येत होते. त्याचप्रमाणे मध्ययुगीन इतिहासाच्या काही साधनांमध्ये उत्तरप्रदेश या भागातून गव्हाचे उत्पादन मोठ्या प्रमाणावर घेतले जात असल्याचा उल्लेख सापडतो. बिहार प्रांतातही गव्हाचे उत्पादन घेतले जात असे. काश्मीर, तिबेट, दक्षिण भारतात देखील काही ठिकाणी गव्हाचे उत्पादन घेतले जात असे. गव्हांच्या विविध जातीदेखील लागवडीखाली आणण्यात येत असत. थोडक्यात, ज्या ठिकाणी मर्यादित प्रमाणात पाऊस आणि पुरेशा पाणीपुरवठ्याच्या सोई होत्या, पोषक असे हवामान होते त्या ठिकाणी जीवनावश्यक धान्य म्हणून गव्हाचे उत्पादन मोठ्या प्रमाणावर घेतले जात होते.

२) तांदूळ :

मध्ययुगीन भारतात आसाम, बंगाल, कोरोमंडल किनारा, पूर्व व पश्चिमी किनारी प्रदेशात तांदूळ हे जीवनावश्यक पीक मोठ्या प्रमाणावर घेतले जात होते. तसेच बिहार, अलाहाबाद, आग्रा, अजमेर, लाहोर, तमिळनाडू, अपरान्त म्हणजे आजचे कोकण, म्हैसूर, विजयवाडा, कर्नाटक प्रांतातील विविध भागात जीवनावश्यक धान्य म्हणून तांदळाचे पीक मोठ्या प्रमाणावर घेतले जात असे. विशेषत: सिंधू नदी व सिंधू नदीच्या उपनद्यांमधून मुबलक प्रमाणात पाणी मिळत असल्याने लाहोर आणि मुलतान या भागात तांदळाचे उत्पादन मोठ्या प्रमाणावर घेतले जात होते. बंगाल आणि बिहार प्रांतात अतिशय उच्च दर्जाचा तांदूळ पिकविला जात असे. अतिशय स्वच्छ आणि पांढरेपणा व परिपूर्णता या कारणांमुळे मध्ययुगीन भारतात बंगाल व बिहार प्रांतातील तांदळाला अतिशय मागणी होती. थोडक्यात, जीवनावश्यक धान्य म्हणून मध्ययुगीन भारतातील विविध प्रदेशात तांदळाचे उत्पादन मोठ्या प्रमाणात घेतले जाई. गुजरात प्रांतातील सुरत आणि भडोच या भागात तांदूळ मोठ्या प्रमाणावर पिकविण्यात येत असे.

३) तृणधान्ये व द्विदल धान्ये :

मध्ययुगीन भारतात जीवनावश्यक धान्य म्हणून तृणधान्ये आणि द्विदल धान्यांचे उत्पादन मोठ्या प्रमाणावर घेतले जात असे. या पिकांचे उत्पादन खरीप पिके म्हणून घेतले जात होते. विशेषत: जेथे पावसाचे प्रमाण कमी आहे,

जमिनीचा दर्जा सामान्य आहे, अशा भागात तृणधान्ये आणि द्विदल धान्ये यांचे उत्पादन शेतकरी घेत असत. गुजरात, माळवा, खानदेश, पश्चिम आणि दक्षिण भारतातील निरनिराळ्या प्रांतात मध्ययुगीन काळात तृणधान्ये आणि द्विदल धान्यांचे उत्पादन घेण्यात येत होते. मूग, मटकी, तूर यासारख्या द्विदल धान्यांचे किंवा डाळींचे उत्पादन बिहार, गंगा आणि यमुना नद्यांच्या आसपासचा दुआब प्रदेश, गुजरात, मुलतान, लाहोर, माळवा या प्रांतात घेण्यात येत होते. बार्लीचे उत्पादन बंगाल, ओरिसा, केरळ, तमिळनाडू या भागात घेतले जात होते. थोडक्यात, जीवनावश्यक धान्य म्हणून तृणधान्ये आणि द्विदल धान्यांचे उत्पादन घेतले जात होते.

४) तेलबिया :

जीवनावश्यक वस्तू म्हणून मध्ययुगीन भारतात तेलबियांचे उत्पादन घेण्यात येई. यात प्रामुख्याने जवस, मोहरी, तीळ, करडई या पिकांचा समावेश होई. ज्या ठिकाणी पावसाचे योग्य प्रमाण आहे, तसेच कसदार जमीन आहे अशा भागात जीवनावश्यक पीक म्हणून तेलबियांचे उत्पादन घेण्यात येत असे. ओरिसा, अवध, लाहोर, अजमेर व गुजरातच्या निरनिराळ्या प्रांतात मोठ्या प्रमाणात तेलबियांचे जीवनावश्यक धान्य म्हणून उत्पादन घेतले जात होते.

ब) नगदी पिके :

१) कापूस, आंबाडी, ताग :

मध्ययुगीन भारतात जीवनावश्यक अन्नधान्यांच्या उत्पादनाबरोबर कापूस, तीळ, ऊस, अफू, मसाल्याचे पदार्थ यांसारख्या नगदी पिकांचेही शेतीतून उत्पादन घेण्यात येत होते. अशा प्रकारच्या धान्याच्या उत्पादनाला बाजारात मोठ्या प्रमाणात मागणी सुरु झाल्याने मध्ययुगीन भारतात नगदी पिकांचे उत्पादन घेण्यास सुरुवात झाली मध्ययुगीन भारतात धागा निघणाऱ्या पिकांमध्ये मुख्यत्वे करून कापूस, आंबाडी, ताग या पिकांचा समावेश होती. भारतात उपलब्ध असलेल्या परिस्थितीमुळे उत्तम प्रतिचा कापूस जरी पिकविण्यात येत नसला तरी ज्या भागात मर्यादित प्रमाणात पाऊस, सुपीक जमीन असलेल्या विदर्भ, माळवा, पश्चिम भारतातील काही भाग, खानदेश, बेरर या भागात कापसाचे उत्पादन घेतले जाई. तसेच आग्रा, अलाहाबाद, लाहोर, मुलतान, अजमेर, ओरिसा या भागातही कापूस उत्पादित केला जात होता. मध्ययुगीन काळात कापसाचे उत्पादन मर्यादित घेतले जात असल्याने या उत्पादनाला चांगली किंमत मिळत होती. १७ व्या शतकात डच आणि इंग्रज व्यापाऱ्यांनी कापसाच्या मागणीत वाढ केल्याने या पिकाचे उत्पादन अधिक प्रमाणात घेण्यास भारतीय शेतकऱ्यांनी पुढाकार घेतला. कापसाप्रमाणेच मध्ययुगीन काळात अंबाडी व ताग यांचेही नगदी पीक म्हणून घेण्यात येत असे. १७ व्या शतकानंतर तागाच्या उत्पादनाला मोठी मागणी आल्याने भारतीय शेतकऱ्यांनी तागाच्या उत्पादनात वाढ घडवून आणली.

२) नीळ :

मध्ययुगीन भारतात जे दुसरे महत्त्वाचे नगदी पीक घेण्यात आले त्यात 'नीळ' या पिकाचा समावेश होतो. १७ व्या शतकाच्या पूर्वार्धापर्यंत निळीचे उत्पादन अतिशय मर्यादित स्वरुपात घेतले जात होते. मात्र त्यानंतरच्या कालखंडात निळीच्या मागणीत वाढ झाल्याने, विशेषत: परदेशातून नीळ पिकाच्या मागणीत वृद्धी झाल्याने भारतीय शेतकऱ्यांनी निळीचे उत्पादन घेण्यास प्रारंभ केला. गंगा नदीचे खोरे, सिंध, गुजरात, राजपुताना, बंगाल, महाराष्ट्र, कृष्णा नदीचे खोरे अशा विविध भागात निळीचे उत्पादन घेण्यास सुरुवात झाली. थोडक्यात, मध्ययुगीन भारतात नगदी पीक म्हणून नीळीचे उत्पादन घेतले जात होते.

३) ऊस :

मध्ययुगीन भारतात नगदी पीक म्हणून ऊसाचे उत्पादन घेण्यास सुरुवात झाली. पाण्याची मुबलक उपलब्धता आणि योग्य हवामान, जमिनीची सुपीकता या घटकांचा विचार करून मध्ययुगीन भारतात अलाहाबाद, आग्रा, अवध, दिल्ली, लाहोर, गुजरात, पंजाब, माळवा, अजमेर या भागात ऊसाचे उत्पादन घेण्यात येऊ लागले. गहू

तसेच कापसाच्या उत्पादनापेक्षा ऊसाचे उत्पादन फायदेशीर आहे असे भारतीय शेतकऱ्यांना जाणवू लागले व त्यांनी ऊसाच्या उत्पादनावर भर दिला. मध्ययुगीन भारतात अकबराच्या काळात ऊसाचे पांढरा ऊस व लाल ऊस असे दोन प्रकार उत्पादित करण्यात येत होते. १७ व्या शतकानंतर ऊसाचे उत्पादन महाराष्ट्र, राजपूताना, बिहार, बंगाल या प्रांतातही घेण्यास सुरुवात झाली. थोडक्यात, मध्ययुगीन भारतात उस या नगदी पीकाचे उत्पादन घेण्यास प्रारंभ झाला.

थोडक्यात, सर्वसामान्यांच्या जीवनावश्यक गरजांची पूर्तता करण्याच्या उद्देशाने जीवनावश्यक पीके घेतली जात तसेच अर्थव्यवस्थेला बळकट करण्यासाठी शेती क्षेत्राचा विकास करण्यासाठी कापूस, ताग, अंबाडी, ऊस, नीळ अशीही पीके घेतली जात होती.

क) मसाल्याची पिके :

१) काळी मिरी, आले, तमालपत्र :

मध्ययुगीन भारतात पोर्तुगीजांनी भारतात आगमन केल्यानंतर मसाल्यांच्या पदार्थाच्या व्यापाराला चालना मिळाली. युरोपियन राष्ट्रात अन्न शिजविण्यासाठी तसेच अन्न टिकविण्यासाठी मसाल्याच्या पदार्थांना मोठी मागणी होती. सुरुवातीच्या काळात भारतीय व्यापारी आग्नेय आशियातून मसाल्याचे पदार्थ आणून परकीय व्यापाऱ्यांना विकत असत. मात्र त्यानंतर भारतीय शेतकऱ्यांनी आले, धने, तमालपत्र, जायफळ, काळी मिरी, लवंगा अशा मसाल्याच्या पदार्थांचे उत्पादन घेण्यास सुरुवात केली. विशेषत: आल्याचे पीक भारताच्या निरनिराळ्या भागात घेण्यात येत असे. काळी मिरी या मसाल्याचे उत्पादन दक्षिण भारतात मोठ्या प्रमाणावर घेतले गेले. तसेच बंगाल, आसाम, चंपारण्य या भागातही काळी मिरीचे उत्पादन मोठ्या प्रमाणावर घेण्यात येई. मलबार, कालिकत, कोचीन हा भाग मध्ययुगीन भारतात काळी मिरीच्या उत्पादनासाठी प्रसिद्ध होता. त्याचप्रमाणे धने, तमालपत्र, जायफळ या मसाल्यांचे उत्पादन भारताच्या विविध भागात घेतले जात होते.

२) केशर व मिरची :

मध्ययुगीन भारतात जी मसाल्याची पिके घेण्यात येतात त्यात केशर आणि मिरची यांचाही अंतर्भाव होता. केशराचे उत्पादन फक्त काश्मीर या भागात घेण्यात येत होते. परकीय व्यापाऱ्यांकडून केशराला मोठ्या प्रमाणावर मागणी आल्याने १७ व्या शतकाच्या पूर्वार्धात काश्मीरमधील शेतकरी वर्गाने केशराच्या उत्पादनावर भर दिला. १७ व्या शतकात भारताच्या विविध भागात मिरचीचे उत्पादन घेतले जाई. विशेषत: राजस्थान, महाराष्ट्र, गुजरात, माळवा, बंगाल, सुरत, भडोच या प्रांतात मिरचीचे मोठ्या प्रमाणावर उत्पादन घेण्यात येत असे. मध्ययुगीन भारतात जी मसाल्याची पिके घेतली जात असत त्यांना नगदी पिके असेही समजत असत.

थोडक्यात, मध्ययुगीन काळात जीवनावश्यक, नगदी पिकांप्रमाणेच मसाल्याच्या पदार्थांच्या उत्पादनावर भर देण्यात आला.

उपरोक्त मुद्यांच्या आधारे असे नमूद करता येईल की, मध्ययुगीन भारतात शेती हाच अर्थव्यवस्थेचा कणा असल्याचे मानण्यात आलेले होते. राज्याला अधिकाधिक महसूल शेतीमधूनच मिळत होता. शेती क्षेत्राचा सर्वांगीण विकास करण्याच्या उद्देशाने राज्यकर्त्यांनी निरनिराळी धोरणे आखलेली होती. सर्वसामान्य जनतेच्या गरजांची पूर्तता करण्याच्या उद्देशाने मध्ययुगीन भारतात गहू, तांदूळ, तृणधान्ये व द्विदल धान्ये, तेलबिया यांचे उत्पादन घेतले जाई. तसेच कापूस, अंबाडी, ताग या पिकांचे नगदी पीक म्हणून उत्पादन घेण्यात येई.

३.३.३ सुलतानशाही काळातील महसूल व्यवस्था :

मध्ययुगीन भारताच्या इतिहासात सुलतानशाहीला अत्यंत महत्त्वाचे स्थान आहे. कारण सुलतानशाहीमध्ये अनेक महान, कर्तबगार, सुलतान होऊन गेले आहेत. महंमद तुघलक, अल्लाउद्दिन खिल्जी, शेरशाहसूर यांचा विशेष करुन उल्लेख

करावा लागेल. त्यांनी भारतातील प्रशासकीय महसूल, न्यायीक लष्करी पद्धतीमध्ये अनेक सुधारणा केल्या आणि त्याची अंमलबजावणी योग्य पद्धतीने केली. शेरशाह सुरी नंतर हुमायूनला पराजित करुन दिल्लीची गादी हस्तगत केली आणि अवघ्या पाच वर्षांच्या कारकिर्दीत महसूल पद्धतीत अनेक सुधारणा केल्या. प्रत्येक क्षेत्रात सुलतानशाहीमध्ये व्यापकता आली. नवीन शहरे उदयाला आली. उत्पन्नाची साधने निर्माण करण्यात आली. त्याचबरोबर महसूल गोळा करण्याची नवनवीन यंत्रणा या काळात उदयाला आल्या. सुलतानकालीन महसूलाच्या व्यवस्थेची चर्चा खालील मुद्यांच्या आधारे करता येते:

अ) श्रेणीबद्ध अधिकारी वर्ग :

सुलतानशाही काळात राज्याचे तीन भागात विभाजन केले जात असे. सरकार, परगणा, गाव याचा त्यात समावेश होतो. महसूल वसूल करण्यासाठी प्रत्येक विभागावर एका प्रमुख अधिकाऱ्याची नियुक्ती केली जात असे. हे अधिकारी केंद्रीय पातळीपासून ते गाव पातळीपर्यंत असत. त्यात पतवारी, मुकादम, कानूनगो, ममीन, मुन्सिफ-ए-मुन्सिफान व वजीर असे अधिकारी होते आणि सर्वांवर सुलतान हा सर्वोच्च अधिकारी होता. श्रेणीबद्ध अधिकारी वर्ग असल्याकारणाने नियोजितपणे महसूल गोळा केला जात असे. ही महसूल व्यवस्था सुलतानशाहीत प्रत्येक सुलतानाच्या काळात थोड्याफार प्रमाणात बदलत गेली आहे. त्यात अल्लाउद्दीन खिल्जी, फिरोजशाह तुघलक व शेरशाह सुरीने मोठ्या प्रमाणात बदल केला व नवनवीन अधिकारी वर्ग व महसूल गोळा करण्याची यंत्रणा निर्माण केली.

ब) जमिनीची मोजणी :

जमीन महसूल ही जमिनीच्या दर्जावरुन ठरवली जात असे. सुलतानशाहीच्या काळात सामान्यतः जमिनीचे तीन वर्ग पाडले जात असे. उत्तम, कनिष्ठ, मध्यम यांचा त्यात समावेश होतो. उत्तम शेतीवर अधिक कर, मध्यमवर सरासरी व कनिष्ठ शेतीच्या प्रकारावर खूप कमी कर होते. हे कर ठरविताना शेतजमिनीची मोजणी केली जात असे. राज्यातील जमिनीची मोजणी तागाच्या दोरीमार्फत केली जात होती. त्यामुळे त्या काळात जमिनीच्या उत्पन्नात मोठ्या प्रमाणात वाढ झाली होती.

क) पट्टा व कबुलियत :

सुलतानशाही काळात जमीन महसूल व्यवस्था ही प्रजाहितदक्ष होती. त्याचा प्रत्यय हा पट्टा व कबुलियत या शेतसारा पद्धतीतून होतो. या पद्धतीत शेतसारा एकदाच निश्चित केला जातो. त्यानंतर निश्चित केलेला शेतसारा लिहून काढला जात असे. त्यावर त्या जमीन मालक म्हणजे शेतकऱ्याचे नाव राहत असे. या पद्धतीला पट्टा पद्धत म्हणतात. ही पद्धत सुलतानशाहीच्या काळात मोठ्या प्रमाणात प्रसारित झाली. यात एक लिहून दिलेला कागद असतो. त्यावर शेतकऱ्यांना तो कर मान्य आहे असे लिहिले जाते. या लिहिण्यात येणाऱ्या कागदाला 'कबुलियत' असे म्हटले जात असे. तो कबुलियतनामा शासनाकडे राहत नसे.

ड) शेतसारा :

सुलतानशाहीच्या काळात निश्चित असा शेतसारा होता. त्यावेळी एकूण उत्पन्नाच्या १/३ इतका शेतसारा शेतकऱ्यांना द्यावा लागत असे. हा महसूल निश्चित करताना जमिनीचा स्तर लक्षात घेतले जात असे. त्याचबरोबर शेतकऱ्यांची क्षमता सुद्धा बघितली जात असे. जो शेतसारा निश्चित केला जात असे. तो काटेकोरपणे वसूल केला जात असे. शेतसारा वसूल करण्याचे अनेक मार्ग होते. त्यात प्रमुख धान्य स्वरुपात व नगदी स्वरुपात शेतसारा वसूल केला जात असे. प्रत्येक ठिकाणी धान्याची मात्रा व बाजारभाव हे दोन्ही भिन्न असल्यामुळे स्थानिक गरजांनुसार महसुलाची निश्चिती केली जात असे. त्यासाठी धान्यांच्या किमतीचे कोष्टक तयार केले जात असे. सुलतानशाहीच्या काळात शेरशाहाने अनेक सुधारणा केल्या होत्या.

इ) महसुलाचे मार्ग (इतर कर) :

१) जरिबाना :

महसूल व्यवस्थेमध्ये हा एक महत्त्वाचा कर होता. हा कर शेतकरी जेव्हा शेतीची मोजणी करत असे तेव्हा त्या मोजणीचा खर्च सरकार घेत असे. जमिनीची प्रत्यक्ष मोजणी करणाऱ्या अधिकाऱ्यांना मेहनतीचा मोबदला म्हणून हा कर वसूल केला जात असे. एकूण उत्पन्नाच्या शेकडा २.५% ते ५% इतका महसूल वसूल केला जात असे. यामुळे सुलतानाच्या उत्पन्नात मोठ्या प्रमाणात भर पडली होती.

२) महाशिलाना :

हा सुलतानशाहीमधील महत्त्वाचा कर होता. हा कर जे अधिकारी वसूल करतात. त्यांना त्यांचा मोबदला म्हणून दिला जातो. जे अधिकारी वसुलीचे कार्य करतात त्यानुसार किंवा त्यांच्या वसुलीनुसार त्यांना उत्पन्नाच्या २.५% ते ५% इतका कर दिला जात असे.

३) दस्तुरी :

दुष्काळ पडल्यानंतर करावयाच्या उपाययोजनांसाठी हा निधी गोळा केला जातो. दस्तुरी म्हणजे दुष्काळ निधी होय. शेतकऱ्यांना वेगवेगळ्या आपत्तींना सामोरे जावे लागते. त्यावेळी त्यांना सरकारकडून विशिष्ट स्वरुपाची मदत केली जाते. त्या मदतीला दस्तुरी म्हणतात. ही शेतकऱ्यांकडून कर रुपात वसूल केली जात असे.

ई) शेतकऱ्यांचे हितसंवर्धन :

सुलतानशाहीच्या काळात काही सुलतान सोडता बाकी सर्व सुलतानांनी शेतकऱ्यांसाठी बरेच काम केले आहे. त्यांनी कालवे, विहिरी खोदल्या आहेत. उदा. शेरशहा सुरीने १५००० सराया, १५६० कालवे निर्माण केले होते. सुलतानशाहीच्या काळात कर्जवसुलीमध्ये शेतकऱ्यांना त्रास दिला जात नसे. त्याचबरोबर निश्चित केलेल्या महसुलाव्यतिरिक्त जास्तीचा महसूल वसूल केला जात नसे. त्याचबरोबर शेती उत्पादनामध्ये अनेक सरकारी अधिकारी मदत करत असे. सरकारकडून घेतलेले कर्ज ठरावीक हप्ते करुन फेडले जात असे.

फ) इतर महसूल पद्धती :

१) गल्ला बटाई :

i) खेत बटाई :

ही महसूल पद्धत पीके उभी असतानाच वसूल निश्चित केली जात असे आणि पिकांच्या दर्जावरुन कराची निश्चिती केली जात असे आणि त्यानुसार ते कर वसूल केले जात असे.

ii) लांक बटाई :

पिकाची अगोदर पाहणी केली जाते. त्यानंतर पिकाची कापणी केली जाते. या कापणीनंतर लांक कर निश्चित केला जातो. या कर पद्धतीला लांक बटाई कर असे म्हणतात. ही महसूल ठरविण्याची एक विशिष्ट पद्धत आहे.

iii) राशी बटाई :

पिकाची पाहणी आणि पीक तयार केल्यानंतर यात महसूल निश्चित केला जातो. हा कर शेतकऱ्यांच्या दर्जावरुनही निश्चित केला जातो. हा कर शेरशहाच्या काळात मोठ्या प्रमाणात रुढ होतो.

२) नास्क पद्धती :

या पद्धतीत जमीनदार पिकांचा अंदाज घेऊन ठरवित असे. या पद्धतीत जमीनदाराच्या जवळील असलेल्या जमिनीवरुन त्याचे प्रकार पाडले जात असत. श्रीमंत शेतकऱ्यांना कर अधिक आकारला जात असे आणि मध्य व गरिब शेतकऱ्यांना खूप कमी कर आकारला जात असे.

३) सब्ती पद्धती :

या पद्धतीत जमीनदार व शेतकरी यांच्यात तीन किंवा जास्त वर्षांसाठी महसूल ठरविला जात असे. तो निश्चित असे. त्यात ठरावीक काळानंतर किंवा करार संपल्यानंतर नवीन कर आकारणी केली जात असे. हा महसूल जमीनिची सुपीकता लक्षात घेऊन ठरविला जातो. सुलतानशाहीमध्ये ही सर्वात आदर्श कर पद्धती होती याद्वारे शेतकरी अधिकाधिक उत्पन्न घेण्यास प्रवृत्त होत असे.

एकंदरित जमीन महसुलीचा अभ्यास केला तर सर्वात विकसित ही सुलतानकालीन व्यवस्था असल्याचे दिसून येते. कारण सुलतानशाहीमध्ये अल्लाउद्दीन खिल्जी व शेरशहा सुरीने मोठ्या प्रमाणात महसूल व्यवस्थेचा विकास केला होता. त्यांची महसूल व्यवस्था ही शेतकऱ्यांसाठी अत्यंत हितावह होती. विशेषतः शेरशहाने कमी कालावधीत महसूल पद्धतीमध्ये अनेक सुधारणा केल्या होत्या. पुढे त्याचा आदर्श मुघल राज्यकर्त्यांनी घेतला. मुघली महसूल व्यवस्थेवर सुलतानशाहीचा प्रभाव दिसून येतो. या काळात अनेक नवीन कर पद्धती उदयाला आल्या. त्याचबरोबर उत्पन्नाच्या साधनांमध्ये सुद्धा वाढ झाली.

३.३.४ मुघलकालीन महसूल व्यवस्था :

मोगलकाळामध्ये जमीन महसूल हे उत्पन्नाचे मोठे साधन होते. मोगल साम्राज्याअगोदरच्या राज्यकर्त्यांनी त्यांच्या ताब्यातील जमिनींचे महसूल ठरवून दिलेले होते. त्यामुळे आपल्याला वेगवेगळ्या जमीन महसूल पद्धती अस्तित्वात असलेल्या आढळतात. मोगल बादशहांनी त्यांच्या अमलाखाली आलेल्या जमिनीचा पूर्वेतिहास, जमिनीची सुपीकता व प्रमाण, महसूल ठरविण्यास लागणारा खर्च यांचा विचार करून विविध पद्धती चालू केल्या.

अ) प्रारंभ काळातील जमीन महसूल पद्धती :

प्रारंभ काळात पुढील प्रकारे जमीन महसूल पद्धती आढळतात.

१) गल्ला-बक्षी पद्धत :

गल्ला-बक्षी ही पद्धत जमीन महसूल ठरविण्याची साधी व सोपी पद्धती होती. यात कोणतीही गुंतागुंत नव्हती तसेच कमी खर्च लागत असे. त्यामुळे साम्राज्य वाढीच्या आरंभ काळात ही पद्धती स्वीकारली गेल्यानंतरच्या काळात जमिनींच्याबाबत ही पद्धत उपयोगात आणीत असत. गल्ला-बक्षी पद्धतीला 'बटाई पद्धत' म्हणून ओळखले जाते. या पद्धतीत पुढील तीन प्रकार होते.

i) खेत बटाई :

या पद्धतीत पीक उभे असतानाच; परंतु कापणीपूर्वी सरकारचा हिस्सा निश्चित केला जात असे.

ii) लांक बटाई :

या पद्धतीत सरकारचा हिस्सा खळ्यावरच ठरविण्यात येत असे; पण तो धान्य व भुसा वेगवेगळा करण्यापूर्वी ठरविण्यात येत असे.

iii) रसी बटाई :

यामध्ये कापणी झाल्यानंतर खळ्यामध्ये जेव्हा धान्य व भुसा वेगवेगळा केला जातो, तेव्हाच अन्नधान्याची वाटणी केली जात असे. लांक याचा अर्थ 'कापणीला तयार झालेले पीक' असा होतो. गल्ला म्हणजे धान्याचा किंवा पिकाचा सरकारी हिस्सा होय. इर्फान हबीब यांच्या म्हणण्याप्रमाणे गल्ला-बक्षी पद्धत ही खरोखर जमीन महसूल ठरविण्याची पद्धत नसून महसूल ठरवावा लागण्याची गरज भासू नये अशा प्रकारे तो गोळा करण्याची पद्धत आहे.

२) हस्त-ओ-बूद :

हस्त-ओ-बूद या संज्ञेचा शब्दश: अर्थ 'उभे पीक' असा आहे व म्हणून उभ्या पिकाच्या आधारावर जमीन महसूल या पद्धतीत निश्चित केला जातो. हस्त-ओ-बूद पद्धत लागवडीयोग्य सर्व जमिनीवर महसूल घेण्याच्या पद्धतीपेक्षा

निराळी होती; कारण या पद्धतीत जमीन लागवडीखाली आणली आहे की नाही, तिचा काही भाग पडीक ठेवला आहे किंवा काय हे विचारात न घेता लागवडीयोग्य सर्व जमिनीला महसूल ठरविला जातो. ही पद्धत सामान्य शेतकऱ्याला पसंत पडत असे कारण या पद्धतीत पिकाची समक्ष पाहणी करून प्रत्यक्ष उत्पन्नावर जमीन महसूल ठरविण्याचे काम, सरकारी महसूल अधिकाऱ्यांच्या दृष्टीने सोपे व कमी खर्चाचे होत असे. त्यामुळे सरकारी खर्चात बरीच बचत होत असे. महसूल ठरविणाऱ्या अधिकाऱ्यांवरील कामाचा ताण कमी होत असे व भ्रष्टाचारी अधिकाऱ्यांपासून शेतकऱ्यांची सुटका होत असे. ही पद्धती शेतकऱ्यांना फायद्याची तसेच सरकारला काटकसरीची असली तरी सर्वच प्रकरणात ती व्यवहार्य नव्हती; कारण उभे पीक पाहून उत्पन्नाचा अंदाज ठरविण्याकरिता प्रत्येक शेतावर आपला अधिकारी पाठविणे सरकारला शक्य नव्हते.

३) कानकूट :

या पद्धतीत सरकारच्या अडचणी काही प्रमाणात कमी होत आणि आकारणी काही शास्त्रीय तत्त्वांवर निश्चित करण्याचा प्रयत्न केला जात असे. प्रथम जमिनीच्या मोजणीचे कार्य हाती घेतले जात असे. जमिनीचे प्रत्यक्ष मोजमाप केल्याशिवाय कोणतीही महसूल पद्धत शास्त्रीय ठरू शकत नव्हती. त्यानंतर जमिनीच्या तुकड्याचा 'पिकाचा दर' निश्चित केला जात असे आणि तो दर त्या सर्व क्षेत्राला लागू केला जाई. इतर सरकारी मागणी निश्चित होत असे. सर्व उत्पन्न सरकार व शेतकरी अशा दोन हिश्श्यांमध्ये विभागले जाई. एकंदर उत्पन्नातून शेतकऱ्याचा हिस्सा वजा केला म्हणजे उरलेल्या सरकारी हिश्श्याचे रोख रकमेत रूपांतर केले जात असे. लागवडीयोग्य सर्व जमिनीवर महसूल लादला जात नसे. त्यामुळे फक्त पिकाखालील जमिनी मोजून त्यावर महसूल आकारणी केली जाई. सरकारी हिस्सा धान्याच्या स्वरुपात निश्चित केला जाई व त्याचे रूपांतर प्रचलित भावाने पैशात केले जात. या पद्धतीमुळे पिकाला जर नुकसान झाले तर शेतकऱ्यांचा जो तोटा होत असे त्यात सरकार भागीदार असे.

४) नसक :

नसक म्हणजे पिकाची अंदाजाने केलेली किंमत होय. या पद्धतीमध्ये मागील दहा किंवा बारा वर्षात प्रत्यक्ष दिलेल्या जमीन महसुलाची सरासरी काढून त्याच्या पायावर सरकारचा जमिनीच्या उत्पन्नातील हिस्सा या पद्धतीत ठरविला जात असे. जमीन महसूल रोख रकमेत निश्चित केला जाई. या पद्धतीत शेत संबंध लागवडीखाली आणलेले असो किंवा त्याचा फक्त एक भाग लागवडीखाली असो, एक पीक घेतलेले असो किंवा अनेक पिके घेतलेली असो, आकारणी मात्र कायम असे. नसकमध्ये जमिनीच्या मोजमापाची आवश्यकता नसे किंवा उत्पन्नाच्या प्रासंगिक अंदाजाची गरज नसे.

५) पेरणी क्षमता व नांगर पद्धती :

पेरणीची क्षमता म्हणजे दिलेल्या जमिनीच्या तुकड्यात लागवड करण्याकरिता आवश्यक असलेल्या बियाण्याच्या परिमाणावर आधारित असलेली पद्धत होय. ही पद्धत काश्मीरमध्ये प्रचलित होती. या पद्धतीत सरकारबरोबर केलेल्या कराराप्रमाणे उत्पन्नापैकी १/३ भाग सरकारला महसूल म्हणून दिला जातो. या पद्धतीला अनुसरून प्रत्येक खेड्याने भाताचे ठरावीक खरवार सरकारला द्यावयाचे निश्चित केलेले असे. तेवढे खरवार प्रतिवर्षी कोणतीही नवीन चौकशी करता मागितले जात असे एक खरवार म्हणजे अकबरशाही तीन मण व आठ शेर असे. यात दुसरी पद्धती म्हणजे नांगर पद्धत होय. शेतकरी आपल्या शेतीसाठी वापरत असलेल्या नांगरांच्या संख्येवरून जमा किंवा जमीन महसूल या पद्धतीत निश्चित केला जात असे. दहा ते बारा वर्षांनंतर ही पद्धती नसक पद्धतीच्या अमलाखाली आणता येत नसे; कारण मागील वर्षात नांगर पद्धतीने निश्चित केलेला जमा पुढील वर्षासाठी जमा आकारताना विचारात घेता येत असे.

ब) मोगलकालीन महसूल गोळा करण्याची यंत्रणा :

मोगल साम्राज्यात महसूल देणारे विभाग स्वतंत्रपणे वेगळे बनविण्यात आले होते. त्यांना 'महाल' म्हणत. अनेकदा महाल व परगणा हे समानार्थाने शब्द वापरले जात.

१) खेडे :

प्रत्येक खेड्यावर दोन महसूल अधिकारी असत. त्यांना 'मुकादम' व 'पटवारी' म्हणत.

i) मुकादम :

१) खेड्यातील प्रमुखाला उत्तर हिंदुस्थानात 'मुकादम' हा हुद्दा वंशपरंपरागत होता.

२) हा हुद्दा खरेदी केला जाऊ शकत असे किंवा विकला जात असे. तसेच हा हुद्दा वंशपरंपरागत असला तरी त्याच्यावर सरकारचे बरेच नियंत्रण होते.

३) मुकादम हा खेड्यातील शेतकऱ्यांकडून महसूल गोळा करणे, त्याला खेड्याच्या महसुलापैकी २१/२% रक्कम आपल्या कामाचा मोबदला म्हणून मिळत असे. काही वेळा तेवढे उत्पन्न देणारी करमुक्त जमीन त्याला दिलेली असे.

४) सरकारतर्फे शेतकऱ्यांना तगाई कर्जे वाटण्याचे काम त्याच्याकडे सोपविलेले होते.

५) लागवडीखाली नसलेल्या जमिनी शेतकऱ्यांना वाटून देणे त्याच्या अखत्यारित होते.

६) कामाबद्दलच्या मोबदल्याशिवाय खेड्यातून त्याला खुराक किंवा शिधा व मुकादमी मिळत असे.

ii) पटवारी :

१) खेड्यामध्ये दुसरा महसूल अधिकारी हा 'पटवारी' असून, त्याला दक्षिणेकडे 'कुलकर्णी' म्हणत किंवा 'शानभाग' म्हणत.

२) तो खेड्याचा हिशेबनीस असे.

३) त्याच्याकडे खेड्याचा जमा-खर्चाचा तपशील ठेवण्याचे काम असे.

४) शेतकऱ्यांकडून जमा झालेल्या महसुलाचा तपशील व सरकारकडे जमा केलेल्या रकमांचा तपशील याची नोंद त्याच्याकडे होती.

५) पटवारी हा खऱ्या अर्थाने खेड्याचा नोकर होता. त्याच्या कामाचा मोबदला सामान्यतः त्याला खेड्यापासून मिळणाऱ्या प्राप्तीच्या स्वरुपात होत असे.

६) सरकारकडूनही त्याला कोणत्या ना कोणत्या स्वरुपात मोबदला मिळे.

२) परगणा :

i) अमीन :

१) परगण्यामध्ये महसूल अधिकारी अमीन हा असे.

२) याच्याकडे जमीन महसुलाची आकारणी करण्याचे काम सोपविलेले असे.

३) शेतकऱ्यांना तो 'पट्टा' किंवा 'जमीन दिल्याचा दाखला' देत असे आणि शेतकऱ्यांकडून 'कबुलियत' किंवा स्वीकारपत्रे सरकारच्या वतीने घेत असे.

४) परगण्याच्या अधिकाऱ्यावर देखरेख करण्याचे काम त्याच्याकडे असे.

ii) अमील :

१) अकबराच्या कारकीर्दीत 'अमील' हा प्रभावी अधिकारी होता; कारण तो संबंध परगण्याच्या प्रशासनाचा प्रमुख होता.

२) एकाच वेळी तो अमीन व फौजदारही होता. त्याला 'अमील-ए-गुझार' किंवा 'करोरी' म्हणून ओळखले जात असे.

३) त्याला एक कोटी किमतीचा वसूल गोळा करण्यात सांगण्यात आला म्हणून तो करोरी म्हणून ओळखला जात असे.

अमीलाची प्रमुख कार्ये म्हणजे,

१) परगण्यामध्ये लागवडीयोग्य असलेली कोणतीही जमीन पडीक राहू न देणे.

२) आपल्या विभागातील जमीन महसूल जमा करणे.

३) हिशेबाच्या नोंदवह्या ठेवणे.

४) त्या वरिष्ठ अधिकाऱ्यांकडे पाठविणे.

५) चौधरी व कानुनगो यासारख्या वंशपरंपरा असलेल्या अधिकाऱ्यांच्या प्राप्तीचे हक्क निश्चित करणे ही कामे असत.

अमीन व फौजदार यांच्याबरोबर अमीललाही जमा झालेल्या व स्थानिक खजिन्यात ठेवलेल्या रकमेच्या सुरक्षिततेबाबत जबाबदार धरले जात असे. त्याच्या हिशेबाची तपासणी नियमित होत असे ज्याला जादा वसूल गोळा करण्याची परवानगी नसे. निश्चित केलेल्या आकारणीपेक्षा जास्त रक्कम जमा झाली असल्यास ती सरकार जमा होत असे.

iii) पटवारी :

पटवारी 'कागझ-ए-खाम' ठेवीत असे व त्याच्या आधारावर चौधरी, कानुनगो व जमीनदार यांच्या मदतीने बार-अमद-नवीस हा परगण्याकडून सरकारची मागणी दाखविणारा तक्ता म्हणजे 'तुमर-ए-बार-अमद' तयार करीत असे. आकारणी व वसुली करणे.

iv) कारकून :

पैसा सुरक्षित ठिकाणी ठेवणे व शेवटी त्या पैशाची वाटणी महसूल खात्याच्या नियमाप्रमाणे करणे या कामात अमीलला मदत करण्याचे काम कारकुनावर सोपविले होते.

v) खजिनदार/पोतदार/फुतादार :

परगण्यातून जमा झालेली सर्व रक्कम जेथे ठेवत त्या परगण्याच्या खजिन्याची व्यवस्था पाहण्याची कामगिरी खजिनदार याच्याकडे सोपविली होती. त्याला 'पोतदार' किंवा 'फुतादार' म्हणत. त्याला हे काम अमील कारकून, शिकदार यांच्याबरोबर संयुक्तपणे पार पाडावे लागत असे.

vi) कानुनगो व चौधरी :

कानुनगो व चौधरी हे परगण्याचे वंशपरंपरागत अधिकारी असत. हे अधिकारी सरकारने नेमलेले नसत; परंतु त्यांना सरकारची मान्यता मिळत असे. त्यांच्या कामाची उपयुक्तता, विशेषत: महसुलाच्या कामाची स्थानिक कागदपत्रे काळजीपूर्वक ठेवण्याच्या बाबत होती. त्यामुळे विशिष्ट विभागांची कागदपत्रे ठेवण्याचे कामी सातत्य नाहीसे होत असे.

१) कानुनगो :

कानुनगो हा त्याच्या परगण्याच्या महसुलाबाबत चालता बोलता ज्ञानकोश असे. जमिनीत असलेल्या सर्व बाबींची नोंद, आकारणीचे निश्चित केलेले विविध दर व इतर बाबींची नोंद त्याच्याकडे असे. जमिनीची विक्री, जमिनीची इनामे, भाडेपट्टी, गहाणखत, अशा प्रकारच्या जमिनीविषयक सर्व व्यवहारांचे त्याला पूर्ण ज्ञान असे. त्यामुळे

परगण्यातील जमीन महसुलाची आकारणी नेहमी कानुनगोबरोबर विचारविनिमय करून निश्चित केली जात असे. त्याच्या कामाच्या मोबदल्यात पटवारीला मिळणाऱ्या सूट पैशाच्या अर्ध्या हिश्श्याचा समावेश असे. अनेकदा ठरावीक रक्कम त्याला सरकारकडून मिळे, काही वेळा तेवढ्या रकमेएवढी वार्षिक उत्पन्न देणारी जमीन त्याला दिली जात असे.

२) **चौधरी :**

१) परगण्यातील महसुलाविषयक बाबींची नोंद ठेवणे.

२) सरकारी महसूल अधिकाऱ्यांना त्यांच्या कामात मदत करणे या प्रकारची कामे करीत असे.

३) मोबदला म्हणून त्याला कर-माफ जमीन दिली जाई. त्या जमिनीला 'नानकर' म्हणत.

४) चौधरीला त्या - त्या खेड्यांकडून पगार मिळत असे.

५) या प्रकारे खेड्याचा सेवक व निमसरकारी अधकिारी असा चौधरीचा दुहेरी हिस्सा असे.

vii) विभाग महसूल प्रमुख :

१) सरकारच्या या विभागाचा महसूल प्रमुख 'दिवाण-ए-सरकार' असे.

२) त्याच्या अखत्यारितील परगण्यांचे अमील व इतर महसूल अधिकारी यांच्या कामावर त्याची देखरेख असे.

३) तो सरकारला घेणे असलेली रक्कम फक्त गोळा करण्यात येईल व जादा घेतली जाणार नाही. याबाबत दक्षता घेत असे.

४) परगण्यातील महसूल अधिकाऱ्यांच्या कामाकडे लक्ष देण्यास सांगितलेल्या चौधरी व कानुनगो यांच्याकडून परगणा अधिकाऱ्यांनी अफरातफर केली तर त्या अफरातफरीच्या प्रकरणाचे अहवाल मिळविण्याविषयी व्यवस्था करीत असे.

५) दिवाण-ए-सरकारला मदत करण्याचे काम बिटीकची व खजिनदार करीत असे.

viii) बिटीकची :

१) बिटीकची याच्याकडे जमिनीचा प्रकार, उत्पन्न, प्रत्येक खेड्याच्या सरासरी महसूल याबाबत आवश्यक दप्तरे व नोंदी ठेवण्याचे काम असे.

२) रोख रक्कम स्वीकारणे,

ix) खजिनदार :

सरकारच्या मध्यवर्ती खजिन्यात जमा करणे ही कामे 'खजिनदाराकडे' असे.

x) दिवाण-ए-सुबा :

१) महसूल कारभाराचा प्रांतिक प्रमुख 'दिवाण-ए-सुबा' असे.

२) ही वजनदार असामी असून त्याला व्यापक अधिकार मिळालेले होते.

३) तो प्रांताच्या सुभेदाराला जबाबदार नसून प्रत्यक्षपणे बादशहाच्या दिवाणाला जबाबदार होता.

४) प्रांताचा कारभारविषयक प्रमुख असलेल्या सुभेदाराच्या नियंत्रणाखाली नसून त्याच्याबरोबरीने काम करीत असे.

५) वजिराच्या शिफारशीवरून दिवाण-ए-सुबा याची नेमणूक बादशहा स्वत: करीत.

६) आपल्या प्रांतातील महसुलीबाबत तो जबाबदार असे.

७) अफरातफर व पैशाच्या अपहाराच्या प्रकरणांच्या चौकशीचे काम त्याच्याकडे होते.

८) प्रांताच्या खजिन्याचे रक्षण करण्याबाबत तो विशेष काळजी घेत असे.

९) लागवडीयोग्य जमिनी वाढत्या प्रमाणावर लागवडीखाली आणल्या जात. त्याबाबत काळजी घेण्याची विशेष जबाबदारी त्याच्यावर असे.

१०)परगण्यामधील अमिलांच्या हालचालीविषयी त्याला सतत माहिती ठेवावी लागे.

११)महसुलाची आकारणी व वसुली, जमा व खर्च यावरील देखरेख, सरकारी खजिना, खालसा, जहागीर व मदद-ए-माश जमिनी, जमीनदारांकडील जमिनी या व अशा संबंधित महसूल बाबींचा तो प्रमुख असे.

xi) दिवाण-ए-कूल किंवा दिवाण-ए-अला किंवा वजीर :

बादशाही महसूल कारभार व्यवस्थेच्या सर्वोच्चपदी दिवाण-ए-विजारत किंवा महसूल खाते असून त्याचा प्रमुख दिवाण-ए-कूल किंवा दिवाण-ए-अला किंवा वजीर असे. हा साम्राज्यातील अत्युच्च महसुली व कारभारविषयक प्रमुखाची जागा भूषवीत असे. नेमणुका करण्याचे व्यापक अधिकार त्याच्याकडे असे. त्याच्या शिफारसीवरून सुभेदार, दिवाण-ए-सुबा, करोरी, अमीन, फुतादार, तहसीलदार यासारख्या महत्त्वाच्या नेमणुका होत असत. अनेक महसुली दस्तऐवजांना कायदेशीरपणा प्राप्त होण्यासाठी दिवाण-ए-अलाची सही आवश्यक असे.

बादशाही महसूल खात्याची विभागणी दिवाण-ए-खालिसा, दिवाण-ए-तान, मुस्तौफा अशा अनेक विभागात केलेली असे. खालसा जमिनीच्या महसुलाचे काम दिवाण-ए-खालिसा याच्याकडे सोपविलेले असे. तर जहागीर जमिनीचा महसूल तसेच जमीनदार, मनसबदार व इतरांच्या बाबींकडे दिवाण-ए-तान पाहात असे. अमिलांच्या हिशेबाच्या तपासणीचे काम मुस्तौफीकडे सोपविलेले होते.

मुघलकालीन महसूल व्यवस्था ही शेरशाह सूरीच्या महसूल पद्धतीवर आधारित होती. मुघलांनी नवीन अशी पद्धती तयार केली नाही. पण त्यांनी या पद्धतीत अनेक सुधारणा घडवून आणल्या. बादशाहची आर्थिक गरजही महसूल पद्धतीद्वारे भागविली जात असे. मुघलशाहीच्या प्रारंभी काळात गल्ली बक्ष पद्धत हस्त-ओ-बूद, कानकूट पद्धती होत्या. त्याचबरोबर महसूल गोळा करण्याच्या अनेक यंत्रणा अस्तित्वात होत्या. महसूल गोळा करण्यासाठी एक वेगळे खाते बनविण्यात आले होते. खात्यासाठी केंद्रीय दर्जाच्या मंत्र्यांची नियुक्ती केली जात असे. संपूर्ण भारताचा मिळून मुघल काळात मोठ्या प्रमाणात महसूल जमा होत असे. हा जमा झालेला महसूल विविध सुधारणांसाठी व विविध, लष्करी खर्चासाठी वापरला जात असे. प्रशासकीय यंत्रणेत जमीन महसुलाला अत्यंत महत्त्वाचे स्थान होते.

३.३.५ शेरशहा सुरीच्या काळातील महसूल व्यवस्था :

मोगल राजा हुमायूनला १५४० मध्ये भारतातून बाहेर पाठविले आणि स्वतःचे राज्य भारतात स्थापन केले आणि १५४० ते १५४५ पर्यंत राज्य केले. या पाच वर्षाच्या काळात त्याने भारतात योग्य प्रकारचे प्रशासन निर्माण केले. त्याने अगदीच नवीन प्रशासन निर्माण केले असे नाही; परंतु जे प्रशासन सुलतानशाही काळामध्ये होते त्यात सुधारणा करून नवीन पर्याय समोर आणले आणि याने निर्माण केलेल्या प्रशासनात सुधारणा करून त्याला व्यापकता देण्याचा प्रयत्न अकबराने केला म्हणूनच शेरशहाला अकबराचा पूर्वसुरी असे म्हटले जाते. मध्ययुगीन भारतात जे काही मोजके यशस्वी राज्यकर्ते आहेत त्यांपैकी शेरशहा सूरी एक होता. शेरशहाने जमीन महसूल प्रशासन योग्य प्रकारे निर्माण करण्याचा प्रयत्न केला त्याची माहिती पुढीलप्रमाणे आहे.

अ) श्रेणीबद्ध अधिकारी वर्ग :

शेरशहाने आपल्या राज्याचे सरकार, परगणा आणि गाव असे विभाजन केले होते. या प्रत्येक विभागावर महसूल वसूल करण्यासाठी एक अधिकारी नियुक्त केला जात असे. या अधिकाऱ्यात गावपातळीपासून केंद्रीय पातळीपर्यंत पटवारी, मुकादम, कानुनगो, अमीन, मुन्सिफ-ए-मुन्सिफान व वजीर असे अधिकारी होते आणि सर्वांवर सुलतान होता. श्रेणीबद्ध अधिकारी वर्ग असल्याकारणाने नियोजितपणे महसूल वसूल केला जात असे.

ब) जमिनीची मोजणी :

शेरशहा सूरीने आपल्या राज्यातील जमिनीची मोजणी तागाच्या दोरीमार्फत करून घेतली, तसेच सर्व जमिनीचे उत्तम, मध्यम व कनिष्ठ असे विभाजन केले आणि त्यानुसार जमीन महसूल आकारला जात असे.

क) पट्टा व कबुलियत :

शेरशहाची जमीन महसूल पद्धत ही लोकांचे हित जोपासणारी होती. हे पट्टा व कबुलियतवरुन सिद्ध होते. एकदा शेतसारा निश्चित केल्यानंतर तो लिहून काढला जात असे. त्याचप्रमाणे त्यावर शेतकऱ्यांचे नावसुद्धा असे. याला 'पट्टा' म्हटले जात असे आणि शेतकऱ्याला शेतसारा मान्य आहे हे लिहिलेला जो कागद असे त्याला 'कबुलियत' असे म्हटले जात असे आणि तो शासनदरबारी जमा केला जात असे.

ड) शेतसारा :

शेरशहा सूरीने शेतसारासुद्धा निश्चित केला होता. शेतसारा एकूण उत्पादनाच्या १/३ होता. हा महसूल शेतकऱ्यांच्या क्षमता लक्षात घेऊन ठरविण्यात आला होता; परंतु सारा वसूली अत्यंत कठोरपणे केली जात असे. शेतसारा हा नगदी आणि अन्नधान्य या दोन्हीही रुपात वसूल केला जात असे. या काळात सर्व ठिकाणी धान्याचे भाव सारखे नव्हते म्हणून शेरशहाने प्रदेशानुसार महसुलाचे वेगवेगळे कोष्टके तयार केली होती व त्यानुसार महसूल वसूल केला जात असे. सारावसुली ही नियमितपणे वसूल केली जात असे.

इ) शेतकऱ्यांवर महसुलाव्यतिरिक्त लादले जाणारे कर :

शेतकऱ्यांवर या काळात जमीन महसुलाव्यतिरिक्त इतर काही कर वसूल केले जात असत त्यात पुढीलप्रमाणे कर होते.

१) जरिबाना :

जरिबाना म्हणजे जमीन मोजणीचा खर्च. जमिनीची प्रत्यक्ष मोजणी करणाऱ्या अधिकाऱ्यांना मेहनतीचा मोबदला म्हणून एकूण उत्पन्नाच्या शेकडा २.५ ते ५% भाग दिला जात असे.

२) महाशिलाना :

महाशिलाना म्हणजे महसूल वसुलीचा खर्च होय. महसूल वसूल करणाऱ्या अधिकाऱ्यांना उत्पन्नाच्या शेकडा २.५ ते ५% पर्यंत भाग द्यावा लागत असे.

३) दस्तुरी :

दस्तुरी म्हणजे दुष्काळी निधी. नैसर्गिक आपत्तीच्या वेळेला मदत व्हावी म्हणून प्रत्येक शेतकऱ्यांकडून ४०८ ग्राम धान्य घेतले जात असे.

ई) कृषकांचे हितसंवर्धन :

शेरशहाने आपल्या सैनिकांना स्पष्ट सूचना दिलेल्या होत्या की, शेतकऱ्यांना कसल्याही प्रकारचा त्रास देऊ नये. त्याचप्रमाणे शेतकऱ्यांकडून ठरलेल्या महसुलाव्यतिरिक्त जास्तीचा महसूल वसूल केला जात नसे. त्याचप्रमाणे शेतकऱ्यांना उत्पादन कार्यासाठी मदत केली जात असे. ठरावीक हप्त्याच्या परतफेडीने कर्ज दिले जात असे.

फ) शेरशहाच्या काळातील इतर महसूल पद्धती :

शेरशहाच्या काही राज्यात व राज्याच्या बाहेरच्या भागात उत्तर भारतात समकालीन काळात उपरोक्त पद्धतीशिवाय इतर काही पद्धती होत्या त्या पुढीलप्रमाणे आहेत.

१) गल्ला बटाई :

गल्ला बटाई म्हणजे उत्पन्नाचा हिस्सा जहागीरदारास देणे. हा हिस्सा ठरविण्याच्या तीन पद्धती होत्या त्या पुढीलप्रमाणे.

i) खेत बटाई :

पीक उभे असतानाचा या पद्धतीत महसूल ठरविला जात असे.

ii) लांक बटाई :

पीक कापणीनंतर या पद्धतीत महसूल ठरविला जात असे.

iii) राशी बटाई :

पीक तयार केल्यानंतर यात महसूल ठरविला जात असे.

२) नास्क पद्धती :

या पद्धतीत जमीनदार पिकांचा अंदाज घेऊन महसूल ठरवित असे.

३) झब्ती पद्धती :

या पद्धतीत जमीनदार व शेतकरी यांच्यात तीन किंवा जास्त वर्षासाठी महसूल ठरविला जात असे. यातील महसूल हा जमिनीची सुपीकता लक्षात घेऊन ठरविला जात असे.

या सर्व पद्धतीमध्ये गल्ला बटाईतील राशी बटाई ही योग्य वाटते.

एकंदरीत शेरशहा सूरीने एक योग्य प्रकारची जमीन महसूल पद्धत देण्याचा प्रयत्न केला. त्याने जमिनीची मोजणी करून जमिनीच्या सुपीकतेनुसार वर्गवारी केली त्याचप्रमाणे महसूल निश्चित केला. जसे या पद्धतीत गुण होते तसेच काही दोषसुद्धा होते जसे जमिनीची मोजणी तागाच्या दोरीने केली होती ही दोरी पावसाळ्यात आकुंचन पावत असे आणि उन्हाळ्यात प्रसारण पावत असे. त्याचप्रमाणे अधिकाऱ्यांचा भ्रष्टाचार हीसुद्धा अडचण होती. तरीपण शेरशहाने जमीन महसुलात नियमितपणा आणण्याचा प्रयत्न केला असे दिसते.

३.३.६ इजारादारी व्यवस्था :

इजारादारी व्यवस्थाही एक महसूल शेती प्रणाली होती, जी मध्ययुगीन भारतात प्रचलित होती, विशेषतः मुघल काळात. पुढील मुद्यांच्या आधारे त्याचा आढावा घेता येईल :

अ) अर्थ :

इजारादारी पद्धत ही मध्ययुगीन भारतातील महसूल शेती पद्धत होती, विशेषतः मुघल काळात प्रचलित होती, जिथे राज्य महसूल संकलनाचे अधिकार खाजगी व्यक्तींना किंवा इजारादारांना भाड्याने देत असे. या व्यक्ती ठराविक कालावधीसाठी त्या क्षेत्रातील महसूल संकलनाशी संबंधित जोखीम आणि संभाव्य नफा या दोन्ही गोष्टी गृहीत धरून विशिष्ट प्रदेशातून कर आणि थकबाकी गोळा करण्याच्या अधिकाराच्या बदल्यात महसुलाची ठराविक रक्कम किंवा टक्केवारी राज्याच्या तिजोरीत भरत असत.

ब) इजारादारी प्रव्यवस्थेची वैशिष्ट्ये :

इजारादारी ही मध्ययुगीन भारतात, विशेषतः मुघल काळात प्रचलित असलेली महसूल व्यवस्था होती.

१) महसूल शेती :

इजारादारी व्यवस्थेत राज्याद्वारे महसूल संकलनाचे अधिकार अधिकार असणाऱ्यांना खाजगी व्यक्ती किंवा कंत्राटदारांना इजारादार म्हणतात. या व्यक्ती विशिष्ट कालावधीसाठी विशिष्ट क्षेत्र किंवा प्रदेशातून महसूल गोळा करण्याच्या अधिकाराच्या बदल्यात राज्याला एक निश्चित रक्कम बोली लावतील किंवा देतील असे ठरले होते.

२) महसूल गोळा करणे :

राज्याच्या वतीने नियुक्त केलेल्या क्षेत्रातून कर, आकारणी आणि इतर देणी गोळा करण्यासाठी इजारादार जबाबदार होते. सहसा एका निश्चित मुदतीसाठी (अनेकदा एक वर्ष) त्यांच्याकडे महसूल संकलनाचे व्यवस्थापन आणि देखरेख करण्याचे अधिकार होते.

३) राज्याला निश्चित देयके :

इजारादारांना नेमून दिलेल्या क्षेत्रातून कितीही महसूल मिळतो याची पर्वा न करता राज्याच्या तिजोरीत जमा झालेल्या महसुलाची ठराविक रक्कम किंवा काही टक्के रक्कम देणे बंधनकारक होते. ही निश्चित देयके राज्याला देय असलेले करार शुल्क किंवा महसूल वाटा म्हणून काम करत असे.

४) जोखीम आणि नफा वाटणी :

इजारादारांनी महसूल संकलनाशी संबंधित जोखीम गृहीत धरली. जर वास्तविक महसूल राज्याला देय असलेल्या निश्चित देयकापेक्षा जास्त असेल, तर ते अतिरिक्त नफा म्हणून ठेवू शकतात. मात्र, निश्चित रकमेपेक्षा महसूल कमी पडल्यास इजारेदारांना तोटा सहन करावा लागत.

५) स्थानिक प्रशासन :

इजारादारांना अनेकदा त्यांनी प्रशासित केलेल्या भागात बराच अधिकार होता. ते केवळ महसूल संकलनासाठीच नव्हे तर कायदा आणि सुव्यवस्था राखण्यासाठी आणि प्रशासन सेवा प्रदान करण्यासाठी देखील जबाबदार होते, ज्यामुळे अनेकदा शोषण आणि भ्रष्टाचार होत असे.

६) शोषणाची शक्यता :

इजारादारी व्यवस्थेमुळे काही वेळा स्थानिक लोकांचे शोषण होत असे. नफ्याच्या हेतूने चालवलेले इजारादार हे महसूल काढण्यासाठी कठोर पद्धतींचा अवलंब करत, ज्यामुळे लोकांना त्रास होत असे आणि नियुक्त केलेल्या प्रदेशांमध्ये कधीकधी आर्थिक संकटे निर्माण होत असे.

७) राज्य नियंत्रण आणि सुधारणा :

कालांतराने राज्यकर्त्यांनी इजारादारी पद्धतीतील त्रुटी ओळखल्या आणि सुधारणा करण्याचा प्रयत्न केला. काही राज्यकर्त्यांनी लोकांच्या हिताचे रक्षण करण्याच्या उद्देशाने नियम लागू करून किंवा इजारादारांचे अधिकार मर्यादित करून शोषण कमी करण्याचा प्रयत्न केला.

८) आर्थिक परिणाम :

इजारादारी पद्धतीचा अर्थव्यवस्थेवर परिणाम झाला. इजारादारांची अकार्यक्षमता आणि जास्तीत-जास्त महसूल मिळवण्यावर लक्ष केंद्रित केल्यामुळे दीर्घकालीन आर्थिक वृद्धीकडे दुर्लक्ष झाले, ज्यामुळे शेती, व्यापार आणि लोकसंख्येच्या कल्याणावर परिणाम झाला.

९) नवीन व्यवस्थांकडे संक्रमण :

जसजसे मुघल साम्राज्य कमकुवत होत गेले, तसतशी इजारेदारी व्यवस्था कमी होत गेली. त्याची जागा हळूहळू इतर महसूल व्यवस्थांकडे जसे की 'जब्त' आणि 'दहशला' या पद्धतींनी घेतली, ज्यांचे उद्दिष्ट अधिक थेट राज्य नियंत्रण किंवा निश्चित महसूल मूल्यांकन होते.

❋❋❋

सरावासाठी प्रश्न

प्र. १. दीर्घोत्तरी प्रश्न.

१) दिल्ली सुलतानशाहीच्या केंद्रीय प्रशासनाविषयी माहिती सांगा.

२) दिल्ली सुलतानशाहीच्या प्रांतीय प्रशासनाबद्दल तपशीलवार स्पष्टीकरण द्या.

३) मध्ययुगीन भारतातील मुघल साम्राज्याच्या केंद्रीय प्रशासनाविषयी माहिती सांगा.

४) मध्ययुगीन भारतातील मुघल साम्राज्याचे प्रांतीय प्रशासन स्पष्ट करा.

५) मनसबदारी व्यवस्था म्हणजे काय? मनसबदारी व्यवस्थेची वैशिष्ट्ये/स्वरूप स्पष्ट करा.

६) मनसबदारी पद्धतीचे गुण आणि दोष स्पष्ट करा.

७) मध्ययुगीन भारतातील कृषी अर्थव्यवस्था स्पष्ट करा.

८) सुलतानशाही काळातील जमीन महसूल व्यवस्था सांगा.

९) मुघल काळातील जमीन महसूल व्यवस्था स्पष्ट करा.

१०) मध्ययुगीन काळातील पीकपद्धती स्पष्ट करा.

११) शेरशहा सुरीच्या काळातील महसूल व्यवस्था विशद करा.

प्र. २. टिपा लिहा.

१) मुघलकालीन केंद्रीय प्रशासन.

२) सुलतानशाही काळातील प्रांतीय प्रशासन.

३) मनसबदारी व्यवस्था.

४) शेरशहा सुरीच्या काळातील महसूल व्यवस्था.

५) इजारादारी.

❋❋❋

प्रकरण ४

समाज आणि अर्थव्यवस्था

- ▷ ४.१ सामाजिक गतिशीलता आणि स्तरीकरण
- ▷ ४.२ नवीन वर्गांचा उदय
- ▷ ४.३ शैक्षणिक संस्था
- ▷ ४.४ धर्म आणि सामाजिक बदल
- ▷ ४.५ मध्ययुगीन भारतातील व्यापार
- ▷ ४.६ युरोपियन लोकांचे आगमन

▷ प्रस्तावना :

मध्ययुगीन भारताचा इतिहास विविध अर्थाने महत्त्वाचा मानला जातो. कारण या काळात संपूर्ण भारतावर मुस्लीम शासकांची सत्ता होती. इ. स. १२०० ते १७५० या काळात दिल्लीच्या तख्तावर अनेक मुस्लीम घराण्यांनी राज्य केले होते. या मुस्लीम घराण्यामध्ये गुलाम, खिलजी, तुघलक, लोदी, मुघल आदींचा समावेश होतो. या मुस्लीम शासकांच्या प्रदीर्घ राजवटीमुळे भारतीय समाजामध्ये अनेक बदल घडून आले होते. तत्कालीन भारतीय समाजात मुस्लीम समाज नव्याने समाविष्ट झाला होता. प्राचीन काळी भारतात हिंदू धर्माचा प्रभाव होता पण मध्ययुगीन काळात भारतात मुस्लीम धर्मीय लोकांचा प्रभाव वाढला होता. या मुस्लिमांनी भारतामध्ये येत असताना अनेक नव्या चालीरीती, रुढी परंपरा सोबत आणल्या. मध्ययुगीन भारतीय समाजात गुलामगिरीची प्रथा मोठ्या प्रमाणात वाढली होती. गुलामांचा व्यापार सुरु झाला होता. तत्कालीन समाजातील स्त्रियांची स्थिती ही दयनीय होत चालली होती. त्यांच्यावर अनेक बंधने लादली जात होती. मध्ययुगीन काळात काही अपवादात्मक स्त्रियांनी राज्यकारभार केलेला दिसून येतो. एकंदर मध्ययुगीन काळातील हिंदू, मुस्लीम, समाजाचा आढावा तसेच गुलामगिरी व स्त्रियांची स्थिती यांचाही आढावा घेणे आवश्यक आहे. तसेच मध्ययुगीन जी अर्थव्यवस्था आकारास आली होती. त्याबाबतचे विश्लेषण करणे गरजेचे आहे. कारण मध्ययुगीन कालखंडातील व्यापार हा आर्थिक जीवनास समृद्ध करण्यात महत्त्वाचा ठरलेला दिसतो.

▷ ४.१ सामाजिक गतिशीलता आणि स्तरीकरण :

मौर्योत्तर काळातील भारतातील सामाजिक जीवन समृद्ध आणि दृष्टीकोनाने सर्वसमावेशक होते. त्या काळातील साहित्यिक आणि पुरातत्त्वीय स्त्रोत समाज जीवनाच्या विविध पैलूंबद्दल मनोरंजक माहितीने परिपूर्ण आहेत जसे की समाजाची गटांमध्ये विभागणी, आश्रम व्यवस्था, संस्कार, कुटुंब, अन्न, पोशाख, अलंकार आणि इतर विविध पैलू. या काळातील साहित्यिक आणि इतर स्त्रोतांकडून गायन, नृत्य, संगीत आणि नाटकीय प्रदर्शन तसेच जादूचे

कार्यक्रम यासारख्या मनोरंजनाच्या इतर वस्तूंशी संबंधित पुरावे उपलब्ध आहेत. ग्रीक, पार्थियन, शक आणि शेवटचे कुसान यासारख्या परकीयांच्या आक्रमणांचा भारतीय समाजाच्या मूलभूत संरचनेवर कोणताही परिणाम झाला नाही आणि तिचे चैतन्य टिकून राहिले.

४.१.१ सामाजिक गतिशीलता आणि सामाजिक स्तरीकरणाची संकल्पना :

सामाजिक गतिशीलता आणि सामाजिक स्तरीकरण या समाज कसे आयोजित करतात आणि असमानता कशी टिकवतात हे समजून घेण्यासाठी आवश्यक संकल्पना आहेत आणि सामाजिक पदानुक्रमांमध्ये हालचाली आणि बदलांना देखील चालना देतात.

अ) सामाजिक गतिशीलता :

स्तरीकरणाच्या प्रकारांपैकी खुल्या स्तरीकरणात गतिशीलतेला वाव असतो, म्हणजेच स्वत:च्या कर्तृत्वाने सामाजिक दर्जा बदलण्याची सोय खुल्या स्तरीकरणात असते. व्यक्तीने आपला सामाजिक स्तर बदलण्याच्या क्रियेला 'सामाजिक गतिशीलता' असे म्हणतात.

१) अर्थ :

सामाजिक स्तरीकरणाचे बंद स्तरीकरण (Closed Stratification) आणि खुले स्तरीकरण (Open Stratification) असे दोन प्रकार पडतात. खुल्या स्तरीकरणात गतिशीलतेला वाव असतो, म्हणजेच व्यक्तीला स्वप्रयत्नाने आपला सामाजिक दर्जा बदलण्याची मुभा, सोय आणि संधीही असते. म्हणजेच, खुल्या स्तरीकरणात व्यक्ती आपला सामाजिक स्तर किंवा वर्ग बदलू शकते. व्यक्तीने आपला सामाजिक स्तर बदलण्याच्या क्रियेला गतिशीलता असे म्हणतात. गतिशीलतेच्या संकल्पनेत व्यक्तीच्या मूळ सामाजिक स्थानात किंवा सामाजिक दर्जात बदल होणे असा अर्थ अभिप्रेत आहे. व्यक्तीप्रमाणेच स्तरीकरण व्यवस्थेतील एखाद्या समूहाचे सामाजिक स्थान वा दर्जा बदलणे म्हणजे गतिशीलता होय. सामाजिक गतिशीलतेच्या प्रक्रियेत व्यक्ती किंवा समूहांनी स्तरीकरण व्यवस्थेअंतर्गत विविध स्तरांपैकी एका स्तरातून दुसऱ्या स्तरात जाणे अभिप्रेत आहे. म्हणजेच स्तरीकरण व्यवस्थेअंतर्गत विविध स्तरांमध्ये व्यक्ती व समूहांची जी हालचाल घडून येते वा त्यांचे जे अभिसरण होते त्याला सामाजिक गतिशीलता असे म्हणतात. अशा हालचालीमुळे व्यक्ती वा समूहांच्या सामाजिक दर्जात बदल घडून येणे स्वाभाविक असते.

२) व्याख्या :

सामाजिक गतिशीलतेच्या व्याख्या पुढीलप्रमाणे जाणून घेता येतील :

i) हॉर्टन आणि हंट :

''व्यक्तीची एका सामाजिक दर्जाकडून दुसऱ्या सामाजिक दर्जाकडे जाण्याची क्रिया म्हणजे सामाजिक गतिशीलता होय.''

ii) ड्रेसलर आणि विलिस :

''समाजाच्या एका स्तरातून दुसऱ्या स्तरात होणारी व्यक्तींची हालचाल म्हणजे सामाजिक गतिशीलता होय.''

iii) टिशलेर, व्हायटन आणि हंटर :

''ज्यामुळे एखादी व्यक्ती किंवा एखाद्या समूहाचा समाजातील दर्जा बदलतो अशा व्यक्ती किंवा समूहाच्या स्तरीकरण व्यवस्थेतील हालचालीला सामाजिक गतिशीलता असे म्हणतात.''

ब) सामाजिक स्तरीकरण :

समाजामध्ये आपणास विविध स्तर दिसून येतात. त्यामुळे सामाजिक स्तरीकरणाची प्रक्रिया व व्यवस्था ही सर्वच समाजात आढळून येते. समाजात श्रमविभाजन व विशेषीकरणावर अधिक भर दिला जात असल्यामुळे

सामाजिक स्तरीकरणाची प्रक्रिया घडून येते. म्हणजेच विषमता हा सामाजिक स्तरीकरणाचा प्रमुख आधार ठरतो. समाजात सामाजिक स्तरीकरण अचानक निर्माण होत नाही तर सामाजिक स्तरीकरण ही मानवनिर्मित व्यवस्था असते. सामाजिक स्तरीकरणामुळे व्यक्ती आपल्या अर्पित व अर्जित दर्जात परिवर्तन घडवून आणू शकतो. तसेच सामाजिक स्तरीकरणाची लवचिकता व भोवतालच्या वातावरणाशी जुळवून घेण्यासाठी अंतर्गत बदल घडविण्यासाठी सामाजिक स्तरीकरण किती प्रमाणात समाजोपयोगी पडू शकते यावरून सामाजिक स्तरीकरणाची उपयुक्तता ठरविली जाते. समाजात जैविक व मानवनिर्मित घटकांच्या आधारावर व्यक्तीचा दर्जा ठरविला जातो. त्यामुळे सामाजिक स्तरीकरण हे व्यक्तीचा समाजातील दर्जा व त्या अनुषंगाने भूमिका ठरविण्यासाठी आवश्यक ठरते.

१) अर्थ :

प्रत्येक समाजाला आपले अस्तित्व टिकवून ठेवण्यासाठी काही मूलभूत गरजांची पूर्तता करावी लागते. त्यासाठी काही कार्ये पार पाडावी लागतात. ही कार्ये समाजातील व्यक्तींकडून पार पाडली जातात. कार्यातील व व्यक्तीतील फरक लक्षात घेऊन कार्य व्यवस्थित पार पाडले जावे या उद्दिष्टाने समाजाला विविध कार्यांचे विविध व्यक्तींमध्ये विभाजन करावे लागते. त्यासाठी ज्या व्यवस्थेचा अवलंब केला जातो तिला 'सामाजिक स्तरीकरण' असे म्हटले जाते. कोणत्याही समाजाचे प्रतिबिंब हे त्या समाजात प्रचलित असलेल्या सामाजिक स्तरीकरणात उमटलेले असते. प्रक्रियेद्वारा व्यक्ती आणि समाज हे साधारणत: कायम स्वरूपाच्या दर्जाच्या अधिकार परंपरेत निर्धारित केले जातात त्या प्रक्रियेस सामाजिक स्तरीकरण असे म्हणतात. सामाजिक स्तरीकरणात समाजाची कायम गटात विभागणी केली जाते. या गटातील परस्परसंबंध हे श्रेष्ठ-कनिष्ठत्वाच्या कल्पनेवर आधारित असतात.

२) व्याख्या :

सामाजिक स्तरीकरणाच्या व्याख्या पुढीलप्रमाणे स्पष्ट करता येतील :

i) एलि चिनॉय :

''श्रेष्ठ आणि कनिष्ठ, श्रीमंत आणि गरीब, सत्ताधारी आणि सत्ताविहीन यांच्यातील तफावत किंवा भेद हा सामाजिक स्तरीकरणाचा गाभा होय.''

ii) सोरोकिन :

''एखाद्या समाजाचे एकावर एक रचलेल्या वर्गामध्ये झालेले श्रेणीत विभेदन म्हणजे सामाजिक स्तरीकरण होय.''

iii) ड्रेसलर आणि विलिस :

''समाजाने सामान्यपणे स्वीकृत केलेल्या निकषांच्या आधारे सामाजिक स्थाने आणि भूमिकांचे मूल्यमापन करून त्यांना दर्जा आणि विभेदित स्वरूपातील पारितोषिके प्रदान करण्याची व्यवस्था म्हणजे सामाजिक स्तरीकरण होय.''

iv) टिशलेर, व्हायटन आणि हंटर :

''जेव्हा सामाजिक विषमता समाज संरचनेचा भाग बनून एका पिढीकडून दुसऱ्या पिढीकडे संक्रमित होते तेव्हा सामाजिक स्तरीकरण अस्तित्वात येते. समाजाच्या प्रमुख सामाजिक संस्थांमार्फत सामाजिक स्तरीकरणात सातत्य राखले जाते.''

v) थिओडोर कॅपलो :

''समाजव्यवस्थेच्या सदस्यांची विषम दर्जा असलेल्या स्तरात झालेली रचना म्हणजे स्तरीकरण होय.''

४.१.२ सुलतानशाही काळातील सामाजिक गतिशीलता :

१३ व्या ते १६ व्या शतकापर्यंत भारतीय उपखंडाच्या मोठ्या भागांवर राज्य करणाऱ्या सुलतानशाही मुख्यतः सरंजामशाही आणि श्रेणीबद्ध सामाजिक संरचनेच्या संदर्भात सामाजिक गतिशीलतेच्या विविध अंशांचा साक्षीदार होती. या कालावधीत सामाजिक गतिशीलतेमध्ये अनेक घटकांनी योगदान दिले :

१) लष्करी आणि प्रशासकीय सेवा :

सामाजिक गतिशीलता अनेकदा लष्करी आणि प्रशासकीय सेवेद्वारे सुलभ होती. ज्यांनी स्वतःला सैन्यात वेगळे केले, विशेषतः सेनापती किंवा सैनिक म्हणून, ते सामाजिक स्थिती उंचवू शकतात. याव्यतिरिक्त प्रशासकीय भूमिका बजावणाऱ्या व्यक्ती निष्ठा आणि सक्षमतेद्वारे सामाजिक शिडीवर चढू शकतात.

२) तुर्को-अफगाण खानदानी :

सुलतानशाही सुरुवातीला तुर्क-अफगाण शासकांनी स्थापन केली होती. मध्य आशिया आणि अफगाणिस्तानमधील खानदानी लोक, जे सहसा स्थानिक भारतीय सामाजिक संरचनेत बाहेरचे होते, त्यांच्या लष्करी पराक्रमाच्या आणि प्रशासकीय क्षमतेच्या आधारे ते प्रसिद्ध झाले.

३) इक्ता प्रणाली :

इक्ता प्रणाली, जिथे लष्करी किंवा प्रशासकीय सेवांच्या बदल्यात महसूल अभिहस्तांकन मंजूर केले जाते, सामाजिक गतिशीलतेसाठी संधी प्रदान करते. यशस्वी अधिकारी इक्तदार (महसूल गोळा करणारे) म्हणून त्यांच्या भूमिकेद्वारे संपत्ती आणि दर्जा कमावू शकतात.

४) शैक्षणिक आणि सांस्कृतिक उपलब्धी :

विद्वान, कवी आणि बौद्धिक कर्तृत्व असलेल्या व्यक्तींना सामाजिक प्रगतीच्या संधी होत्या. सुलतानांनी विशेषतः अलाउद्दीन खिलजीच्या कारकिर्दीत कला आणि साहित्याचे संरक्षण केले गेले, ज्यामुळे प्रतिभा आणि शिक्षण असलेल्या व्यक्तींना मान्यता आणि दर्जा मिळाला.

५) व्यापार आणि आर्थिक क्रियाकलाप :

व्यापार आणि आर्थिक क्रियाकलापांमधील सहभागाने सामाजिक गतिशीलतेमध्ये देखील योगदान दिले. विशेषतः शहरी केंद्रांमध्ये जेथे आर्थिक संधी अधिक वैविध्यपूर्ण आहेत तेथे व्यापारी संपत्ती जमा करू शकतात आणि त्यांची सामाजिक स्थिती वाढवू शकतात.

६) इस्लाममध्ये धर्मांतर :

इस्लाममध्ये धर्मांतराने सामाजिक गतिशीलतेसाठी एक मार्ग प्रदान केला, कारण यामुळे विविध सामाजिक पार्श्वभूमीतील व्यक्तींना सत्ताधारी वर्गात समाकलित होता आले आणि मुस्लिम समुदायासाठी राखीव विशेषाधिकारांचा आनंद घेता आला. खालच्या जातीतील किंवा गैर-मुस्लिम पार्श्वभूमीतील अनेक लोकांनी नवीन संधी मिळवण्यासाठी इस्लामचा स्वीकार केला.

७) सुफी प्रभाव :

इस्लामच्या अधिक समावेशक आणि समतावादी स्वरूपाचा प्रसार करण्यात सूफी संत आणि त्यांच्या आदेशांनी महत्त्वपूर्ण भूमिका बजावली. सुफी संप्रदायामुळे विविध सामाजिक पार्श्वभूमीतील व्यक्तींना एक समान आध्यात्मिक व्यासपीठ मिळाले, ज्यामुळे एकता आणि स्वीकृतीची भावना वाढली.

८) आंतरसांस्कृतिक विवाह :

सत्ताधारी अभिजात वर्ग आणि स्थानिक लोकसंख्येतील आंतरसांस्कृतिक विवाह, सांस्कृतिक फूट पाडून सामाजिक गतिशीलतेला हातभार लावतात. कालांतराने या विवाहांमुळे विविध समुदायांमध्ये एकीकरण होण्यास मदत झाली.

९) विद्रोह आणि बंडखोरी :

विद्रोह आणि बंडखोरीद्वारे देखील सामाजिक गतिशीलता निर्माण झाली. ज्यांचे नेतृत्व अनेकदा उपेक्षित गट किंवा असंतुष्ट श्रेष्ठींनी केले अशा उठावांनी विद्यमान सत्ता संरचनांना आव्हान दिले आणि अधूनमधून राज्यकारभारात बदल झाला.

१०) शहरीकरण आणि आर्थिक संधी :

सुलतानशाही काळात शहरी केंद्रांच्या वाढीमुळे नवीन आर्थिक संधी निर्माण झाल्या. व्यापार, कारागिरी किंवा प्रशासकीय पदांसाठी शहरांमध्ये स्थलांतरित होणारे लोक सामाजिक प्रगतीचा अनुभव घेऊ लागले.

४.१.३ सुलतानशाही काळातील सामाजिक स्तरीकरण :

१३व्या ते १६व्या शतकापर्यंत भारतीय उपखंडाच्या काही भागांवर राज्य करणाऱ्या दिल्ली सुलतानशाही अंतर्गत सामाजिक स्तरीकरण, धर्म, जात आणि व्यवसाय यासारख्या घटकांनी प्रभावित असलेल्या जटिल आणि श्रेणीबद्ध संरचनाद्वारे वैशिष्ट्यीकृत होती. या कालावधीतील सामाजिक स्तरीकरणाचे मुख्य घटक पुढीलप्रमाणे आहेत:

१) इस्लामिक पदानुक्रम :

दिल्ली सुलतानशाहीच्या आगमनाने इस्लामिक सामाजिक संरचनांची ओळख झाली, ज्यामध्ये मुस्लिम पदानुक्रम ाच्या शीर्षस्थानी होते. सुलतान, कुलीन आणि प्रशासक यांचा समावेश असलेल्या शासक वर्गाकडे लक्षणीय सत्ता आणि विशेषाधिकार होते. सामाजिक स्थिती बहुतेकदा एखाद्याच्या इस्लामचे पालन करण्याशी जोडलेली होती.

२) तुर्क-अफगाण खानदानी :

तुर्क-अफगाण खानदानी लोकांनी शासक वर्गाचा एक महत्त्वाचा भाग बनवला. या कुलीन लोकांचे सदस्य, बहुतेक वेळा मध्य आशियाई किंवा अफगाण वंशाचे, प्रशासन आणि सैन्यात प्रमुख पदांवर होते. सत्ताधारी वर्गाशी असलेल्या त्यांच्या सहवासावर आधारित त्यांना विशेषाधिकार मिळाले.

३) मुस्लिमेतर समुदाय :

बहुसंख्य लोकसंख्येतील हिंदूंनी इस्लामिक पदानुक्रमात निम्न सामाजिक दर्जा व्यापला आहे. त्यांना काही निर्बंध आणि भेदभावपूर्ण प्रथांचा सामना करावा लागला, जरी विविध शासक आणि प्रदेशांमध्ये पदवी भिन्न होती. गैर-मुस्लिमांसाठी सामाजिक गतिशीलता अनेकदा मर्यादित होती.

४) जाती व्यवस्था :

विद्यमान हिंदू जातिव्यवस्थेचा सामाजिक स्तरीकरणावर प्रभाव पडत राहिला. ब्राह्मण (पुरोहित) तुलनेने उच्च दर्जाचे होते, त्यानंतर क्षत्रिय (योद्धा), वैश्य (व्यापारी) आणि शूद्र (सेवक). जातीचा जन्म एखाद्याच्या सामाजिक स्थानावर होता.

५) जाती आणि व्यावसायिक गट :

पारंपारिक चार वर्णांच्या पलीकडे, असंख्य जाती (उपजाती) आणि व्यावसायिक गट अस्तित्वात होते. शेतकरी, विणकर आणि कारागीर यासारख्या व्यवसायांवर आधारित लोकांचे वर्गीकरण केले जाते. व्यावसायिक गटांनी सामाजिक भूमिका आणि जबाबदाऱ्या परिभाषित करण्यात महत्त्वपूर्ण भूमिका बजावली.

६) गुलामगिरी :

गुलामगिरी हा सामाजिक स्तरीकरणाचा आणखी एक परिमाण होता, ज्यात व्यक्ती युद्धांमध्ये पराभूत होऊन किंवा इतर मार्गांनी गुलाम म्हणून काम करत होत्या. गुलामांना सर्वात कमी सामाजिक दर्जा होता आणि त्यांना त्यांच्या मालकांची मालमत्ता मानली जात असे.

७) शहरी–ग्रामीण विभागणी :

शहरी–ग्रामीण विभागणीतूनही सामाजिक स्तरीकरण प्रकट झाले. शहरी केंद्रे, विशेषत: राजधानी दिल्ली, सत्ता आणि विशेषाधिकारांची केंद्रे होती, तर ग्रामीण भागात अनेकदा जमीनदार आणि शेतकरी असलेली अधिक पारंपारिक कृषी सामाजिक रचना अनुभवली.

८) सुफी प्रभाव :

सुफी संत आणि त्यांच्या आदेशांनी पारंपारिक सामाजिक विभाजनांच्या पलीकडे जाण्याचा प्रयत्न केला, आध्यात्मिक समानता आणि सर्वसमावेशकतेचा पुरस्कार केला. सुफीवादाने, देवाशी थेट संवाद साधण्यावर जोर देऊन, विविध सामाजिक पार्श्वभूमीतील अनुयायांना आकर्षित केले आणि अधिक समतावादी दृष्टिकोनाचा प्रचार केला.

९) कारागीर समुदाय :

कारागीर समुदाय विविध व्यापार आणि हस्तकलेमध्ये गुंतलेले, सामाजिक पदानुक्रमात विशिष्ट भूमिका निभावतात. त्यांनी आर्थिक संरचनेत महत्त्वपूर्ण योगदान दिले परंतु अनेकदा खालच्या सामाजिक स्थानांवर त्यांना गणले गेले.

१०) गुणवत्ता आणि सेवा :

व्यापक सामाजिक संरचना असूनही, वैयक्तिक गुणवत्ता आणि सत्ताधारी अधिकाऱ्यांची सेवा कधीकधी वरच्या दिशेने गतिशीलता आणू शकत. यशस्वी लष्करी कमांडर किंवा प्रशासक त्यांच्या कामगिरीच्या आधारे उच्च सामाजिक स्थिती प्राप्त करू शकत.

११) परस्परसंवाद आणि सांस्कृतिक संश्लेषण :

कालांतराने विविध समुदायांमधील परस्परसंवाद आणि सांस्कृतिक संश्लेषणामुळे काही प्रमाणात सामाजिक मिश्रणास हातभार लागला. दिल्ली सल्तनत काळात विविध सांस्कृतिक घटकांचे संमिश्रण दिसून आले, ज्याने विविध समाजाला प्रोत्साहन दिले.

४.१.४ सुलतानशाही काळातील स्त्रियांची स्थिती :

मध्ययुगीन भारतात हिंदू समाजातील स्त्रियांची स्थिती अतिशय चांगली होती. हिंदू धर्मियांच्या घरात स्त्रीला गृहस्वामिनी म्हणून सन्मानित करण्यात येत असे. धार्मिक कार्यातही तिचा मोठ्या प्रमाणावर सहभाग होता. लहानशी पूजा–अर्चा देखील तिच्या अनुपस्थितीत पार पाडली जात नसे. एवढे असूनही सुलतानशाहीत स्त्रियांची स्थिती चांगली नव्हती. पुरुष अनेक स्त्रियांशी विवाह करु शकत होते, मात्र स्त्रीला एकपती व्रत पाळावे लागत होते. राजवंशातील आणि श्रीमंत वर्गातील लोकांनी बहुपत्नीत्वाची पद्धत सुरु केली. स्त्रिया म्हणजे भोगदासी असेच समजले जात असे. दासी आपल्या सौंदर्याच्या जोरावर मालकाला आपलेसे करी व आपले दास्यत्व संपवून मालकाशी विवाह करीत असे. परिणामी, विवाह संस्थेचे महत्त्व कमी झाले, त्याच्या पावित्र्यात घट झाली. सुलतान कैकुबार आणि मुबारकशहा यांच्या काळात स्त्रियांचा सन्मान आणि आदर कमी झाला. सुलतानशाहीतील स्त्रियांची स्थिती पुढील मुद्यांच्या आधारे स्पष्ट करता येईल :

१) पडदा पद्धती :

मुस्लीम समाजात पडदा पद्धती अतिशय कडकपणे पाळण्यात येत होती. परिणामी, स्त्रियांच्या स्वातंत्र्यावर अनेक बंधने आली. त्यांच्या वागण्या–बोलण्याच्या स्वातंत्र्यावर अनेक अटी लादण्यात आल्या. त्यांना गावाबाहेर संतांचे दर्शन घेण्यासाठी देखील पाठविले जात नसे. जी स्त्री ही बंधने पाळत नसे अशा स्त्रीला कठोर शिक्षा देण्याचे धोरण सुलतानांनी अंमलात आणलेले होते.

२) मुस्लीम स्त्रियांना सवलती :

सुलतानशाहीच्या कालखंडात मुस्लीम स्त्रियांना हिंदू स्त्रियांपेक्षा अधिक सवलती देण्यात आल्या होत्या. मुसलमान विधवा स्त्रियांना पुनर्विवाहाचा हक्क होता मात्र हिंदू स्त्रियांना पुनर्विवाहाचा हक्क नाकारण्यात आलेला होता. पतीनिधनानंतर मृत पतीच्या शरीराबरोबर स्वतःला जिवंतपणे जाळून घेण्याचे फर्मान सुलतानांनी काढलेले होते म्हणजे हिंदू स्त्रियांना पतीनिधनानंतर जगण्याचा हक्कच सुलतानांनी नाकारलेला होता. मात्र मुस्लीम स्त्रियांवर अशा प्रकारची कोणतीही बंधने नव्हती. मुस्लीम स्त्रियांना पिता आणि पती यांच्या संपत्तीतील वाटा मिळत होता. मात्र, काही अपवादात्मक परिस्थितीत तिला तलाक देण्याचाही अधिकार देण्यात आला होता.

३) स्त्रियांना शिक्षण :

सुलतानशाहीत स्त्रियांच्या शिक्षणाकडे अजिबात लक्ष देण्यात आले नाही असे म्हणता येणार नाही कारण हनौर या ठिकाणी स्त्रियांना शिक्षण देण्यासाठी १३ व मुलांच्या शिक्षणासाठी १३ अशा एकूण सव्वीस शाळा होत्या. सुलतानांनी स्त्रीशिक्षणाचे महत्त्व ओळखलेले होते.

४) हिंदू स्त्रियांची परिस्थिती :

सुलतानशाहीत हिंदू स्त्रियांच्या परिस्थितीत फारसे बदल घडून आले नाहीत. मुलींचे बालवयातच विवाह करणे, पत्नीने पतींची एकनिष्ठपणे सेवा करणे या जुन्या बाबी, प्रथा, परंपरा तशाच पुढे सुरु राहिल्या. मात्र विशेष परिस्थितीत स्त्रियांना घटस्फोटांचा अधिकार देण्यात आला. उदा. परित्याग, संसर्गजन्य अथवा असाध्य व्याधी अशा परिस्थितीत हिंदू स्त्रिया घटस्फोट घेऊ शकत होत्या.

५) स्त्रियांच्या सांपत्तिक स्थितीत सुधारणा :

सुलतानशाहीत सामाजिक नसलेल्या संपत्तीवरील पुत्रहीन विधवेचा हक्क मान्य करण्यात आला होता. अशी विधवा संपत्तीची नुसती रक्षकच नव्हती तर आपल्या मर्जीप्रमाणे संपत्तीची विल्हेवाट लावण्याचा संपूर्ण हक्क स्त्रियांना देण्यात आला होता. तत्कालीन हिंदू कायद्यात स्त्रियांच्या सांपत्तिक स्थितीत सुधारणा असल्याने आढळून येते. उपरोक्त मुद्यांच्या आधारे असे नमूद करता येईल, की सुलतानशाहीत स्त्रियांच्या परिस्थितीत फारशी सुधारणा झालेली नव्हती. स्त्रियांना शिक्षण, सांपत्तिक अधिकार देण्यात आलेला असला तरीही स्त्रियांवर अनेक बंधने घालण्यात आली. समाजाचा स्त्रियांकडे पाहण्याचा दृष्टिकोन संकुचित होता.

४.१.५ मुघल काळातील सामाजिक गतिशीलता :

मुघलकालीन समाज व्यवस्थेबाबत फारशी माहिती उपलब्ध नाही. अनेक इतिहासकारांना जी माहिती उपलब्ध झाली त्याआधारे मुघलकालीन समाज व्यवस्थेबद्दलचे विवेचन केले आहे. सुलतानकालीन समाज जीवनापेक्षा मुघलकालीन समाजजीवनाचा आकृतिबंध काहीसा वेगळा होता. या कालखंडात समाजात विविध वर्ग व जाती यांचे अस्तित्व आढळून येते. तसेच समाजात विविध प्रथा, परंपरा देखील अस्तित्वात होत्या. मुघलकालीन समाज जीवनाचा मध्ययुगीन भारताच्या इतिहासावर प्रभाव असलेला दिसतो. त्यामुळे मुघलकालीन सामाजिक जीवनाची माहिती जाणून घेणे योग्य ठरेल. मुघलकालीन सामाजिक जीवनाची माहिती पुढील मुद्यांच्या आधारे स्पष्ट करता येतील :

अ) सामाजिक वर्ग :

मुघलकालीन समाजात विविध वर्गांचे अस्तित्व दिसून येते. ते पुढीलप्रमाणे

१) उच्च वर्ग :

मुघलकालीन उच्च वर्गात राजा आणि सरदार यांचा सामावेश होता. राजा हा समाज व्यवस्थेचा प्रमुख घटक होता. समाजजीवनाच्या सर्वच क्षेत्रावर त्याचा एकाधिकार चालत असे. त्यामुळे राजाची कृपादृष्टी प्राप्त करण्यासाठी

लोकांची धडपड चालत असे. तसेच साम्राज्यातील महत्त्वाची पदे सांभाळण्यासाठी सरदार वर्गाची नियुक्ती केलेली होती. मोघल सरदारांमध्ये इराणी, तुराणी, अफगाण, हिंदू इत्यादी सर्वच राष्ट्रीयत्वाचे व वंशाचे लोक असत.

२) मध्यम वर्ग :

मुघलकालीन मध्यमवर्ग हा अनेकजिनसी होता. या वर्गात श्रीमंत व्यापारी, व्यावसायिक कनिष्ठ श्रेणीच्या मनसबदारांचा सामावेश होत असे. या वर्गातील श्रीमंत व्यापारी त्यांच्या संपत्तीवर कुणाची नजर पडू नये म्हणून ती दडवून ठेवत असे. सावकारी धंद्यात त्यांनी अमाप पैसा कमविला होता. तुलनेने कनिष्ठ श्रेणीच्या मनसबदारांची आर्थिक स्थिती फारशी उच्चभ्रु नव्हती. त्यामुळे लाचलुचपत आणि जुलूम जबरदस्तीने पैसा गोळा करण्यासाठी त्यांची सतत धडपड चालत.

३) कनिष्ठ वर्ग :

कनिष्ठ वर्गात लहान व्यापारी, दुकानदार, कारागीर, घरकाम करणारा नोकरवर्ग, शेतकरी, गुलाम इत्यादीचा समावेश होत असे. या वर्गातील घटकांचे जीवन अतिशय कष्टमय होते. त्यांच्या गरजा अतिशय मर्यादित असून, अत्यंत साधे व धोपटमार्गी जीवन ते जगत असे. कारागीरांचे जीवन अत्यंत हालाखीचे होते. त्यांना उपजिवीकेसाठी सतत फिरतीवर राहावे लागत. त्यामुळे समाजात त्यांचा दर्जा हा निम्न स्वरूपाचा होता.

ब) धार्मिक रचना :

या काळात हिंदू आणि मुस्लीम या दोन धर्मांचे समाजात अस्तित्व होते. मुस्लीम समाज दोन वर्गात विभागलेला होता. यात पर्शिया व इतर ठिकाणाहून आलेले मुस्लीम आणि मूळ हिंदू धर्मातले मात्र, नंतर मुसलमान झालेले लोक यांचा समावेश होता. हिंदू बहुसंख्य होते. मात्र, त्यांच्या निरनिराळ्या जातींमुळे विभाजन झाले होते. त्यांच्यात जैन, बौद्ध आणि शीख लोकांचाही अंतर्भाव होता. समाजातील वरच्या स्तरात ब्राम्हण, राजपूत, कायस्थ, वैश्य इत्यादी जमातींचा अंतर्भाव होता. थोडक्यात हिंदू व मुस्लीम समाजाची धार्मिक रचना वेगवेगळ्या प्रकारची होती.

क) रुढी, प्रथा व रिवाज :

मुघलकालीन समाजात अनेक रुढी, प्रथा व रिवाज प्रचलित होते. या काळात हिंदू समाजात सतीप्रथा सर्रास सुरु होती. अकबराने ती बंद करण्याचा प्रयत्न केला; पण त्यात त्याला यश आले नाही. बालविवाहाची प्रथा देखील मोठ्या प्रमाणावर प्रचलित होती. हिंदू धर्मियात छठा, चाटवन, मुंडन, विद्यारंभ, विवाह आणि श्राद्ध यांना अत्यंत महत्त्वाचे मानले जात. तर मुस्लिम धर्मियात आफिकाह, बिस्मिल्ला चहलम इत्यादी महत्त्वाचे रिवाज प्रचलित होते. हिंदू व मुस्लीम या दोन्ही धर्मात विवाह हा अतिशय आनंदाचा व उत्सवाचा विधी समजला जाई.

ड) स्त्रियांचे स्थान :

मुघलकाळात स्त्रीला कुटुंबात सम्मानाने वागविले जाते. स्त्री ही स्वभावतःच त्यागी, सहनशील, प्रेमळ व निष्ठावान असल्याने कुटुंबात तिच्या शब्दाला किमत असे. मात्र मुस्लिमांमध्ये प्रचलित असणाऱ्या बहुपत्नित्वाच्या प्रथेमुळे व हिंदू धर्मातील सतीप्रथेमुळे स्त्रियांचे मोठ्या प्रमाणावर शोषण घडून येत असत. ज्या कुटुंबातील विधवा स्त्री सती जात त्या कुटुंबास समाजात फार मोठी प्रतिष्ठा प्राप्त होत. मुघलकाळात स्त्रियांना शिक्षणात देखील फारसा सहभाग प्राप्त झालेला नव्हता.

इ) ढासळती समाजव्यवस्था :

मुघलकालीन समाजव्यवस्थेची घडी चांगल्याप्रकारे बसलेली होती. मात्र औरंगजेबच्या कारकिर्दीच्या शेवटी समाजाला झपाट्याने उतरती कळा लागली. मोघल सरदार कितीही विलासी असले, तरी समाजात त्यांचे वजन होते. औरंगजेबच्या कारकिर्दीच्या शेवटी त्यांचे हे स्थान ढासळले. त्यांची मुले व स्त्रिया तृतीयपंथीयांच्या गोतावळ्यात वाढू लागली. त्यामुळे व्यभिचार, भ्रष्टाचार, कट-कारस्थान या गोष्टी वाढत गेल्या त्यावर नियंत्रण प्राप्त करण्यात औरंगजेब अपयशी ठरला.

अशा प्रकारे मुघलकालीन समाजव्यवस्था ही औरंगजेबच्या कारकिर्दीच्या शेवटी ऱ्हासास पोहोचली. पूर्वीच्या मोघल बादशहांनी सामाजिक जीवनातील ऐक्य व विविधता जपून ठेवण्याचा प्रयत्न केला होता. त्यामुळे समाजव्यवस्थेवर त्यांचे योग्यप्रकारचे नियंत्रण होते. औरंगजेबच्या काळात मात्र, त्याच्या धार्मिक कट्टरतेच्या धोरणामुळे समाजातील तणाव व मत्सर वाढत गेलेला दिसतो.

४.१.६ मुघल काळातील सामाजिक स्तरीकरण :

भारतातील मुघल काळात (१६ व्या ते १९ व्या शतकात), सामाजिक स्तरीकरण जटिल आणि बहुआयामी होते. ज्यावर धर्म, जात, व्यवसाय आणि साम्राज्यवादी धोरणे यासारख्या घटकांचा प्रभाव होता. मुघल काळातील सामाजिक स्तरीकरणाचे मुख्य पैलू पुढीलप्रमाणे आहेत :

१) मुघल शासक अभिजात वर्ग :

मुघल सम्राट आणि त्यांच्या तात्कालिक अभिजनांनी समाजाचा सर्वोच्च स्तर बनवला. सम्राटाकडे सर्वोच्च अधिकार होते आणि खानदानी लोकांमध्ये उच्च दर्जाचे अधिकारी, सेनापती आणि दरबारी यांचा समावेश होता. या उच्चभ्रू वर्गाला राजकीय सत्ता आणि संपत्ती या दोन्ही बाबतीत महत्त्वपूर्ण विशेषाधिकार मिळाले.

२) इस्लामिक पदानुक्रम :

मुघल काळात सामाजिक रचना घडवण्यात इस्लामची महत्त्वपूर्ण भूमिका होती. विशेषत: परदेशी वंशाचे किंवा उदात्त वंशाचे मुस्लिम उच्च सामाजिक दर्जाचे होते. सत्ताधारी अभिजात वर्ग प्रामुख्याने मुस्लिम होते आणि मुघल सम्राट अनेकदा मध्य आशियाई आणि पर्शियन वंशाच्या व्यक्तींना पसंती देत असत.

३) मुस्लिमेतर समुदाय :

बहुसंख्य लोकसंख्या असलेल्या हिंदूंनी विविध सामाजिक स्तरांवर कब्जा केला. मुघल शासकांनी सामान्यतः धार्मिक सहिष्णुतेचे धोरण स्वीकारले आणि काही हिंदू सरदारांनी प्रशासनात महत्त्वाची पदे भूषवली. तथापि, गैर-मुस्लिमांसाठी सामाजिक गतिशीलता अनेकदा मर्यादित होती.

४) जातिव्यवस्था आणि जाती :

पारंपारिक हिंदू जातिव्यवस्थेचा सामाजिक स्तरीकरणावर प्रभाव पडत राहिला. ब्राह्मण, क्षत्रिय, वैश्य आणि शूद्र यांनी विशिष्ट सामाजिक भूमिका निभावल्या, प्रत्येक जातीने विशिष्ट कर्तव्ये नियुक्त केली. जाति (उपजाती) आणि व्यावसायिक गटांनी देखील सामाजिक ओळख परिभाषित करण्यात महत्त्वपूर्ण भूमिका बजावली.

५) जमीनदार आणि जहागीरदार :

मुघल प्रशासनात जमीन महसूल संकलनाची एक प्रणाली समाविष्ट होती जिथे जमीनदार आणि जहागीरदार महत्त्वपूर्ण पदांवर होते. जमीनदार हे महसूल संकलनासाठी जबाबदार स्थानिक जमीन मालक होते, तर जहागीरदारांना लष्करी किंवा प्रशासकीय सेवांच्या बदल्यात महसूल नियुक्त्या मिळत होत्या. या पदांमुळे सामाजिक स्थिती आणि आर्थिक सामर्थ्य वाढले.

६) कारागीर आणि व्यापारी :

कारागीर आणि व्यापारी यांनी आर्थिक संरचनेत योगदान देणारा एक वेगळा सामाजिक गट तयार केला. मुघल कालखंडात कला आणि हस्तकलेची भरभराट झाली त्यामुळे यशस्वी कारागीर आणि व्यापारी सापेक्ष समृद्धी आणि मान्यता प्राप्त करू शकले.

७) शेतकरी वर्ग :

बहुसंख्य लोकसंख्येमध्ये शेतीत गुंतलेल्या शेतकऱ्यांचा समावेश होता. शेतकरी हा आर्थिक संरचनेचा एक आवश्यक भाग होता, परंतु त्यांना अनेकदा आर्थिक अडचणींचा सामना करावा लागला आणि महसूल गोळा करणाऱ्या अधिकाऱ्यांच्या मागणीला सामोरे जावे लागले.

८) मुघल शाही धोरणे :

मुघल सम्राटांनी, विशेषत: अकबराने विविध समुदायांना शाही प्रशासनात समाकलित करण्याचा प्रयत्न केला. अकबराचे धार्मिक सहिष्णुतेचे धोरण आणि विविध धार्मिक व सामाजिक गटांमध्ये एकतेची भावना वाढवण्याच्या उद्देशाने एक समक्रमित संस्कृती निर्माण करण्याचे प्रयत्न झाले.

९) सुफी प्रभाव :

मुघल काळात सुफी संत आणि त्यांचे आदेश महत्त्वपूर्ण भूमिका बजावत राहिले. सुफीवादाने आध्यात्मिक समानतेवर जोर दिला आणि विविध सामाजिक पार्श्वभूमीतील अनुयायांना आकर्षित केले. सुफी मंदिरे सामाजिक संवाद आणि सांस्कृतिक संश्लेषणाची केंद्रे बनली.

१०) सांस्कृतिक संश्लेषण :

मुघल कालखंडात सांस्कृतिक संश्लेषण आणि कलात्मक अभिव्यक्ती दिसून आली जी सामाजिक विभागणीच्या पलीकडे गेली. पर्शियन आणि भारतीय सांस्कृतिक घटकांचे मिश्रण झाले, ज्यामुळे समृद्ध आणि वैविध्यपूर्ण सांस्कृतिक वारसा निर्माण झाला.

४.१.७ मुघल काळातील स्त्रियांची स्थिती :

मुघलकालीन स्त्रियांचे सामाजिक स्थान विचारात घेताना खालील घटकांचा परामर्श घेणे योग्य ठरते. यामध्ये समाजातील स्त्रियांचा दर्जा, बहुपत्नीत्वाची चाल आणि तिचे अनिष्ट परिणाम, विधवा पुनर्विवाह व तिचे दुष्परिणाम, स्त्रियांचा राजकारणातील सहभाग, सर्वसामान्य स्त्रियांची समाजात असलेली स्थिती, मध्ययुगीन काळातील कायद्यांद्वारे विहित केलेले स्त्रियांचे स्थान इत्यादी घटकांचा विचार करावा लागतो.

१) मुस्लीम समाजातील स्त्रीचा दर्जा :

मुघल काळात भारतातील मुस्लीम स्त्रियांना कनिष्ठ दर्जा होता. बहुपत्नीत्वाची चाल अस्तित्वात असल्याने त्यांची बिकट परिस्थिती होती. समाजात त्यांना मोकळेपणाने फिरता येत नसे, पडदा पद्धती प्रचलित होती, सामान्यत: सर्वच स्त्रिया किंबहुना सरदार घराण्यातील स्त्रिया पडदा पद्धत पाळत असत व जर पडद्यातून बाहेर येणे अत्यावश्यक असेल तर चेहरा बुरख्याने झाकून घेत. मुस्लीम लोक आपल्या समाजातील स्त्रियांचे रक्षण अत्यंत काळजीपूर्वक करीत. त्यांच्या गैरहजेरीत त्यांचा भाऊ किंवा पिता यांच्यासमोर पत्नीने पाहिलेले चालत नसे. मनु याने या गोष्टीचे समर्थन केले आहे. स्त्रियांच्या खासगी निवासस्थानावर कडक पहारा असे. मासीर-इ-आलमगिरीमध्ये या संदर्भात उल्लेख आढळतो की औरंगजेबाच्या जनानखान्यात जन्मलेल्या मुली धर्मतत्त्वांचा अभ्यास करीत. कुराण अध्ययन व त्याचे भाषांतर, गुणांची जोपासना व ईश्वरोपासना यात मग्न राहत. स्त्रियांच्या पावित्र्यास समाजात अत्यंत मोठे स्थान होते. तरीही राजपुत्रांच्या जनानखान्यात व शहरी वस्तीतील काही ठिकाणी नीतिमत्तेसाठी शैथिल्य आढळत होते व त्याचे कारण जनानखाने अवाढव्य होते.

२) बहुपत्नीत्वाची चाल :

बहुपत्नित्वाच्या चालीचा मुस्लीम स्त्रियांच्या सामाजिक दर्जावर अनिष्ट परिणाम झालेला होता. कुराणामधील चौथ्या प्रकरणातील तिसऱ्या सुराच्या आधारे असे मानले होते की, महंमदाने जास्तीतजास्त चार विवाह करण्याची परवानगी दिलेली असून, पुरुष अधिक बायका करू शकत होते. एका वेळी चार बायकांशी लग्न करता येत होते. अकबर स्वत: एक पत्नीत्वाचा पुरस्कर्ता होता. तरी त्याने तीनशे बायकांशी विवाह करून या तत्त्वाचा भंग केलेला होता. या चालीमुळे गरीब कुटुंबावर आर्थिक ताण निर्माण झालेले होता. श्रीमंतांमध्ये या चालीमुळे खर्चाचा मार्ग तसेच इतरही वाईट मार्ग निर्माण झाले. स्त्रियांच्या एकांतवासामुळे बहुपत्नीत्वाच्या दुष्परिणामात

भर पडली होती व सर्वांचा एकत्रित परिणाम बहुपत्निक सरदारी घराण्यामधील नीतिमत्ता खालावलेली होती. पती-पत्नीचे संबंध प्रेमपूर्ण नव्हते तर वैवाहिक जीवन ओझे झालेले होते. कौटुंबिक शांतता नष्ट झालेली होती व स्त्रिया पतीवर नियंत्रण किंवा प्रभाव पाडून कार्यभाग साधकाचा प्रयत्न करीत. त्यामुळे जनानखान्यात वैमनस्य, भांडणाचा प्रादुर्भाव होत असे. मांडेलस्लो याने या परिस्थितीचे वर्णन करताना स्त्री ही पती प्रेम संपादन करण्यासाठी सर्व उपायांचा अवलंब करीत असे. मुस्लीम कुटुंबात जी पहिली पत्नी असे किंवा पहिल्या लग्नाची बायको असे तिला इतर स्त्रियांच्या तुलनेत कुटुंबात बहुमान तसेच प्रतिष्ठेचे स्थान असे.

३) बालविवाह :

हिंदू स्त्रियांमध्ये मुलगी ही जबाबदारी किंवा कुटुंबातील आवश्यक ओझे मानले जात. मुलीच्या जन्मामुळे बालहत्येची प्रथा निर्माण झालेली होती. हिंदू समाजात बालविवाह रूढ होते. मुलीच्या विवाहाचे वय आठ वर्षे होते. त्याअगोदरही विवाह झालेले आढळतात. उदा. राजस्थानामधील धोला समाजात 'धोला-मारुलारी-वात' यामध्ये नमूद केल्याप्रमाणे विवाह प्रसंगी मुलीचे वय दीड वर्ष व वराचे वय तीन वर्षे होते. मुलीच्या लग्नाचे वय आठ ते अठरा वर्षांच्या दरम्यान मानलेले होते. जीवनसाथी निवडण्याचे स्वातंत्र्य नव्हते. आई-वडील तिच्या जोडीदाराची निवड करीत असत. विधिपूर्वक विवाहबंधन कायमचे होते. कोणत्याही परिस्थितीत ते तोडता येत नसे कारण लग्न हा पती-पत्नी यातील विषय नसून अधिकाऱ्यांचा सबंध कुटुंबाशी संबंधित मानला जात होता. समाज, पूर्वज व परमेश्वर यांचे ऋण फेडण्यासाठी संबंधित व्यक्ती विवाह बंधनात स्वत:ला जखडून घेत असे. पती-पत्नीमधील वैवाहिक प्रेमापेक्षा कर्तव्यावर भर होता. लग्नानंतर मुलीला स्वातंत्र्य नव्हते तर सासू-सासरे यांचे नियंत्रण असे.

४) हुंडा / नेग पद्धती :

मुलीचा जन्म स्वागतार्ह नसल्याचे कारण म्हणजे हुंड्याची व नेग पद्धती होय. वधूपित्याने वरपित्याला भरपूर हुंडा दिल्याशिवाय त्याच्या मुलीला अनुरूप वर मिळणे शक्य नसल्याने कनिष्ठ व मध्यम वर्गातील अनेक कुटुंबाचा सर्वनाश झालेला होता. नेग देण्याची प्रथा राजस्थानचेच वैशिष्ट्य होते. नेग पद्धती म्हणजे गैर वाजवी व मोठी रक्कम वधूपित्याने मुलीच्या लग्नाच्या वेळेस चारणाला द्यावयाची असे व हे सामाजिक दुष्कर्म असून वधूपिता ते टाळू शकत नसे. रजपूत राजाच्या राजवाड्यात विविध जातीतील शेकडो राण्या असत. त्या सर्वांना जनानखान्यात मानाने वागविले जात असले तरी सर्वांनाच राणीपदाचा मान नव्हता तर त्यातील पुष्कळजणी 'खवासन', 'पर्दायतन' असत.

५) विधवांचे अपमानास्पद जिणे :

उत्तर हिंदूस्थानात तसेच दक्षिण हिंदूस्थानातील विधवा स्त्रीला सामाजिक चालीरीती, बंधनांना बळी पडावे लागे. स्त्रीला केवळ एखाद्याची पत्नी म्हणून सामाजिक दर्जा लाभत असे तिच्या वैवाहिक जीवनाचा तोच एकमेव आधार होता, बहुपत्नीत्व पद्धतीत तिची परिस्थिती निकृष्ट दर्जाची होती. पती गमवला आणि वैधव्य प्राप्त झाले की, तिचा सामाजिक दर्जा पूर्णत: नष्ट होत असे. वैधव्य हा मध्ययुगीन भारतीय स्त्रीला शाप होता.

६) सतीप्रथा :

भारतीय स्त्रीत्वाचा आदर्श तसेच भारताच्या वैभवाचा मानबिंदू म्हणून सतीप्रथेला समाजमान्यता होती. सतीची कल्पना उदात्त स्वरूपाची, पूर्णपणे पवित्र व कर्तव्यदक्ष अशा पत्नीची कल्पना प्राचीन भारतात प्रचलित असली तरी जाळून घेऊन सती जाण्याच्या सामाजिक परंपरेत या कल्पनेचा विकृत आविष्कार व्यक्त होत नव्हता. मध्ययुगीन भारतात या प्रथेने प्रभुत्व मिळविले. या चालीप्रमाणे मृत पुरुषाच्या विधवा पत्नीने पतीच्या चितेवर

स्वत:ला जाळून घेऊन सहगमन करणे यातून स्त्रीने या लोकात व परलोकात पतीचे जीवन सुखी करणे एवढेच तिचे पत्नी म्हणून एकमेव कर्तव्य आहे. आपल्या पतीची मानसिक अवस्था आनंदित ठेवण्यासाठी जे प्रयत्न करावे लागतात, त्यासाठी पत्नीने कोणत्याही स्वरूपाचा केलेला त्याग मोठा नाही ही कल्पना अंतर्भूत होती. समाजातील विविध वर्गातील स्त्रिया सती गेल्याची उदाहरणे राजस्थानात आढळतात. यात अनेक स्त्रियांचाही समावेश असे. त्यात महाराणा प्रताप, मेवाडचा राजसिंग, मारवाडचे मालदेव, जसवंत सिंग, बिकानेरचा रायसिंग, कोट्याचा भीमसिंग, जैसलमेरचा अमरसिंग या राजांच्या राण्यांचा समावेश होतो. तत्कालीन परिस्थितीमुळे सतीच्या प्रथेच्या निर्मितीची आवश्यकता आढळते. युद्धाचे दिवस असल्याने शत्रूचा मुकाबला करण्यासाठी पुरुषांना रणांगणावर जावे लागे. सबंध खेडे किंवा शहर शत्रूकडून जिंकले जाई. तेथील स्त्रियांचा शत्रूकडून विनयभंगही होत असे. हे प्रसंग टाळण्यासाठी स्त्रिया सती जाणे पसंत करीत. पती रणागंणावर लढत असताना जर त्यांनी जाळून घेतले तर त्याला जोहार म्हटले जात.

७) राजकारणातील स्त्रियांचा सहभाग :

मुघल काळात मुस्लीम स्त्रिया राजकारणापासून अलिप्त होत्या. त्या राज्यकारभारात हस्तक्षेप करीत नसत. असे असले तरी मुघल दरबारात व मुघल अंत:पुरात त्यांचे वर्चस्व प्रभावी होते व अनेकदा निर्णायकही असे. उदा. हुमायूनच्या आईने मीर कलन याचा कट उघडकीस आणून स्वत:चा व मुलाचे सिंहासनाच्या रक्षणार्थ उपयोग केला. दुसरे उदा. म्हणजे अकबराचे संगोपन केलेली आई (Foster Mother) महान अनगा ही सामर्थ्यवान होती तरी तिने पुत्रप्रेमापायी व्यापक दृष्टिकोन स्विकारला नाही.

नूरजहान ही अत्यंत हुकमी व्यक्तिमत्त्वाची व प्रभावी होती. तिने प्रतिस्पर्ध्यांनी सत्ता काबीज करण्यासाठी केलेल्या अनेक योजनांचा पाडाव करून त्यांच्याविरुद्ध अनेक कटकारस्थाने करून राजकीय सत्ता आपल्या हाती तिने अकरा वर्षे राखून ठेवली. शहाजहानवर मुमताज महालचा प्रभाव सर्वश्रुत आहे तर रोशन आराने सूडबुद्धीने प्रदर्शन केले. जहानआराने धर्मशील, सौम्य वागणूक व प्रभावी व्यक्तिमत्त्व ठेवले तर झेबुन्निसा व झिनतुन्निसा यांनी त्यांचे अतिरेकी पिता औरंगजेबावर सौम्य नियंत्रण ठेवले होते. अलीवर्दीखानाची पत्नी हे प्रभावी व्यक्तिमत्त्व होते. तिच्याकडे बरीच राजकीय सत्ता होती ती रघुजी भोसलेच्या नेतृत्वाखाली आलेल्या मराठ्यांविरुद्ध चाललेल्या युद्धात पतीला मार्गदर्शन करीत होती, तर अहमदनगर येथे हुसेन निजामशहाची कन्या व पहिला अली आदिलशहा याची विधवा पत्नी चांदबिबी ही राज्याच्या संरक्षणार्थ शौर्याने लढली व त्या उदात्त संघर्षात तिने वीरोचित मृत्यू पत्करला. हे सर्व राज कुटुंबातील उदाहरणे होत. सर्वसामान्य स्त्रीचे वर्तन सामान्यत: कंटाळवाणे, कष्टप्रद व परावलंबित्वाचे असे. पुरुषांच्या जीवनाशी तुलना करताना स्त्रियांना स्वातंत्र्य, मानसन्मान, सुखसोयी कमी प्रमाणात उपलब्ध असत. पुरुषप्रधान समाजात नीतिमत्तेबाबत शैथिल्य असल्याने स्त्रियांच्या दर्जा खालावलेला होता.

८) हिंदू कायद्याद्वारे स्त्रीचे समाजातील स्थान :

मनूपासून शुक्राचार्यापर्यंत सर्व स्त्री बाबतचा दृष्टिकोन थोड्याफार फरकाने समान होता. मनूचे याबाबत प्रसिद्ध वचन म्हणजे ''बाल्यावस्थेत स्त्रीचे रक्षण तिचा पिता करतो. तारुण्यावस्थेत तिचे रक्षण पती करतो वृद्धावस्थेत तिचे रक्षण तिचा पुत्र करतो.'' स्त्री स्वतंत्र होण्यास केव्हाही पात्र नाही. स्त्रियांच्या हालचालीवर अनेक बंधने टाकलेली होती तरी त्यांच्या आंतरिक मौलिकतेचा आदर राखला जात होता. 'यंत्र नार्यस्तु पूज्यन्ते, रमन्ते तत्र देवता: ।' या काळात स्त्रियांना दुय्यम दर्जा देणे व त्याचवेळी त्यांचा सन्मान करणे यात विरोधाभास आढळतो. कारण आध्यात्मिक मूल्यांना हिंदू समाजात अत्यंत महत्त्वाचे स्थान दिलेले होते व सामाजिक मूल्ये दुय्यम ठरत. नीतिमूल्यांची रचना आध्यात्मिक मूल्यांच्या आदर्शावर केली गेली. मोक्ष मिळविणे हा परमोच्च बिंदू असल्याने

तो गाठण्यासाठी क्रमाक्रमाने जीवनक्रम आक्रमित करणे अवश्य असे व त्याकरिता आपले दैनंदिन जीवन संयमित व नियंत्रित करण्यावर भर असे. समाजाच्या सामूहिक व व्यापक हितसंबंधाच्या संदर्भात बंधने आवश्यक होती व स्त्रियांचा समान्य दर्जा व समाजातील त्यांचे अधिकार दाखविणाऱ्या इतर आज्ञा घालून दिलेल्या होत्या. या काळात, कौटुंबिक जीवनात सन्मानाचे स्थान असलेल्या स्त्रीला सामाजिक जीवनात मात्र दुय्यम स्थान होते. त्यांना घराबाहेर मुक्त संचार करता येत नसे. मुस्लीम स्त्रियांप्रमाणे उच्चवर्णीय हिंदू स्त्रियाही बुरखा वापरत असत. पिता, पती व पुत्र यांच्याच आधाराने व आज्ञेने तिला जगावे लागत असे. हिंदू स्त्रियांना सतीही जावे लागत होते, विधवांना समाजात कुठल्याही प्रकारचा मान नव्हता. मोघलकालीन दरबारातील स्त्रियांव्यतिरिक्त या काळातील स्त्रियांचे अस्तित्वही फारसे जाणवत नाही, कारण विविध बंधनांनी त्या जखडलेल्या होत्या.

▷ ४.२ नवीन वर्गांचा उदय :

ब्रिटिश राजवटीच्या आगमनानंतर भारतीय समाजाने अनेक नवीन वर्गांचा उदय पाहिला. ग्रामीण भागात जर्निंदर, भाडेकरू, शेतकरी-मालक, सावकार, शेतमजूर इत्यादी वर्ग उदयास आले; शहरी भागात भांडवलदार, कामगार, छोटे व्यापारी इत्यादी वर्ग दिसू लागले. भारतातील मध्ययुगीन काळात महत्त्वपूर्ण सामाजिक-आर्थिक बदल घडले ज्यामुळे नवीन वर्गांचा उदय झाला आणि विद्यमान सामाजिक रचनेत बदल झाले.

४.२.१ मध्ययुगीन भारतातील प्रशासकीय वर्गाचा उदय :

मध्ययुगीन भारतातील प्रशासकीय वर्गाचा उदय हा प्रदेशाच्या प्रशासनातील महत्त्वाचा टप्पा आहे, सामाजिक-राजकीय परिदृश्याला आकार देणे आणि प्रशासकीय संरचनांचे संस्थात्मकीकरण करणे यादृष्टीने हे महत्वाचे मानले गेले.

१) ऐतिहासिक संदर्भ आणि प्रारंभिक प्रशासकीय प्रणाली :

मध्ययुगीन काळात मौर्य, गुप्त, चोल आणि दिल्ली सल्तनत यांसारख्या विविध राजवंश आणि राज्यांनी प्रशासकीय व्यवस्था स्थापन केली. या प्रणालींनी शासनाच्या नंतरच्या घडामोडींसाठी पाया घातला.

२) दिल्ली सुलतानशाहीची प्रशासकीय व्यवस्था :

दिल्ली सुलतानशाहीने केंद्रीकरण आणि इस्लामिक तत्त्वांनी वैशिष्ट्यीकृत प्रशासकीय संरचना सुरू केल्या. महसूल, लष्कर आणि न्यायपालिकेसाठी दिवाण (विभाग) सारखी प्रशासकीय कार्यालये स्थापन करण्यात आली, प्रत्येकाची देखरेख संबंधित अधिकाऱ्याने केली.

३) प्रशासकीय वर्गाचा उदय :

या काळात प्रशासकीय वर्गाचा विकास दिसून आला. वझीर (पंतप्रधान), दिवाण-इ-विजारात (अर्थमंत्री) आणि वजीर-ए-मामालिक (राज्यमंत्री) यासारख्या अधिकाऱ्यांनी प्रशासकीय अभिजात वर्गाचा गाभा बनवला.

४) प्रशासकीय अधिकाऱ्यांची भूमिका :

प्रशासन, महसूल संकलन, कायद्याची अंमलबजावणी आणि कायदा व सुव्यवस्था राखण्यासाठी प्रशासकीय अधिकाऱ्यांनी महत्त्वपूर्ण भूमिका बजावली. त्यांची नियुक्ती त्यांच्या संबंधित क्षेत्रातील गुणवत्ता, निष्ठा आणि कौशल्याच्या आधारे करण्यात आली.

५) सामंतवादी प्रभाव आणि प्रादेशिक प्रशासन :

सरंजामशाही प्रभावामुळे प्रांत किंवा प्रदेशांवर देखरेख करणारे प्रादेशिक प्रशासक किंवा राज्यपाल (सुभेदार) उदयास आले. त्यांच्याकडे महत्त्वपूर्ण अधिकार होते आणि त्यांनी केंद्र सरकारच्या अंतर्गत स्थानिक प्रशासन व्यवस्थापित केले.

६) मुघल प्रशासकीय संरचना :

मुघल साम्राज्याने अकबराच्या कारकिर्दीत एक अत्याधुनिक प्रशासकीय व्यवस्था पाहिली, ज्याने मनसबदारी प्रणालीची ओळख करून दिली. लष्करी आणि प्रशासकीय पदांवर आधारित अधिकार्यांना (मनसबदार) दर्जा देण्यात आला.

७) प्रशासकीय सुधारणा आणि संस्था :

अकबराने प्रशासकीय सुधारणा सुरू केल्या, ज्यात जमीन महसूल प्रणाली जसे की ज़ब्त आणि टोडर मलची बंदोबस्त प्रणाली. धार्मिक सहिष्णुतेला प्रोत्साहन देण्यासाठी त्यांनी इबादत खानासारख्या संस्थाही स्थापन केल्या.

८) आर्थिक आणि सामाजिक परिणाम :

संरचित प्रशासकीय वर्गाच्या उदयाचे आर्थिक परिणाम होते; महसूल संकलन, व्यापार नियमन आणि कार्यक्षम शासन सुनिश्चित करणे. याचा सामाजिक स्तरीकरण आणि सांस्कृतिक पद्धतींवरही प्रभाव पडला.

९) वारसा आणि शाश्वत प्रभाव :

मध्ययुगीन भारतामध्ये स्थापन झालेल्या प्रशासकीय संरचना आणि पद्धतींनी कायमस्वरूपी प्रभाव टाकला. प्रशासकीय वर्गाच्या संस्थात्मकीकरणाने नंतरच्या शासन संरचनांवर प्रभाव पाडला, अगदी ब्रिटिश वसाहतवादी राजवटीतही हा प्रभाव दिसून आला.

४.२.२ मध्ययुगीन भारतातील व्यापारी वर्ग :

व्यापाराची मर्यादा आणि विक्रीच्या वस्तूंची विविधता यांची सुलतान काळात बरीच वाढ झाली. भारतामध्ये आयात केल्या जाणाऱ्या वस्तूंचे प्रामुख्याने तीन गटात वर्गीकरण करता येते. क्रयवस्तू, कच्चामाल आणि चैनीच्या वस्तू. क्रयवस्तूंमध्ये सोने, चांदी, घोडे यांचा समावेश होत असे तर कच्च्या मालात कच्चे रेशीम, तांबे, कथील, जस्त, शिसे, पारा, हस्तिदंत आणि पोवळे यांचा अंतर्भाव होत असे व चैनीच्या वस्तूंत उच्चप्रतिचे रेशीम कापड, मखमल, जर, रत्ने, सुगंधी द्रव्ये, मसाले, औषधे, चिनी मातीच्या वस्तू, युरोपियन दारु, आफ्रिकन गुलाम व इतर दुर्मीळ वस्तूंचा अंतर्भाव होत असे. भारतातून निर्यात होणाऱ्या वस्तूंत मसाले, नीळ, अफू, साखर, तांदूळ, अशा विविध वस्तूंचा अंतर्भाव होत असे. थोडक्यात, सुलतान काळात अंतर्गत आणि परकीय व्यापारात बरीच वाढ झाल्याने उद्योगांचा विकास झाला. उद्योगांचा विकास झाल्याने अनेक शहरे उदयाला आली त्याची माहिती पुढील मुद्यांच्या आधारे स्पष्ट करता येईल :

१) विदेशी व्यापार :

मध्ययुगीन काळात सागरी व्यापारावरील नियंत्रण ठेवण्याचे कार्य सागारीपट्ट्यात राहणारे मुसलमानच करीत असत. विशेषत: सुलतान कालखंडात विदेशी व्यापाराला अतिशय महत्त्व प्राप्त झालेले होते. विदेशी व्यापार सागरी मार्गानेच चालत असे. हा सागरी व्यापार हिंदी महासागरामध्ये आफ्रिकेच्या पूर्व किनाऱ्यापर्यंत चालत होता. बहुतांशी सर्व मालवाहतूक करणारी जहाजे व्यापाऱ्यांच्याच मालकीची असत, असे असले तरी, बरेचसे व्यापारी जहाजाच्या मूळ मालकांना योग्य रक्कम देऊन परत पाठवित असत. खंबायत, मलबार, कोरोमंडलचा समुद्र किनारा व पश्चिम बंगालचा समुद्र किनारा हे सुलतान काळातील महत्त्वाचे व्यापारी मार्ग होते. तसेच कालिकत हे प्रमुख व्यापारी बंदर असलेल्या मलबार किनारा मुस्लीम व्यापाऱ्यांचे मुख्य व्यापारी केंद्र होते व ईस्ट इंडिज बेटातील वस्तू आफ्रिकन किनाऱ्यावर किंवा इराणच्या आखातात नेणारी जहाजे मलबार बंदरात थांबत असत.

२) पोर्तुगिजांचे व्यापाराला आव्हान :

सागरी व्यापारावर दीर्घकाळ वर्चस्व प्रस्थापित केलेल्या सुलतानशाहीला पहिले आव्हान पोर्तुगिजांनी दिले. अधिक चांगल्या दर्जाची जहाजे आणि मिशनरी वृत्तीची कळकळ आणि व्यापारविषयी आस्था यांनी भारलेला

खलाशीवर्ग यामुळे अत्यंत थोड्या कालावधीत पोर्तुगिजांनी भारतातील तसेच ईस्ट इंडिज बेटावरील बऱ्याच बंदरांवर कब्जा मिळविला व या बंदरांचा उपयोग व्यापारवृद्धी तसेच सैनिकांची भरती करण्यासाठी केला. मोझांबिक पासून मलाक्का पर्यंतच्या हिंदी महासागरावर पोर्तुगीज व्यापाऱ्यांनी अधिपत्य प्रस्थापित केले. हिंदी महासागरामधून व्यापार करण्याचा आपला एकाधिकार आहे असाही दावा पोर्तुगिजांनी केला. खासगी व मुस्लीम व्यापाऱ्यांना हिंदी महासागरातून व्यापार करण्यासाठी पोर्तुगिजांची मान्यता मिळवावी लागत होती. विनापरवाना चाललेली जहाजे पोर्तुगिजांनी जप्त करण्याचे धोरण अमलात आणले. पोर्तुगिजांच्या यासर्व बाबी मुस्लीम व्यापाऱ्यांनी फार काळ सहन केल्या नाहीत. त्यांनी पोर्तुगिजांच्या व्यापारविषयक धोरणाला सर्वशक्तीनिशी विरोध केला. सतराव्या शतकाच्या सुरुवातीला पोर्तुगिजांच्या सागरी वर्चस्वाला डच आणि इंग्रज व्यापाऱ्यांनी आव्हान दिले. सुलतान सम्राटांनी मुस्लीम तसेच एतद्देशीय व्यापाऱ्यांच्या हितसंबंधाची जोपासना करण्यासाठी पोर्तुगीज व्यापाऱ्यांशी समेटाचे धोरण स्वीकारले. दिल्ली सुलतानशाही कालखंडात हिंदी महासागरावरील व्यापाराच्या बाबतीत अंतर्गत तसेच विदेशी वाहतूक पूर्णपणे सुलतानाच्या हाती होती. याउलट सुलतानशाही काळात हिंदी महासागराच्या व्यापाराच्या बाबतीतील वर्चस्वात पोर्तुगीज, डच, इंग्रज व मुसलमान यांचा वाटा होता.

३) विदेशी व्यापारातील अंतर्भूत वस्तू :

सुलतान कालीन व्यापार उदीमात परदेशाशी मोठ्या प्रमाणावर व्यापार चालत असे. यात अनेक जीवनावश्यक, चैनीच्या वस्तूंचा समावेश होता. औषधी द्रव्ये, मिरे, वेलची, दालचिनी, लवंग, जायपत्री, सुंठ, जीरे यांसारख्या मसाल्याच्या पदार्थांची युरोपात फार मोठी मागणी होती. यासर्व मसाल्यांच्या पदार्थातील 'काळी मिरी' हा पदार्थ म्हणजे भारत आणि पश्चिम युरोप यांच्यातील थेट व्यापाराचा ऐतिहासिक पायाच होता. युरोपमध्ये मांस, मासे, कोंबड्या, फळे, ब्रेड यांसारख्या अन्नपदार्थांमध्ये निरनिराळ्या मसाल्याचे पदार्थ मिसळून ते चविष्ट करण्याचा व ते टिकविण्याच्या पद्धतीने चांगलेच मूळ धरलेले होते. याचा परिणाम असा झाला की, युरोपियांचे मसाल्याच्या पदार्थावाचून अडू लागले. यामुळे युरोपच्या ईस्ट इंडिज बेटांच्या इतर भागाबरोबरच भारताशी चालणाऱ्या व्यापाराला मोठे उत्तेजन मिळाले.

४) सुलतान कालीन आयात-निर्यात समतोल :

सुलतानकालीन आयात-निर्यात समतोलाचा विचार करता असे आढळून येते की, आयातीपेक्षा निर्यातीचे प्रमाण जास्त होते व त्यात अत्यावश्यक वस्तूंचाच समावेश मोठ्या प्रमाणावर होता. आयातीच्या मुख्य वस्तूंमध्ये चैनीच्या वस्तू आणि मूठभर उच्चभ्रू लोकांच्या आवडीच्या वस्तू यांचाच अंतर्भाव असे. युरोपियन व्यापारी अधिक नफ्याच्या दृष्टीने अशा वस्तू आणीत असत त्यांना सुलतान कालखंडात भारतीयांकडून फारशी मागणी नसे. त्यामुळे भारतीयांचा परदेशाशी व्यापार, विशेषत: युरोपियन देशांशी चालणारा व्यापार दोन्ही बाजूने होणारी वस्तूची देवघेव असे न राहता मुख्यत्वे करून भारतीय वस्तूंची युरोपीय चांदीबरोबर होणारी अदलाबदल अशा स्वरुपाचा बनला. थोडक्यात, सुलतानकाळात आयातीपेक्षा निर्यात होणाऱ्या वस्तूंचे प्रमाण अधिक होते.

५) बंदरांचे तीन प्रकार :

सुलतानकालीन भारतात बंदरांचे सिंध प्रकार, गुजरात प्रकार आणि बंगाल प्रकार असे तीन प्रकार होते. सिंधू नदीच्या मुखाशी बसलेले लहरी बंदर हे सिंधमधील व्यापारीदृष्ट्या अतिशय महत्त्वाचे बंदर होते. अल्बरुनीने सर्वप्रथम या बंदराचा नावानिशी उल्लेख केलेला आहे. इब्न हकल आणि मासुदी यांच्या काळात संत्री, हस्तिदंत, औषधे, उंट व खंबायतमधील पादत्राणे या विविध वस्तू बंदरातून निरनिराळ्या देशात नेण्यात येत असत. सुलतान कालखंडात भारताचा येमेन, फरास आणि इतर देशांबरोबर असलेला व्यापार भरभराटीला आलेला होता. लहरी

बंदर ठठ्ठा, मुलतान आणि लाहोर यांना जलमार्गाने जोडलेले होते तर अरबस्तान विशेषत: ऑरमुझ बरोबरचा निर्यात व्यापार सागरी मार्गाने चालत असे. पोर्तुगिजांच्या सागरी शक्तीला जेव्हा उतरती कळा लागली तेव्हा लहरी बंदराचे व्यापारी महत्त्व घटले. इंग्रज व्यापाऱ्यांनी तेथील व्यापार अंशत: चालू करण्याचा प्रयत्न जरी सतराव्या शतकात केलेला असला तरी सुलतानकाळात बहुतांश व्यापार हा काबूल आणि कंदहार मार्गे खुष्कीच्या मार्गाने चालविला गेला.

६) गुजरात बेट गट महत्त्वाचा :

बंदराच्या तीन प्रकारांपैकी, गुजरात गट अतिशय महत्त्वाचा असल्याचे मानले गेले. या गटातील प्रमुख सागरी बंदरे म्हणजे सुरत, भडोच आणि खंबायत ही होती. या बंदरातून अरेबियाबरोबर व्यापार करण्यात येत असे. तसेच आफ्रिका आणि अप्रत्यक्षपणे पश्चिमेकडे युरोप आणि पूर्वेकडे जाणारी मलाक्काची समुद्रधुनी येथे कापड, धातू, मसाले, चैनीच्या वस्तूंचा व्यापार केला जात असे. ही बंदरे जरी सुलतानांच्या ताब्यात असली तरी सागरी व्यापारावर पोर्तुगिजांचेच वर्चस्व होते. दिव आणि दमण ही व्यापारी बंदरे पोर्तुगिजांच्याच ताब्यात होती. दिव आणि दमन या बंदरांच्या आधारेच भडोच आणि सुरत येथील व्यापारावर नियंत्रण ठेवले जात होते. गुजरात गटातील दुसरे महत्त्वाचे बंदर म्हणजे सुरत, या बंदराला सोळाव्या शतकात विशेष महत्त्व प्राप्त झाले. सुरत हे भक्कम तटबंदी असलेले एक शहर होते. तटाच्या आत एक अभेद्य किल्ला होता. त्यामुळे सुरत बंदराला व्यापारी दृष्टिकोनातून अतिशय महत्त्व प्राप्त झाले.

७) इंग्रज व डचांचे वर्चस्व :

सतराव्या शतकाच्या सुरुवातीस डच आणि इंग्रज व्यापाऱ्यांनी सुरत बंदरात पक्का जम बसविलेला होता. डच आणि इंग्रजांच्या कंपन्या भारतीय वस्तू परदेशात जहाजाने पाठवित असत व परदेशातून आलेल्या वस्तू सुरत बंदरात उतरवित असत. सुरत येथूनच अंतर्गत व परराष्ट्रीय व्यापार चालत असे. अशा तऱ्हेने सुरत हे इंग्रज व डच कंपन्यांचे व्यापारी केंद्र बनले. सुलतान सम्राटांनी आपल्या व्यक्तिगत स्वार्थाच्या पूर्ततेसाठी इंग्रज, डच, पोर्तुगीज व्यापाऱ्यांना विशेष व्यापारी सवलती दिलेल्या होत्या.

वरील मुद्यांचा विचार करता असे नमूद करता येईल की, सुलतान राजवटीतील अनेक राज्यकर्त्यांनी व्यापार उद्दीम या घटकांकडे विशेष लक्ष दिले, मात्र अंतर्गत कलह, राजकीय अस्थैर्य, सततच्या होणाऱ्या लढाया यामुळे विदेशी व्यापाराकडे म्हणावे तसे लक्ष देण्यास सुलतान बादशाही असमर्थ ठरली.

४.२.३ मध्ययुगीन भारतातील कृषी प्रणाली :

मध्ययुगीन कालखंडातही प्राचीन कालखंडाप्रमाणे शेती हेच सर्वसामान्य जनतेच्या व राज्याच्या उत्पन्नाचे साधन होते. मध्ययुगीन भारतात ७५% पेक्षा अधिक लोकसंख्या शेतीक्षेत्रावरच अवलंबून होती. साहजिकच मध्ययुगीन राज्यकर्त्यांनी शेतीविषयक धोरणाला अग्रक्रम दिलेला होता. मध्ययुगीन कालखंडाचा सखोल अभ्यास करताना एक बाब स्पष्ट होते ती म्हणजे, सम्राट अकबराच्या काळापासून शेतीक्षेत्राला नवीन दिशा प्राप्त झाली. शेतलागवड करण्यासाठी अवजारांचा वापर, शेतलागवडीची पद्धत, पडिक जमीन लागवडीखाली आणण्याचे धोरण, शेतीक्षेत्रातून विविध उत्पादने घेण्याची प्रक्रिया अशा विविध बाबींचा अकबराने शेतीविषयक धोरणात अवलंब केल्याने मध्ययुगात शेतीक्षेत्राचे स्वरुपच बदलून गेले. मध्ययुगीन कालखंडात ज्या-ज्या शासकांनी राज्य केले त्यांनी शेतीचा विकास करण्यावर भर दिला. मध्ययुगीन भारतातील कृषी व्यवस्थेचे विश्लेषण पुढील मुद्यांच्या आधारे करता येईल :

१) शेती उत्पादन – विविध घटकांवर आधारित :

सुलतानशाहीच्या व मोगलशाहीच्या कालखंडात शेती उत्पादन हे विविध घटकांवर आधारित होते. हवामान, पावसाचे प्रमाण, जमिनीची उत्पादकता, मशागतीची पद्धत, जमीन सुधारणाविषयक शासनाचे धोरण, पाणीपुरवठ्याच्या

सोई, उत्तम बी-बियाणांची उपलब्धता, दळणवळणाची साधने, परकीय आक्रमण किंवा अंतर्गत बंड यापासून मिळणारी शांतता या घटकांवरच शेती उत्पादनाचे प्रमाण अवलंबून होते. थोडक्यात, मध्ययुगीन भारतात शेती उत्पादन हे विविध घटकांवर अवलंबून होते.

२) राज्यकर्त्यांचे धोरण :

मध्ययुगीन भारतात शेती हाच अर्थव्यवस्थेचा कणा असल्याने राज्यकर्त्यांनी शेतीचा विकास करण्याच्या दृष्टिकोनातून विशेष अशी धोरणे आखली व अंमलात आणली. विशेषत: सुलतानशाहीच्या कालखंडात शेरशहा सूरीच्या काळापासून शेतीक्षेत्राचा अधिकाधिक विकास कसा होईल याचाच विचार झाला. जमीन सुधारणाविषयक शासनाच्या धोरणाला शेरशहाच्या काळापासूनच चालना मिळाली. मोगलशाहीत सम्राट अकबराने अलमगुजार पद्धतीचा अवलंब करून शेतीक्षेत्राचा विकास करण्याचा प्रयत्न केला. सम्राट अकबराचे धोरण मोगलशाहीतील राज्यकर्त्यांनी पुढेही सुरुच ठेवले. मध्ययुगीन भारतात लोकसंख्येत वाढ होत होती. लोकसंख्येच्या वाढीमुळे अन्नधान्याच्या मागणीतही वाढ होत होती. ही वाढती मागणी पूर्ण करण्याच्या उद्देशाने, दृष्टिकोनातून मोगलशाहीत शेती विकासाला चालना देण्याचे धोरण आखण्यात आले. १६ व्या शतकापासून राज्यकर्त्यांच्या शेतीविषयक पुरोगामी धोरणामुळे शेती उत्पादन वाढण्यास सुरुवात झाली. सम्राट अकबराने शेती उत्पादन वाढावे यादृष्टीने शेतकरी वर्गाला विशेष साहाय्य आणि सवलती देण्याचे धोरण आखले. उत्तम बियाणे, खते, जमीन कसण्यासाठी नवनवीन अवजारे शेतकरी वर्गाला उपलब्ध करून दिली. इब्त पद्धतीत अधिक शास्त्रीयता आणून जमिनीची प्रतवारी आणि त्यावरून महसूल निश्चित केला. थोडक्यात, मध्ययुगीन कालखंडात राज्यकर्त्यांनी शेतीक्षेत्राचा सर्वांगीण विकास करण्याच्या उद्देशाने व्यूहरचना आखली.

३) शेतकऱ्यांचा दृष्टिकोन :

मध्ययुगीन भारतात ७५% पेक्षा अधिक लोक खेड्यातच राहत असल्याने शेती हाच त्यांच्या उदरनिर्वाहाचा मार्ग होता. शेतीक्षेत्रातून अधिकाधिक उत्पादन कसे मिळेल याचा विचार शेतकरी वर्गाकडून करण्यात आला. शेत लागवड करताना, शेतीची मशागत करण्यासाठी, वेगवेगळ्या अवजारांचा, साधनांचा उपयोग करण्यास शेतकरी वर्गाने अग्रक्रम दिला. शेतजमिनीची योग्य मशागत व्हावी यासाठी शेतजमिनीचे स्वरुप लक्षात घेण्यात आले व शेतजमिनीच्या स्वरुपावरून लाकडी किंवा लोखंडी नांगराचा वापर होण्यास सुरुवात केली. नांगरणीच्या पद्धतीप्रमाणेच पेरणीच्या पद्धतीतही याच काळात परिवर्तन घडवून आणण्यात आले. मध्ययुगीन भारतीय शेती व शेतकरी वर्ग यांचा अभ्यास केल्यास असे निदर्शनास येते की, मध्ययुगीन काळातील शेतकऱ्यांना जमिनीच्या खोल नांगरणीबरोबर, पेरणीच्या पद्धतीचे ज्ञान अवगत होते. खरीप आणि रब्बीच्या वर्षात दोन पिके शेतकरी वर्ग घेत असे. म्हणजेच मध्ययुगीन काळात शेतकरी वर्गाचा शेती क्षेत्राकडे पाहण्याचा दृष्टिकोन सकारात्मक होता.

४) आवश्यकतेनुसार पिके :

मध्ययुगीन भारतात शेतकरी वर्गाने आवश्यकतेनुसार पिके घेण्यास सुरुवात केली. अर्थात, जीवनावश्यक पिके घेण्याला प्राधान्य दिले. गहू, तांदूळ, तृणधान्ये, द्विदलधान्ये, तेलबिया आदी पिकांचे उत्पादन अग्रक्रमाने घेण्यात शेतकरी वर्गाने विशेष रस दाखविला. वाढत्या लोकसंख्येच्या गरजांची पूर्तता करणे, अन्नधान्याच्या बाबतीत स्वयंपूर्णता मिळविणे हा जीवनावश्यक पिके घेण्यामागचा उद्देश होता. मात्र परकीयांचे आगमन झाल्यानंतर ज्या पिकांपासून रोख, नकद पैसा मिळतो म्हणजे कापूस, अंबाडी, ताग, नीळ, ऊस अशी पिके घेण्यास शेतकऱ्यांनी सुरुवात केली. म्हणजेच काळाच्या गरजेनुसार आणि मागणीनुसार विविध पिके घेण्यास शेतकऱ्यांनी सुरुवात केली. राज्याची अर्थव्यवस्था शेती क्षेत्रावरच अवलंबून आहे, शेती हेच राज्याच्या उत्पन्नाचे मुख्य साधन आहे

याची जाणीव शेतकरी वर्गाला झाली. १७ व्या शतकात शेतकरी वर्गाने तंबाखू आणि मका तसेच मसाल्याचे पदार्थ उत्पादित करण्यास सुरुवात केली. थोडक्यात, काळात होणाऱ्या बदलानुसार आणि परकीयांकडून येणाऱ्या शेती उत्पादनाची मागणी पूर्ण होणाऱ्या बदलानुसार आणि परकीयांकडून येणाऱ्या शेती उत्पादनाची मागणी पूर्ण करण्याच्या उद्देशाने शेतकरी वर्गाने पिके घेण्याच्या पद्धतीत संरचनात्मक बदल केले.

५) जलसिंचन :

मध्ययुगीन भारतात शेती हाच राज्याच्या अर्थव्यवस्थेचा कणा आहे, शेतीक्षेत्र हेच राज्याच्या उत्पन्नाचे प्रमुख साधन आहे याची संपूर्ण जाणीव शेतकरी आणि राज्यकर्त्यांना झाली. शेती क्षेत्रापासून अधिकाधिक उत्पादन मिळावे या दृष्टिकोनातून राज्यकर्त्यांनी जलसिंचनाच्या विविध सोई उपलब्ध करून देण्यावर भर दिला. पाऊस, नद्या या नैसर्गिक पाणीपुरवठ्याच्या साधनांबरोबरच सुलतानशाही, मोगलशाही, शिवशाही, पेशवे काळातील राज्यकर्त्यांनी विहिरी, तलाव, कालवे अशा पाणीपुरवठ्याच्या सोई शेतकरी वर्गाला उपलब्ध करून दिल्या. विशेषत: मोगलशाही, शिवकाळ आणि पेशवेकाळात शेतजमिनीला मुबलक पाणीपुरवठा व्हावा यादृष्टीने व्यूहरचना आखण्यात आली. सम्राट बाबराने पंजाब प्रांतात रहाटाद्वारे पाणीपुरवठ्याची सोय उपलब्ध करून दिली. बिदर आणि विजयनगरच्या प्रदेशात मोठ्या प्रमाणावर तलाव बांधण्यात आले. शहाजहान, जहांगीर यांनीही शेतीक्षेत्राचा विकास व्हावा या उद्देशानेच तलावाच्या निर्मितीला व त्याद्वारे शेतीला पाणीपुरवठा करण्याच्या कार्याला चालना दिली. बागलाणच्या प्रदेशातही कालव्यांच्या माध्यमातून शेतजमिनीला पाणीपुरवठा करण्यात आला. थोडक्यात, शेती हेच लोकांच्या उपजीविकेचे आणि राज्याच्या उत्पन्नाचे प्रमुख साधन आहे असे मानून राज्यकर्त्यांनी जलसिंचनाच्या सोई उपलब्ध करून दिल्या.

६) दुष्काळविषयक धोरण :

प्राचीन काळापासून आजपर्यंत भारतात शेती हाच अर्थव्यवस्थेचा कणा आहे. मध्ययुगीन भारतदेखील याला अपवाद ठरला नाही. मध्ययुगीन भारतात विशेषत: सुलतानशाही व मोगलांच्या काळात सर्वसामान्य शेतकऱ्यांना त्रास होईल इतपत मोठ्या प्रमाणावर दुष्काळ पडले नाहीत. मात्र १६३०, १६७३, १६७६, १६८९ या काळात महाराष्ट्रात मोठ्या प्रमाणावर दुष्काळ पडले. शेतकरी वर्गाची परिस्थिती अतिशय दयनीय झाली. अशा वेळी शिवाजी महाराजांनी, संभाजी महाराजांनी सर्वसामान्य रयतेला दुष्काळी परिस्थितीतून दिलासा मिळावा यादृष्टीने काही धोरणात्मक निर्णय घेतले. दुष्काळी परिस्थितीत शेतकऱ्यांना साऱ्यातून सूट देणे, अन्नधान्याची आयात करणे, पिण्याच्या पाण्याचा पुरवठा करणे, शासकीय तिजोरीतून शेतकऱ्यांना मदत करणे अशी विविध धोरणे मध्ययुगीन भारतात राज्यकर्त्यांनी राबवून सर्वसामान्य रयतेला दिलासा दिला.

उपरोक्त मुद्यांच्या आधारे असे नमूद करता येईल की, मध्ययुगीन भारतात शेती हाच अर्थव्यवस्थेचा कणा होता. शेतीक्षेत्रापासून राज्याला उत्पन्न मिळते हा दृष्टिकोन समाजातील व्यक्तींनी तसेच राज्यकर्त्यांनी तात्त्विक आणि व्यावहारिक दृष्टिकोनातून स्वीकारलेला होता. मध्ययुगीन काळात शेती हाच अर्थव्यवस्थेचा कणा आहे त्याचा सर्वांगीण विकास करण्याची आवश्यकता आहे असा व्यापक धोरणात्मक दृष्टिकोन राज्यकर्त्यांनी स्वीकारलेला होता.

▷ ४.३ शैक्षणिक संस्था :

मध्ययुगीन भारतामध्ये विविध शैक्षणिक संस्था अस्तित्वात होत्या, ज्यांनी शिक्षण, शिष्यवृत्ती आणि बौद्धिक शोधांना चालना दिली. या संस्थांनी विशेषत: साहित्य, तत्त्वज्ञान, विज्ञान आणि धार्मिक अभ्यास यासारख्या क्षेत्रात ज्ञानाचा प्रसार करण्यात महत्त्वपूर्ण भूमिका बजावली.

४.३.१ दिल्ली सुलतानशाही काळातील शिक्षण व्यवस्था :

भारतामध्ये मुस्लिमांची सत्ता स्थापन होण्यापूर्वी हिंदू धर्मीय राजांची सत्ता होती. त्यांच्या काळात समाजात बऱ्याच प्रमाणात शिक्षणाचा प्रसार झाला होता. कालांतराने भारतावर मध्य आग्नेय आशियामधील अनेक मुस्लीम शासकांनी भारतावर आक्रमण केले आणि तेथील संपत्ती लुटली. पण कालौघात मुस्लीम शासकांनी दिल्लीवर मुस्लिमांची सत्ता स्थापन केली आणि मुस्लीम धर्माचा प्रसार करण्यासाठी व मुस्लीमधर्मीय लोकांना शिक्षण देण्यासाठी अनेक शिक्षण केंद्रे स्थापन केली. यापूर्वी गुरुकुलामध्ये दिले जाणारे शिक्षण आता मदरसामध्ये देण्यात येऊ लागले. मुस्लीम आक्रमणामुळे हिंदूंच्या शिक्षण पद्धतीमध्ये बदल झाला. सुलतानशाही काळातील शिक्षण पद्धतीची माहिती खालील मुद्यांच्या आधारे पाहता येईल :

अ) मुस्लीम शिक्षण पद्धती :

सुलतानकालीन मुस्लीम शिक्षणपद्धतीची माहिती पुढीलप्रमाणे सांगता येईल :

१) शैक्षणिक संस्था :

सुलतानशाही काळात म्हणावा तेवढा शिक्षणाचा प्रसार व विकास झाला नव्हता. याकाळात मुस्लिमांनी मोठ्या प्रमाणात धर्मप्रसार चालविला होता. सुलतानशाहीच्या काळात धर्म शिक्षण व इतर विषयांचे शिक्षण देणाऱ्या संस्था होत्या. त्या संस्था तीन प्रकारच्या होत्या. त्या संस्थांमध्ये मस्तब, खानकाहू, मदरसा यांचा समावेश होतो. त्यापैकी मक्तब व खानकाहू या संस्था प्राथमिक शिक्षण देण्याचे कार्य करत असत तर मदरसा ही संस्था उच्च शिक्षण देण्याचे कार्य करत असे. मदरसा हे उच्च शिक्षणव्यवस्थेचे केंद्र असल्यामुळे याची स्थापना फक्त मोठ्या शहरातच केली जात होती. त्यामुळे तत्कालीन समाजातील मोठ्या शहरात अनेक मदरसे उदयाला आले होते. हे एक प्रकाराचे मोठे शिक्षण केंद्र असल्यामुळे शिक्षणाच्या सर्व सुविधा येथे उपलब्ध होत्या. या मदरसांचे विशिष्ट असे ध्येय होते. समाजातील मुस्लीम लोकांना आचार-विचार याचे ज्ञान देणे, आपल्या धर्मातील मूल्यांची जोपासना करणे, धर्माचा प्रसार करणे, धर्मात एकता निर्माण करणे हे ध्येय होते. तर मक्तब हे शिक्षणाचे प्राथमिक केंद्र असल्यामुळे त्याची स्थापना खेड्यापाड्यात व शहरात केली जात असे.

२) शिक्षणाचा क्रम :

सुलतानकाळात शिक्षण हे विशिष्ट क्रमाने दिले जात असे. प्राथमिक शाळेमधून म्हणजेच मक्तब व खानकाहू या शाळेतून वाचन, लेखन, गणित, कुराणातील काही सुरा आणि प्राथमिक अरबी भाषेच्या व्याकरणाचे धडे दिले जात असत. त्याचबरोबर विद्यार्थ्यांना सुंदर हस्ताक्षराचे ज्ञान दिले जात असे. थोडक्यात, मुलाला वाचण्यास व लिहिण्यास शिकविणे हे प्राथमिक शिक्षण केंद्राचे उद्दिष्ट होते.तर मदरसांमधून विद्यार्थ्यांना उच्च स्तराचे शिक्षण दिले जात असे. तफसीर (भाष्य किंवा टीका), हदीस (इस्लामी स्मृती), फिक (इस्लामी कायदा), गूढवाद, वाङ्मय, व्याकरण, वैद्यकशास्त्र, रियाझी, खगोलशास्त्र, नीतिशास्त्र, तत्त्वज्ञान, तर्कशास्त्र, महाविद्यालयीन शिक्षण आदी विषयांचे शिक्षण हे मदरसांमध्ये दिले जात असे.

३) पदवीदान :

मक्तब, खानकाहू व मदरसामधून शिक्षण पूर्ण झाल्यानंतर यशस्वी विद्यार्थ्यांनी ज्या विषयाचे शिक्षण घेतले आहे त्या विषयाची पदवी दिली जात असे. त्यालाच तत्कालीन भाषेत सनद-ए-फझीलत असे म्हणतात. हा पदवीदान समारंभ म्हणजे दस्तरबंदी देण्यात येत असे. पदवीदान समारंभाच्या वेळी विद्यार्थ्याच्या डोक्याला रूमाल म्हणजे दस्तर बांधण्यात येत असे. म्हणून या समारंभाला दस्तरबंदी असे म्हटले जात असे. शक्यतो पदवीदान समारंभ हा गुरूच्या समक्ष केला जात असे. उदा. शेख निजामुद्दीन औलीया यांना त्यांचे गुरू मौलाना कमालुद्दीन शहीद याने पदवी प्रदान पत्र दिले होते.

४) क्रमिक पुस्तके :

सुलतानशाही काळात विविध विषयांचा अभ्यास केला जात असे. त्या त्या क्षेत्रातील ग्रंथांचा पुरवठा विद्यार्थ्यांना केला जात असे. समशारीक-उल्-अन्वर या ग्रंथाचा अभ्यास विद्यार्थ्यांना करावा लागत असे. यात संपूर्ण ईश्वराप्रतीच्या अभ्यासाचा समावेश होतो. त्यानंतर धर्मशास्त्र, तर्कशास्त्र, व्याकरण यांची क्रमिक पुस्तके या काळात होती. मध्ययुगीन इतिहासात सुलतानशाही शिक्षण व्यवस्थेमधील क्रमिक पुस्तकांचा उल्लेख खूप कमी ठिकाणी आढळतो.

५) वसतिगृह :

सुलतानशाही काळात धार्मिक शिक्षणावर भर असल्यामुळे तत्कालीन शिक्षण हे मदरसामधून दिले जात असे. त्याचबरोबर मशिदींमधून दिले जात होते. या मशिदीमध्ये ज्या अनेक खोल्या होत्या त्याचा वापर विद्यार्थ्यांना राहण्यासाठी केला जात होता. थोडक्यात, ते वसतिगृह होते त्या काळात शिक्षण क्षेत्राला पवित्र मानले जात असे म्हणून त्याची प्रतिमा बऱ्याच प्रमाणात उंचावलेली होती. तत्कालीन शिक्षक व विद्यार्थी संबंध हे सौदार्हर्यपूर्ण होते. त्या शिक्षणसंस्थांना सरकारकडून अनुदान मिळत असे. त्याचबरोबर सरकार, अमीर, उमराव, विद्वान शिक्षकांना आणि विद्यार्थ्यांना मोठ्या प्रमाणात बक्षीसे दिली जात होती. उदा. जियाउद्दीन बर्नी या परकीय प्रवाशाने आपल्या पुस्तकात असा उल्लेख केला की, ''शिक्षक व विद्यार्थ्यांना फिरोजशाह मानधन देत असे. यावरून सुलतानशाही शिक्षणसंस्था ही तत्कालीन सुलतानावर आधारित होती.

ब) स्त्री शिक्षण :

सुलतानशाही काळात स्त्रियांच्या शिक्षणासाठी विशेष सोय करण्यात आली होती. कारण मुस्लीम धर्मात स्त्रियांना दुय्यम दर्जा देण्यात येत असे. त्यामुळे त्यांच्या शिक्षणाची आवश्यकता समाजाला वाटली नाही. साधारणतः मुलींना शिक्षण हे घरच्याघरी देण्याची प्रथा होती. त्यांचे शिक्षण क्षेत्र, अभ्यासक्रम यावर बंधने होती. स्त्रियांचे शिक्षण क्षेत्र मर्यादित होते. त्यांच्या शिक्षणातील अभ्यासक्रमाचा मोठा भाग हा धार्मिक शिक्षणाचा असायचा. पण इब्न बतूता या परकीय प्रवाशाच्या मते, ''होब्नावर येथे मुलींसाठी वेगळ्या मक्तबाची स्थापना केलेली होती. पण इतिहासात अशी काही उदाहरणे आहेत की राजघराण्यातील स्त्रियांना शिक्षण घेण्याचा अधिकार होता. बिबी हाफिज जमाल हिला कुराण तोंडपाठ होते तर रझिया सुलतानाला लष्करी शिक्षण देण्यात आले होते. तत्कालीन, उच्चकालीन व मध्यमवर्गीय समाजातील स्त्रियांना संगीत व नृत्य कलांचे शिक्षण घेण्यास मज्जाव करण्यात आले होते. एकंदर सुलतानशाही काळात स्त्रियांना म्हणावे तेवढ्या प्रमाणात शिक्षण मिळत नसे.

क) ग्रंथालये :

सुलतानशाही काळात प्राथमिक शिक्षणापासून ते उच्चवर्गापर्यंत शिक्षण देत असल्यामुळे त्यासाठी सुसज्ज ग्रंथालये असणे आवश्यक होते. सुलतानशाही काळात प्राथमिक शिक्षण देणाऱ्या संस्था मोठ्या प्रमाणात अस्तित्वात होत्या. पण प्राथमिक शिक्षण संस्थेच्या तुलनेत उच्च शिक्षण देणाऱ्या संस्था खूप कमी होत्या. उच्च शिक्षण संस्था या मोठमोठ्या शहरातच मोठ्या प्रमाणात होत्या. या उच्च शिक्षण संस्थांमध्ये सुसज्ज ग्रंथालये होती. या काळातील शिक्षण हे अरबी व फारशी भाषेतून दिले जात असे. त्यामुळे या भाषेचे ग्रंथ मोठ्या प्रमाणात अस्तित्वात होते. त्याचबरोबर तत्कालीन शिक्षण संस्थेमध्ये विद्वान गुरूची भरती केली जात असे. या विद्वान गुरूंनी मोठ्या प्रमाणात ग्रंथांचे लिखाण केले. त्यामध्ये गद्य-पद्य यांचा समावेश होतो. या ग्रंथाचे संकलन उच्च शिक्षण केंद्राच्या आधारे केले जात असे.

सुलतानशाही शासक हे मुस्लीम असल्यामुळे त्यांनी मुस्लीम शिक्षण पद्धतीला मोठ्या प्रमाणात चालना दिली. पण त्याच प्रमाणात हिंदू शिक्षण पद्धतीला चालना दिली नाही. या उलट हिंदूंची गुरूकुले उद्ध्वस्त केली. या

काळातील शिक्षण पद्धती प्राथमिक व उच्च शिक्षण या दोन भागात विभागलेली होती. प्राथमिक शिक्षण हे मक्तब व खानकाहूमधून दिले जात असे तर उच्च शिक्षण हे मदरसामधून दिले जात असे. याकाळात शिक्षणाचा दर्जा मोठ्या प्रमाणात उंचावलेला होता. याकाळात शिक्षणाला पवित्र मानले जात असे. यातून अनेक विद्वान उदयाला आले होते.

ड) सुलतानशाही कालीन हिंदू शिक्षण पद्धती :

मध्ययुगीन काळात भारतावर मुस्लिमांची सत्ता होती. त्यामुळे त्यांनी मुस्लीम धर्मावर आधारित सर्व गोष्टींना उत्तेजना देण्याचा प्रयत्न केला. त्यात शिक्षण, साहित्य, धार्मिक केंद्र याचा समावेश होतो. या मुस्लीम सत्ता भारतात स्थापन करण्यापूर्वी हिंदूंच्या शिक्षण व्यवस्थेचा विकास मोठ्या प्रमाणात झाला होता. नवनवीन विद्या केंद्र प्रसिद्धीस आले होते. ही गुरूकुले संपूर्ण भारतभर पसरली होती. विशेष म्हणजे हिंदू धर्मीय शिक्षण हे धर्मसहिष्णू होते. येथे सर्वधर्मीय लोकांना प्रवेश होता.

१) बदलती शिक्षण व्यवस्था :

सुलतानशाही काळात मुस्लिमांनी भारतावर आक्रमण केल्यामुळे तत्कालीन समाजात मोठ्या प्रमाणात उलट फेर झाले होते. समाजातील सर्व घटकांवर मुस्लिमांच्या प्रभावामुळे हिंदू शिक्षणप्रणालीमध्ये ही बदल घडून आला. त्यामध्ये सर्वात महत्त्वाचा बदल म्हणजे मुस्लीम आक्रमण करून गुरूकूल नष्ट केल्यामुळे हिंदू शासन पद्धती मंदिरे व मठ यातून चालू लागली. याकाळात विद्यार्थी गुरूला स्वखुशीने दक्षिणा देत. पण या दक्षिणेचे निश्चित असे काही नियम नव्हते. हे सर्व बदल मुस्लिमांनी केलेले आक्रमण व त्या आक्रमणात उद्ध्वस्त झालेली शिक्षण केंद्र यामुळे झाले आहेत.

२) शिक्षणसंस्थांचे प्रकार :

मध्यमयुगीन काळात हिंदूंची शिक्षणप्रणाली ही प्राचीन काळासारखी होती. सुलतानशाहीकालीन संस्थांमध्ये प्राथमिक शाळा, माध्यमिक शाळा, महाविद्यालये, विद्यापीठे यांचा समावेश होत असे. प्राथमिक शाळेतून वाचन, लेखन, अक्षर ओळख, गणित यांचा समावेश होतो. हे प्राथमिक शिक्षणाचे केंद्र गावातील सार्वजनिक बागेमध्ये, झाडाखाली किंवा शिक्षकांच्या घरी भरत असे. माध्यमिक शाळा या मठ, मंदिराच्या उत्पन्नातून चालविल्या जात असत.

शिक्षण संस्थेचा आणखी एक प्रकार म्हणजे विद्वान पंडितांच्या घरी जाऊन शिक्षण घेणे होय. सरकार तर्फे या विद्वानांना शाळा बांधून दिली जात असे. या शिक्षणकेंद्रातून सर्वसामान्यांना शिक्षण दिले जात असे.

३) अभ्यासक्रम :

सुलतानशाही काळात शिक्षण पद्धतीमध्ये हिंदू शिक्षणसंस्था दुय्यम दर्जा होता. हे सर्व शिक्षण संस्था जमीनदार, उमराव यांच्या दान दिलेल्या जमिनीच्या उत्पन्नावर चालत असे. या शिक्षण संस्था मधून व्याकरण, तर्कशास्त्र, तत्त्वज्ञान, गणित, काव्य, इतिहास, ज्योतिषशास्त्र, खगोलशास्त्र, वैद्यकशास्त्र, पशुवैद्यकशास्त्र इत्यादींचा विषयांचा समावेश या विषया सोबत वेद, उपनिषदे, पुराणे, महाकाव्ये, षड्दर्शने, सूत्रे या ही धार्मिक ग्रंथांचा अभ्यास केला जात असे. त्याचबरोबर भाषिक अभ्यासक्रमामध्ये पाली, प्राकृत, हिंदी, संस्कृत, मराठी, तेलगू, ओरिया, तमिळ, राजस्थानी, अरबी, फारसी या ही भाषा शिकविल्या जात.

४) शिक्षण पद्धती :

सुलतानकालीन शिक्षण पद्धती धार्मिक स्वरूपाची होती. पण हिंदू शिक्षण पद्धतीमध्ये इतर धर्मीय ग्रंथांचा व विद्यार्थ्यांचा समावेश होता. याकाळात गुरू-शिष्य यांच्या संबंधाला अत्यंत महत्त्वाचे स्थान होते. शिष्य हे गुरूग्रही

जाऊन ज्ञान घेत असे. या काळातील गुरू विद्यार्थ्याला एकांगी स्वरूपाचे ज्ञान न देता व्यवहारी स्वरूपाचे ज्ञान देत असे. त्यातून विद्यार्थ्यांचा सर्वांगीण विकास करण्याची काळजी घेत असे.

५) शिक्षण केंद्रे :

सुलतानशाहीकालीन भारतात म्हणावा तेवढा विद्या केंद्राचा विकास झाली नाही किंवा नवनवीन हिंदूंची विद्याकेंद्रे उदयाला आली नाहीत. तत्कालीन हिंदूंची प्रसिद्ध बनारस, नादिया, मथुरा, मिथिला, तिऱ्हुत, कराड, पैठण, वाई, थट्टा, मुलतान सरहिंद ही त्याची प्रसिद्ध विद्याकेंद्रे होती.

६) ग्रंथालये :

मुस्लीम आक्रमकांनी हिंदू व बौद्ध शिक्षण केंद्रातील अनेक ग्रंथ नष्ट केले होते. अनेक महत्त्वाची हस्तलिखित, ग्रंथ हे या काळात नष्ट झाले. पण बनारस, मिथिला, तऱ्हुत, नादिया इत्यादी शिक्षण केंद्रात मोठ्या प्रमाणात ग्रंथालये होती. या तत्त्वज्ञान, तर्कशास्त्र, धार्मिक, वैद्यकशास्त्र, आचारशास्त्र, इतिहास इत्यादींवर अनेक ग्रंथ होते.

७) स्त्री–शिक्षण :

या काळातील समाजावर मुस्लिमांचा प्रभाव पडल्यामुळे मुस्लीम समाजातील अनेक रूढी, परंपरा हिंदूंनी स्वीकारल्या होत्या. त्यात हिंदू स्त्रियांना मुस्लीमांची पडदा पद्धत मर्यादित कार्यक्षेत्र, स्त्रियांना दुय्यम स्थान या सर्व गोष्टींचा स्वीकार केला. तत्कालीन हिंदू स्त्रियांवर अनेक बंधने घालण्यात आली होती. प्राचीन काळात स्त्रियांची अवस्था चांगली अवस्था होती. पण सुलतानशाही काळात स्त्रियांच्या दर्जाची घसरण झाली. त्याचे कार्यक्षेत्र मर्यादित झाले. त्यांच्या विचारांना मतांना कसल्याही प्रकारचे महत्त्व नव्हते. एकंदर या काळातील ही सामाजिक बंधनात अडकली होती.

सुलतानशाही काळात हिंदू शिक्षण पद्धतीची पीछेहाट झाली. मुस्लीम शासकांनी अनेक गुरूकुले, शैक्षणिक साहित्य नष्ट केल्यामुळे शिक्षणाचा दर्जा घसरला. परिणामी, शिक्षण हे गुरूकुलाऐवजी मठ, मंदिरे यातून देण्याच्या प्रथेला उत्तेजना मिळाली. त्याचबरोबर या स्त्रि काळात समाज अनेक अनिष्ट सामाजिक रूढी, परंपरा उदयाला आल्यामुळे स्त्री शिक्षणावर मर्यादा पडल्या होत्या. तत्कालीन समाजात हे शिक्षण केंद्र प्रसिद्ध आले होते. एकंदर याकाळात हिंदू शिक्षण पद्धतीही प्राचीन काळाप्रमाणे वैभवशाली होती.

४.३.२ मुघल काळातील शिक्षण व्यवस्था :

मोगल सम्राट हे शिक्षणाचे आश्रयदाते होते. डॉ. श्रीवास्तव यांचे मते, 'मोगल सम्राट शिक्षणावर जो खर्च करीत तो प्रामुख्याने धार्मिक शिक्षणावर करीत. प्रजेच्या भल्यासाठी शिक्षणप्रसार करणे हा त्यांच्या शिक्षणाचा उद्देश नव्हता. प्रजा आपल्या आर्थिक परिस्थितीनुसार आपल्या मुलांच्या शिक्षणाची व्यवस्था करीत असे.'

१) बाबर :

याच्या काळात सार्वजनिक बांधकाम खात्यास शैक्षणिक इमारती बांधण्याच्या सूचना दिल्या होत्या. दिल्लीला याने एक मदरसा स्थापन केला होता. त्यात धार्मिक शिक्षणाबरोबरच गणित, ज्योतिष व भूगोल शिकविले जात असे.

२) हुमायून :

याने देखील दिल्लीला मदरशांची स्थापना केली होती. तसेच गंथालयांची व्यवस्था केली होती. याला स्वतःला भूगोल व ज्योतिष या विषयांची आवड होती.

३) अकबर :

याने शाळा–महाविद्यालयात नवीन शिक्षणप्रणाली आणली. स्वतः निरक्षर असूनही याने आग्रा, फत्तेपूर सिक्री व इतर ठिकाणीही उच्च शिक्षण देणाऱ्या संस्था सुरू केल्या. मुस्लिम शिक्षणातील अभ्यासक्रमात बदल केला. याविषयी अबुल फजल म्हणतो, 'प्रत्येक मुलाला नीतीशास्त्र, गणित, कृषी, रेखा गणित, ज्योतिष्य, शरीरविज्ञान, गृहविज्ञान व इतिहास या विषयांचे ज्ञान प्राप्त झाले पाहिजे, असा अकबराचा आग्रह होता.' त्याने हिंदूंच्या शिक्षणाकडेही लक्ष दिले. शिक्षणाच्या माध्यमाद्वारे हिंदू–मुस्लिमांमध्ये समन्वय घडून यावा, ही त्याची अपेक्षा होती. त्याने संस्कृत विद्यालयात व्याकरण, न्याय पतंजलीचे भाष्य शिकविण्याचा आदेश दिला होता. अकबराने मकतबे, मदरशांमध्येही हिंदूंना प्रवेश दिला तर फारशी शिकविण्यासाठी हिंदू शिक्षक नेमले. व्यावसायिक शिक्षण देण्याच्या हेतूनेही अकबराने तशा काही शाळांची स्थापना केली होती.

४) जहांगीर :

कोणी बेवारस व्यक्ती मरण पावल्यास त्याची संपत्ती मदरशाला देण्याचा आदेश याने काढला होता. अनेक जुन्या मदरशांची दुरूस्ती केली.

५) शहाजहान :

काही विद्वांनांच्या मते, शहाजहानने हुशार विद्यार्थ्यांना शिष्यवृत्त्या देवून शिक्षणाला प्रोत्साहन दिले. शाळा – महाविद्यालयांची दुरूस्ती करून नव्यांची स्थापना केली, पण बर्निअरसारखे काही विद्वान म्हणतात, 'शिक्षणावर जादा खर्च होवू लागल्याने शहाजहानने शिक्षणप्रसाराला रोक लावला.'

६) औरंगजेब :

अकबराच्या उलट स्वतः शिकलेला असूनही शिक्षण क्षेत्रात फारशी कामगिरी केली नाही. फक्त मुस्लीम शिक्षणाला उत्तेजन दिले. शिक्षकांना निवृत्ती वेतन व भत्ते देण्याची प्रथा त्याने सुरू केली.

७) अभ्यासक्रम :

व्याकरणाशी संबंधित विषय, तर्कशास्त्र, दर्शनशास्त्र, गणित, अलंकारशास्त्र, न्यायशास्त्राचे सिद्धांत, लिपी नसलेल्या भाषा, कुराण आदी विषय शैक्षणिक अभ्यासक्रमात होते.

८) परीक्षा पद्धत :

मोघल राज्याचे स्वरूप लष्करी होते, याविषयी इतिहासकारांत मतभेद आहेत. पण राज्याच्या सीमा सुरक्षित राखणे, राज्यात कायदा व सुव्यवस्था राखणे या जबाबदाऱ्या मुघल शासनसंस्थेने पार पाडल्या मुख्यतः घोडदळावरच भर असलेल्या मुघल राज्यकर्त्यांना सविस्तर माहिती पुरवण्याकरिता गुप्तहेर खात्याची मोठी यंत्रणा होती, मनसबदारी पद्धतीतही मुलकी कर्मचारी, लष्कर व उमराव यांचे मिश्रण झालेले होते सरकारी सेवेच्या पद्धतीचा आधार लष्करी होता व सेवकाचा दर्जा व वेतन लष्करी नियमाने नियमित व नियंत्रित केले जात होते.

त्या काळी आजच्यासारखी परीक्षा पद्धत नव्हती. विद्यार्थ्यांच्या वर्षभरातील प्रगतीवरून शिक्षक त्याचा दर्जा ठरवित असे. राजपुत्रांना वाईट सवयी लागू नये, म्हणून त्यांच्यावर विशेष लक्ष ठेवले जाई. राजकुमारांना कायदेविषयक वादविवाद, खटला ऐकून न्याय कसा द्यायचा, प्रशासक बनल्यावर कसे वागावे याचेही नियमित अभ्यासाबरोबर शिक्षण दिले जाई.

धर्मशास्त्रात निपुण व्यक्तीला 'आलिम' व साहित्याच्या क्षेत्रातील निपुण व्यक्तीला 'कामिल' ही उपाधी दिली जात असे. हिंदू शिक्षणसंस्थांत 'स्नातक' ही उपाधी दिली जाई.

▷ ४.४ धर्म आणि सामाजिक बदल :

मुस्लिमांच्या आगमनाने विविध ठिकाणचे आणि विविध धर्माचे लोक भारतीय लोकांमध्ये मिसळले गेले. उच्च, मध्यम आणि निम्न वर्गात समाज विभागला गेला. भक्ती आणि सुफी चळवळींचा लोकांच्या सामाजिक-धार्मिक जीवनावर प्रभाव पडला. देवाचे कार्य, भजन आणि प्रार्थना लोकप्रिय झाली.

४.४.१ धर्म :

भारत हे विविध धर्म, पंथ आणि विश्वासांचे जन्मस्थान आहे. प्राचीन काळापासून भारतीय लोकांच्या जीवनात धर्माने महत्त्वाची भूमिका बजावली आहे. पण भारतात धर्म कधीच स्थिर राहिला नाही; विविध चळवळी नवीन कल्पनांसह विकसित झाल्या आहेत आणि विकसित होत असलेल्या सामाजिक-आर्थिक परिस्थितींना प्रतिसाद देत आहेत. मध्ययुगीन काळात भारताच्या विविध भागात उभ्या राहिलेल्या सामाजिक, राजकीय, सांस्कृतिक आणि धार्मिक चळवळींनी लोकांना एकमेकांशी जोडण्याचा प्रयत्न केला. मध्ययुगीन भारतातील धार्मिक चळवळीचा देशाच्या साहित्यावर आणि भाषेवर प्रचंड प्रभाव पडला. अकबर सारख्या शासकांवर भक्ती आणि सुफी तत्वज्ञांचा खूप प्रभाव होता.

अ) हिंदू :

दक्षिणेत हिंदू धर्म दोन मुख्य पंथांमध्ये विभागला गेला. हे शैव आणि वैष्णव होते. या दोन्ही पंथांनी सर्व जातींची आध्यात्मिक समानता, मूर्तींची पूजा, तीर्थयात्रा, वासनांचे दमन आणि प्राणी जीवनाचा विचार यावर भर दिला. विजयनगर राज्याच्या राज्यकर्त्यांनी हिंदू धर्माचे संरक्षण केले, बहमनी राज्याच्या मोठ्या लोकसंख्येमध्ये हिंदूंचा समावेश होता. विजयनगर साम्राज्याचे सर्व राज्यकर्ते धर्माभिमानी होते. बहुतेक राज्यकर्ते वैष्णव धर्माचे भक्त होते. तथापि ते सर्व धर्मांबद्दल सहिष्णु होते. मुस्लिम, ख्रिश्चन, याहुदी आणि इतर धर्माच्या लोकांना समान स्वातंत्र्य मिळाले. परदेशी प्रवासी एडुआर्डो बार्बोसा यांच्या मते, राजे असे स्वातंत्र्य देत की प्रत्येकजण ये-जा करू शकेल आणि स्वतःच्या पंथानुसार जगेल.

१) सामाजिक परिस्थिती :

दक्षिणेतील हिंदू समाजाची पद्धत उत्तरेपेक्षा वेगळी होती. ब्राह्मणांच्या पुढे व्यापारी, कारागीर, विणकर इत्यादी होते. सर्वात खालच्या वर्गात 'जोगी' आणि जुगलबंदी होते. ब्राह्मण एकाच 'कुल' आणि 'गोत्र'मध्ये परस्पर विवाह करू शकत नव्हते. इतर जातींमध्ये असे बंधन नव्हते. मुस्लीम आक्रमणे आणि अनिश्चित राजकीय परिस्थितीमुळे दक्षिणेत लवकर विवाह प्रचलित झाला. पुनर्विवाह वरच्या वर्गात निषिद्ध होता पण खालच्या वर्गात त्याला परवानगी होती. काही अटींवर घटस्फोटाला परवानगी होती. पतीच्या शारीरिक अपंगत्वामुळे किंवा तो नपुंसक असल्यामुळे पत्नी घटस्फोट घेऊ शकते. जर पत्नी अशुद्ध असेल किंवा मुलाला जन्म देण्यात अयशस्वी असेल तर पती देखील घटस्फोट घेऊ शकतो. विशेषत: उच्च वर्गात हुंडा पद्धत प्रचलित होती. तसेच 'सती'ची प्रथा प्रचलित होती.

२) सांस्कृतिक परिस्थिती :

या काळातील खालील सांस्कृतिक वैशिष्ट्ये आहेत :

i) आहार :

ब्राह्मण वगळता सर्व जाती सर्व प्रकारचे मांस खाऊ शकत होत्या. गोमांस खाणे हे पाप मानले जात असे. क्षत्रिय आणि शूद्रांमध्ये मादक पदार्थांचे सेवन सामान्य होते. भात हे मुख्य अन्न होते. उच्च वर्ग चांगल्या प्रतीचा तांदूळ

वापरत असे. विविध प्रकारची फळे आणि भाज्या देखील वापरल्या जात होत्या. मुस्लिमांना मांसाची खूप आवड होती.

ii) पोशाख :

हिंदूंच्या नेहमीच्या पोशाखात 'धोती' आणि शरीराचा वरचा भाग झाकण्यासाठी कापडाचा तुकडा असायचा. 'चप्पल' ही सर्रास वापरली जात होती. अनेक लोक अनवाणी होते. श्रीमंत वर्गातील स्त्रिया साड्या वापरत. सामान्य स्त्रिया कंबरेला गुंडाळलेल्या कापडाचा तुकडा आणि वरचा कपडा असायचा. मुस्लिमांनी उत्तरेकडील पोशाख पद्धतीचा अवलंब केला. त्यात घट्ट पायघोळ आणि शर्ट, 'शेणवनी' किंवा लांब कोट यांचा समावेश होता. स्त्रियांना चांदीचे किंवा सोन्याचे दागिने खूप आवडत असत.

iii) सण :

'महानवमी' हा विजयनगर साम्राज्यात साजरा होणारा सर्वात महत्त्वाचा सण होता. भंडासुरावर देवी दुर्गेचा विजय साजरा करण्यासाठी हे आयोजन करण्यात आले होते. हा उत्सव पाच दिवस चालायचा, ज्या कालावधीत राजाने सार्वजनिक दरबार आयोजित केला होता. देवीच्या प्रार्थनेसाठी पशू बलिदान केले जात. 'रामलीला' आणि 'कृष्णलीला' हे महाकाव्यांतील दृश्ये नाट्यरूपाने चित्रित करण्यात आली होती. दीपावली, कार्तिगाई आणि होळी हे महत्त्वाचे सण होते. विशेषत: शिया धर्माशी संबंधित अनेक सण मुस्लिमांनी साजरे केले. इमाम हुसेन यांचे हौतात्म्य आणि पैगंबर यांचा जन्मदिवस हे सर्वात महत्त्वाचे सण होते. मोहरममध्ये दारू पिणे, केस कापणे इत्यादी गोष्टींवर बंदी होती.

ब) मुस्लिम :

मध्ययुगीन काळातील भारत आजही खेड्यात राहत होता आणि समाज मोठ्या प्रमाणात हिंदू आणि मुस्लिमांमध्ये विभागलेला होता.

१) इस्लामचे आगमन आणि प्रसार :

इस्लाम सुरुवातीला व्यापार संपर्काद्वारे भारतात आला, व्यापाऱ्यांनी विश्वासाची ओळख करून दिली. इस्लामचा शांततेने प्रचार करण्यात, अनुयायांना आकर्षित करण्यासाठी अध्यात्मवाद, सहिष्णुता आणि प्रेमावर भर देण्यात सूफी संत आणि गूढवाद्यांनी महत्त्वपूर्ण भूमिका बजावली.

२) इस्लामिक शासनाची स्थापना :

दिल्ली सुलतानशाहीने भारतात इस्लामिक राजवटीची औपचारिक स्थापना केली. कुतुबुद्दीन ऐबक आणि अलाउद्दीन खिलजी सारख्या राज्यकर्त्यांनी इस्लामिक तत्त्वांवर आधारित शासन केले, इस्लामिक कायदा (शरिया) प्रशासनात समाकलित केला.

३) धार्मिक प्रथा आणि विधी :

मुस्लिम इस्लामच्या पाच स्तंभांचे पालन करतात, ज्यात शहादा (विश्वास), नमाज (प्रार्थना), जकात (दान), सावम (उपवास) आणि हज (तीर्थयात्रा) यांचा समावेश होतो. मुस्लीम समाजाने पाळलेल्या धार्मिक प्रथांचा हा गाभा आहे. मशिदींनी सांप्रदायिक प्रार्थनांचे केंद्र म्हणून काम केले आणि शुक्रवारची प्रार्थना (जुमुआ) अविभाज्य धार्मिक मेळावे बनले.

४) स्थापत्य आणि कलात्मक प्रभाव :

दिल्ली सुलतानशाहीच्या काळात भव्य मशिदी, समाधी आणि किल्ले, पर्शियन, तुर्की आणि स्वदेशी वास्तुशैली यांचे मिश्रण होते. इस्लामिक कलेची भरभराट झाली, जटिल सुलेखन, भौमितिक नमुने आणि कलात्मक अभिव्यक्ती ज्यांनी मध्ययुगीन भारताच्या कलात्मक परंपरेवर खोल प्रभाव टाकला.

५) सांस्कृतिक समन्वय आणि परस्परसंवाद :

इस्लामिक संस्कृती देशी भारतीय परंपरांमध्ये विलीन झाली, ज्यामुळे उर्दूचा विकास झाला आणि फारसी व भारतीय भाषांचे मिश्रण झाले. या सांस्कृतिक संश्लेषणातून इंडो-इस्लामिक कला प्रकार आणि साहित्य उदयास आले. इस्लामचे प्राबल्य असूनही, इतर धर्म जसे की हिंदू, बौद्ध आणि जैन धर्म सहअस्तित्वात होते, ज्यामुळे मध्ययुगीन भारताच्या विविध धार्मिक क्षेत्रात योगदान प्राप्त झाले.

६) सूफीवाद आणि अध्यात्मवाद :

सुफी संतांनी अध्यात्म आणि सहिष्णुतेवर लक्ष केंद्रित करून इस्लामच्या गूढ आणि सर्वसमावेशक स्वरूपाचा पुरस्कार केला. त्यांच्या शिकवणींनी अनुयायांना आकर्षित केले आणि विविध धार्मिक समुदायांमध्ये संवाद साधला. सुफी प्रभाव भक्ती चळवळीवर आच्छादित आहे, सुफी आणि भक्ती संत संवादांमध्ये गुंतलेले आहेत, भक्ती आणि अध्यात्मवादाच्या सामायिक विषयांना प्रोत्साहन देतात.

७) सामाजिक व्यवहार आणि महिलांची स्थिती :

इस्लामिक तत्त्वांचा मुस्लिम समुदायांमधील सामाजिक पद्धतींवर प्रभाव पडला, ज्यात विवाह प्रथा, वारसा कायदे आणि आहाराच्या सवयी यांचा समावेश आहे. इस्लामिक शिकवणींनी महिलांसाठी काही हक्क आणि संरक्षण दिले, तरी सामाजिक पद्धती आणि व्याख्या वेगवेगळ्या प्रदेशांमध्ये आणि समुदायांमध्ये भिन्न होत्या.

८) वारसा आणि भारतीय समाजावरील प्रभाव :

मुस्लिम धर्माच्या उपस्थितीने भारतीय संस्कृतीत एक समृद्ध वारसा सोडला आहे, जो मध्ययुगीन भारताच्या सांस्कृतिक परिदृश्याला आकार देणारा वास्तुकला, कला, भाषा आणि साहित्यात स्पष्ट आहे. इस्लामचा प्रभाव विविध धार्मिक विश्वासांबरोबरच अस्तित्वात होता, ज्यामुळे विविध धर्म आणि सांस्कृतिक परंपरांचा समावेश असलेल्या बहुलवादी समाजात योगदान प्राप्त झाले.

४.४.२ भक्ती चळवळ आणि सामाजिक बदल :

इस्लामी शासनामुळे भारतात धार्मिक आणि सामाजिक क्षेत्रात बरेच मोठे परिवर्तन घडून आले. प्राचीन भारतात अनेक परकीय आक्रमक भारतात आले. त्यापैकी बहुतांशी ग्रीक, शक, हून हे हिंदू समाजाशी एकरूप झाले. तसे मात्र मुसलमानांच्या बाबतीत झाले नाही कारण त्यांचा स्वत:चा वेगळा धर्म होता. यात एकेश्वरवादाला व साधेपणाला प्राधान्य होते. हिंदूमध्येही एकेश्वरवाद असला तरी मूर्तिपूजा, धार्मिक संस्कार, कर्मकांड यांचे अवडंबर होते. म्हणूनच काही प्रमाणात का होईना मुसलमानांच्या धार्मिक विचारांचा हिंदूंवर प्रभाव पडलेला होता. या दोन धर्मात अंतर असले तरीही अनेक वर्षांच्या परस्पर संपर्काने त्यांच्यात धार्मिक-सांस्कृतिक आदानप्रदान सुरू झालेले होते. त्याचबरोबर तत्कालीन परिस्थितीचा प्रभावदेखील पडलेला होता. अनेक मुसलमानांनी हिंदू स्त्रियांशी लग्न केल्यामुळे मुसलमानांचा हिंदूप्रति असणारा द्वेष कमी झाला. मुसलमान येथे कायमस्वरूपी राहण्यास आले, याची हिंदूंना जाणीव झाली. त्याचप्रमाणे जरी येथे मुसलमानांची सत्ता प्रस्थापित झाली तरी हिंदूंना नष्ट करणे कठीण आहे हे मुसलमानांना कळून चुकले यामुळे हिंदू आणि मुसलमानांमधील कटुता कमी होऊन दोन्ही जमातीत परस्पर सहकार्याचे वातावरण निर्माण झाले. असे वातावरण निर्माण करण्यास तत्कालीन हिंदू व मुसलमान संतांनी मोलाची कामगिरी बजावली होती. कर्मकांडाऐवजी या संतांनी ईश्वराच्या भक्तीवर जोर दिला. म्हणूनच भक्ती आंदोलनाचा उदय होण्यास मदत झाली.

अ) भक्ती संप्रदायाचा उद्देश :

भक्ती आंदोलनाचे उद्देश पुढीलप्रमाणे होते :

१) धार्मिक क्षेत्रातील अवडंबर दूर करणे.

२) धार्मिक सिद्धांतांना सरळ रूप देणे.

३) बहुदेववादाचा विरोध करणे. ४) मोक्षप्राप्ती.

यादृष्टीने संतांनी भक्ती आंदोलनाचा प्रचार केला.

ब) भक्तीमार्गाचा उदय :

मध्ययुगीन काळात जे संत होऊन गेले त्यांनी परमेश्वराच्या भक्तीवर अधिक भर दिला. अलौकिक व लौकिकार्थाने जीवन समृद्ध करायचे असेल व शेवटचा पुरुषार्थ साध्य करायचा असेल तर परमेश्वराच्या भक्तीशिवाय तरणोपाय नाही असे मत स्पष्ट केले. परमेश्वराची भक्ती यावर भर दिल्याने मध्ययुगात भक्तिमार्गाला महत्त्वाचे स्थान प्राप्त झाले होते. यालाच इतिहासात 'भक्तिमार्गाची चळवळ' असे म्हणतात. जीवनमुक्तीचे तीन आधार मानले आहेत.

१) ज्ञानमार्ग

२) कर्ममार्ग

३) भक्तिमार्ग

यापैकी कोणत्याही एका मार्गाचा अवलंब केल्यास आपले ध्येय साधता येते अशी शिकवण संतांनी दिली. मध्ययुगीन काळातील सामाजिक, सांस्कृतिक परिस्थितीचा विचार करून संतांनी भक्तिमार्गाला प्राधान्य दिले. यातूनच भक्तिमार्गाचा उदय झाला व भक्तिमार्गाच्या चळवळीस सुरुवात झाली.

क) भक्तीमार्गातील विविध संत आणि त्यांचे कार्य :

भक्तीमार्गातील विविध संत आणि त्यांचे कार्य पुढील मुद्यांच्या आधारे जाणून घेता येईल :

१) रामानुजाचार्य :

रामानुजाचार्यांना भक्तिमार्गाचे प्रणेते म्हणून ओळखले जाते. इ. स. १०१६ मध्ये दक्षिण भारतात जन्माला आलेल्या रामानुजाचार्यांनी कांची येथे अध्ययन केले. चोल राजानी जे तत्कालीन समाजावर अन्याय केले त्याला कंटाळून कांची सोडून रामानुजाचार्यांनी यादव राज्यात राहाणे पसंत केले. रामानुजाचार्य हे वैष्णवपंथी होते. त्यांनी शंकराचार्यांचा मायावाद व अद्वैतवाद याचे खंडन केले व विशिष्ट देवत्ववादाचा पुरस्कार केला. सगुण ब्रम्हाचे उपासक म्हणून रामानुजाचार्यांकडे पाहिले जाते. 'सगुण ब्रम्हाची प्राप्ती करायची असेल तर भक्तिमार्ग हाच सर्वोत्तम मार्ग आहे' असे मत त्यांनी व्यक्त केले. वैष्णवपंथी असल्याने साहाजिकच त्यांनी विष्णुपूजेला प्राधान्य दिले. 'ब्रम्ह आणि आत्मा हे एक नसून वेगवेगळे आहेत', असे मत मांडणारे रामानुजाचार्य हे पहिले भक्तिमार्गी संत होते. भक्तिमार्गाचा प्रसार करण्यासाठी त्यांनी जवळ-जवळ ७०० वैष्णव मठांची स्थापना केली.

२) निंबकाचार्य :

निंबकाचार्यांना रामानुजाचार्यांचे समकालीन मानले जाते. वैष्णव धर्मीय असून देखील त्यांनी कृष्णोपासनेला अग्रक्रम दिला. शंकराचार्यांचा अद्वैतवाद व रामानुजाचार्यांचा विशिष्ट देवत्ववाद या दोन्ही वादांमधून 'मध्यमवाद' शोधण्याचा प्रयत्न केला. 'श्रीकृष्ण भक्तीनेच कोणत्याही व्यक्तीला मोक्ष मिळतो' असे निंबकाचार्यांनी सांगितले.

३) माधवाचार्य :

माधवाचार्य हे विष्णूचे उपासक होते. त्यांचा जन्म इ. स. १२०० साली दक्षिणेकडील उडपी जिल्ह्यात झाला. त्यांच्या मते, विष्णूची उपासना केल्याने माणसाला मोक्षप्राप्ती होऊ शकते व मोक्षप्राप्तीसाठी विष्णूची उपासना करणे आत्यंतिक गरजेचे आहे. त्यांनी आपल्या मताचा प्रसार दक्षिण भारत व गुजरात येथे केला. ज्ञानामुळे भक्ती व भक्तीमुळे मुक्ती मिळते असा दृष्टिकोन मांडला.

४) रामानंद :

१४ व्या शतकातील भक्तिमार्गाची शिकवण देणारे संत म्हणून रामानंद यांना ओळखले जाते. रामानंद वैष्णवपंथी असून त्यांची रामावर नितांत श्रद्धा होती. त्यांनी जातीभेद अमान्य केला व भक्तिमार्गाची कवाडे

सर्व समाजासाठी उघडी आहेत असा दृष्टिकोन स्पष्ट केला. तसेच भक्तिमार्गात स्त्री व पुरुष असाही भेद त्यांनी केला नाही. परिणामी त्यांच्या अनुयायांमध्ये सर्व जातीचे, पंथाचे तसेच असंख्य प्रमाणात स्त्री - पुरुष होते. त्यांचे प्रमुख बारा शिष्य होते. या बारा शिष्यांपैकी एक नाव्ही, एक तांबोळी व एक मुसलमान विणकर होता. रामानंदानी आपले विचार हिंदीभाषेतून व्यक्त केले व भक्तिमार्ग चळवळीला चालना दिली.

५) वल्लभाचार्य :

वल्लभाचार्यांना भक्तिमार्गाचा पुरस्कार करणारा दुसरा महापुरुष म्हणून संबोधले जाते. अतिशय प्रतिभावान अशा वल्लभाचार्यांचे शिक्षण संपल्यानंतर निरनिराळ्या ठिकाणी त्यांनी तीर्थयात्रा केली. विजयनगर येथे जाऊन कृष्णदेवरायाची भेट घेतली. शैवपंथीयांच्या पंडितांना वादविवादात पराभूत केले. वल्लभाचार्य हे संस्कृत भाषेचे गाढे अभ्यासक होते. त्यांनी संस्कृतभाषेत १७ ग्रंथ लिहिले. कृष्णभक्तीचा पुरस्कार करून 'शुद्धाद्वैत' वादाचा पुरस्कार केला. कृष्णोपासना करून आपले सर्वस्व कृष्णाच्या पायावर अर्पण करावे असा उपदेश केला. संसारत्याग करून विरक्तीचा मार्ग स्वीकारला पाहिजे असे तत्त्वज्ञान मांडून मोक्षप्राप्तीचे साधन म्हणून विरक्तीच्या मार्गाचा पुरस्कार केला.

६) चैतन्य महाप्रभू :

चैतन्य महाप्रभू यांनी बंगाल प्रांतात भक्तीचळवळीला चालना दिली. चैतन्य महाप्रभू हे वल्लभाचार्यांचे समकालीन होते. त्यांनी वयाच्या २४ व्या वर्षी संसार सुखाचा त्याग केला व विरक्तीचा मार्ग स्वीकारला. आपले संपूर्ण जीवन कृष्णभक्ती व कृष्णोपासना यातच व्यतीत केले. महाप्रभुंनी जातीव्यवस्था, मांसाहार, मद्यपान, पशुबळी या गोष्टींचा तीव्र शब्दात निषेध केला. जातीव्यवस्थेवर त्यांचा अजिबात विश्वास नव्हता. बंगाल प्रांतात त्यांना साक्षात विष्णूचा अवतार समजले जात असे. कृष्णभक्ती व कृष्णाची उपासना यांच्या माध्यमातून मोक्षप्राप्ती होते, असे विचार मांडून भक्तिमार्गातील चळवळ परिदृढ करण्याचा प्रयत्न केला.

७) संत कबीर :

मध्ययुगीन काळातील एक महान संत म्हणून कबीर यांचे नाव अतिशय आदराने घेतले जाते. रामानंद हे कबीरांचे गुरू होते. कबीरांना कोणत्याही प्रकारचे धार्मिक कर्म-कांड मंजूर नव्हते. पूजाअर्चा करणे, मशिद -मंदिरात जाणे, व्रतवैकल्ये, उपास-तापास, जातीभेद, धर्मभेद या गोष्टी अमान्य होत्या. हिंदू व मुसलमान समाजात असलेले धार्मिक अवडंबर हा त्यांच्या टीकेचा मुख्य विषय होता. हिंदू-मुसलमानांमध्ये ऐक्य असावे असा विचार संत कबीरांनी मांडला.

८) नामदेव :

भक्तिपंथाचा पुरस्कार करणारे महाराष्ट्रातील एक थोर व्यक्तिमत्त्व म्हणून नामदेवांचा उल्लेख करावा लागेल. शिंपी कुळात जन्माला आलेल्या संत नामदेवांनी आपले संपूर्ण आयुष्य भक्तिमार्गाच्या पुरस्कारासाठी वाहून घेतले. नामदेवांचे १५ व्या शतकातील कार्य हे खरोखरच अद्भूत असे समजले जाते. जातीभेद व मूर्तिपूजेला विरोध त्यांनी केला. हिंदी आणि मराठी या दोन्ही भाषात त्यांची ग्रंथरचना आजही अद्वितीय समजली जाते. संत नामदेवांचे भक्तिमार्गातील अलौकिक कार्य म्हणजे, त्यांनी वारकरी संप्रदायाचा महाराष्ट्रापासून पंजाब प्रांतापर्यंत केलेला प्रसार होय.

९) गुरुनानक :

गुरुनानक यांनी पंजाब प्रांतात भक्तिमार्गाचा प्रचार केला. पंजाब प्रांतात जे अनेक संतगण होते त्यांच्यात गुरुनानकांचे स्थान अतिशय महत्त्वाचे आहे. सुरुवातीपासूनच नानकांची ईश्वरभक्तीकडे ओढ होती. त्यांनी

संपूर्ण हिंदुस्थान भ्रमण करून अनेक हिंदू मुस्लीम संतांच्या भेटीगाठी घेतल्या. अवलोकनाच्या बळावर प्रचंड ज्ञान मिळविले. नानक हे एकेश्वरवादी होते व ईश्वराची भक्ती केल्यानेच मोक्ष प्राप्त होतो असे मत स्पष्ट केले. नानकांची निरनिराळी वचने आणि उपदेश यांचा संग्रह 'गुरू ग्रंथसाहेब' या ग्रंथात केलेला आहे.

१०) सूरदास :

वल्लभाचार्य आणि त्यांचा मुलगा विठ्ठलदास यांच्या आठ शिष्यांपैकी सूरदास हे एक शिष्योत्तम होते. कृष्णभक्तीचा त्यांनी संपूर्ण आयुष्यभर पुरस्कार केला. कृष्णभक्तीमुळेच सर्वांना मुक्ती मिळेल असे मत व्यक्त केले. 'सूरसागर' या ग्रंथात सूरदासांच्या भक्तीपर रचनांचा अंतर्भाव केलेला आहे. भक्तिमार्गाच्या चळवळीत सूरदासांनी केलेले कार्य अत्यंत वैशिष्ट्यपूर्ण मानले जाते.

११) तुलसीदास :

रामभक्त रामानंद यांच्या शिष्य परंपरेत तुलसीदासांचा समावेश होतो. तुलसीदास हे रामाची उपासना करणारे संत होते. त्यांनी रामभक्तीचा पुरस्कार केला. प्रत्येक व्यक्तीने त्यागमय आणि सरळ-साधे जीवन जगावे असे विचार मांडले. रामभक्तीचा महिमा किती वैशिष्ट्यपूर्ण आहे याचे समर्पक विवेचन त्यांनी केले.

१२) मीराबाई :

राजस्थान येथील राठोड राजा रत्नसिंग यांची मीराबाई ही मुलगी. लहानपणापासूनच तिला कृष्णभक्तीचे वेड होते. आपल्या संपूर्ण जीवनभर त्यांनी कृष्णाची भक्ती केली व कृष्णभक्तीचाच पुरस्कार केला.

१३) शंकरदेव :

शंकरदेव हे आसामातील मोठे संतसुधारक होऊन गेले. पत्नीच्या अकाली मृत्यूमुळे त्यांच्या जीवनात आमूलाग्र बदल झाला. त्यांनी विरक्तीचा मार्ग पत्करला व योग्याचे रूप धारण केले. भक्तिमार्गाचा उघड पुरस्कार केला. कृष्ण व विष्णू यांची उपासना करण्यातच जीवनाचे सार्थक आहे असा दृष्टिकोन स्पष्ट केला. शंकरदेव हे एकेश्वरवादी होते. निष्काम भक्तीचा पुरस्कार हे त्यांचे महत्त्वपूर्ण कार्य होय. भागवत पुराणावर त्यांची अत्यंत श्रद्धा होती. मूर्तिपूजा व जातीभेदाला शंकरदेवानी विरोध केला. प्रवचने व किर्तनाच्या माध्यमातून जनजागृती केली. त्यांनी जो धर्म स्पष्ट केला त्यास 'महापुरुषीय धर्म' असे म्हणतात. वैष्णवधर्माचा प्रचार संपूर्ण भारतभर करून भक्तिमार्गाची चळवळ पुढे नेण्याचे कार्य शंकरदेवांनी केले.

१४) संत ज्ञानेश्वर :

ज्ञानेश्वर हे महाराष्ट्राच्या भूमीत जन्माला आलेले अलौकिक रत्न होय. ज्ञानेश्वरांनी भगवतगीतेवर एक टीकाग्रंथ लिहिला याला 'भावार्थदीपिका' असे समजले जाते. हाच ग्रंथ ज्ञानेश्वरी म्हणून ओळखला जातो. महाराष्ट्रात वारकरी संप्रदायाचा पाया तयार करण्याचे महान कार्य संत ज्ञानेश्वरांनी केले. या संप्रदायाच्या माध्यमातूनच त्यांनी भक्तिमार्गाच्या चळवळीला चालना दिली.

१५) संत नामदेव :

ज्ञानेश्वरांचे समकालीन म्हणून संत नामदेव यांना ओळखले जाते. नामदेवांनी जातीपद्धती व जातीरिवाजापासून मुक्त व्हा असा संदेश दिला. मूर्तिपूजा व धार्मिक असहिष्णुता यांच्या विरोधात त्यांनी कार्य केले. परमेश्वरावर प्रेम व त्याची भक्ती केल्याने माणसाला मुक्ती मिळते. यावर त्यांची पूर्ण श्रद्धा होती. उपवास व व्रतवैकल्ये यांवर त्यांनी टीका केली. तसेच मोक्षप्राप्तीसाठी तीर्थयात्रा करावी असे जे मानले जात होते त्यावरही सडकून टीका केली. ईश्वर भक्तीसाठी मंदिर व मशिद यांची गरज नाही. ती जागच्या जागी बसूनही करता येते असे मत व्यक्त केले. सर्वसामान्य लोकांवर नामदेवांच्या विचारसरणीचा प्रचंड प्रभाव पडला. नामदेव यांच्या शिष्य परिवारात समाजातील सर्व घटकांचा समावेश होता.

१६) तुकाराम महाराज :

'ज्ञानदेवे रचिला पाया, तुका झालासे कळस।' असे म्हणतात. त्याला निश्चित आधार आहे. महाराष्ट्रात भक्तिम ार्गाचा पुरस्कार करणाऱ्या संतांमध्ये संत तुकारामांचे स्थान अत्यंत महत्त्वपूर्ण आहे. काव्य आणि भजने यांच्या माध्यमातून भक्तिमार्ग लोकप्रिय केला. कर्मकांड, धार्मिक अवडंबर यांना कडाडून विरोध केला. तुकारामांचे अभंग हे मराठी वाङ्मयात आजही 'अभंगच' राहिलेले आहेत.

१७) रामदास स्वामी :

रामदास स्वामींनी अनेक वर्ष भ्रमंती केली व तपाचरणात आपल्या जीवनाची सार्थकता मानली. रामदास स्वामींनी रामाची उपासना केली. तसेच दासबोध या ग्रंथातून कर्मयोग व भक्ती यांचा पुरस्कार केला. रामदासांच्या व्यक्तिमत्त्वाचा शिवाजी महाराजांवर मोठा प्रभाव पडला. 'मराठा तितुका मेळवावा । महाराष्ट्र धर्म जागवावा ।।' असा उपदेश त्यांनी संभाजी राजांना केला. हिंदू धर्माचे रक्षण हे महाराष्ट्रातील क्षत्रियाचे आद्य कर्तव्य आहे, असे मत स्पष्ट करून शिवाजी महाराजांना नैतिक पाठबळ दिले. भक्तिमार्ग आंदोलनात समर्थ रामदासांचे स्थान अतिशय महत्त्वपूर्ण आहे.

ड) भक्ती चळवळीची शिकवण :

भक्ती चळवळ सगुण आणि निर्गुण स्वरुपात समोर येते. तसेच वेगवेगळ्या प्रांतात वेगवेगळ्या पद्धतीने ही चळवळ आकाराला आली. या पंथाची शिकवण प्राचीन काळातील संतांच्या रचनात व वचनात आढळते. भक्ती पंथावर प्राचीन वाङ्मयाचा प्रभाव पडल्याचे दिसून येते. तरी देखील तिची सर्वमान्य अशी काही शिकवण किंवा शिकवणीची वैशिष्ट्ये दिसतात ती पुढीलप्रमाणे आहेत :

१) ज्ञान, कर्म आणि भक्ती हे ईश्वरप्राप्तीचे तीन मार्ग सांगितलेले आहेत. या मार्गांपैकी मुक्ती प्राप्त करण्यासाठी भक्ती पंथाने भक्तीमार्ग स्वीकारला. भक्तीतून मुक्ती मिळते असे त्यांचे तत्त्वज्ञान होते.

२) मोक्ष म्हणजे जन्म-मृत्यूच्या चक्रातून सुटका हे या पंथाचे अंतिम ध्येय होते.

३) मुक्ती मिळवण्यासाठी जीवनात गुरूची आवश्यकता असते तसेच ईश्वराच्या नामाचा जप किंवा नामस्मरण महत्त्वाचे आहे.

४) एकेश्वरवादावर श्रद्धा होती. ईश्वर एक आहे त्याला शरण जावे.

५) ईश्वर हा सर्व चराचरात असल्याने मूर्तीपूजा व्यर्थ आहे.

६) या पंथाने भगवत्‌गीता हा पवित्र धर्मग्रंथ मानला.

७) या पंथाने वर्णाश्रम व्यवस्थेस विरोध केला.

८) समतेचा पुरस्कार करून अस्पृश्यता व जातीभेद टाळले.

९) अंधश्रद्धेवर टीका केली.

१०) हिंसेला थारा नाही अहिंसकवृत्ती जोपासली.

११) संस्कृत भाषेऐवजी प्राकृत भाषेचा वापर केला.

१२) सर्व जातीजमातींचे लोक एकच आहेत. सर्व ईश्वराची लेकरे आहेत. त्यांच्यात फरक करता येत नाही.

ई) भक्ती चळवळीचे महत्त्व किंवा प्रभाव :

भक्ती चळवळीचे महत्त्व किंवा प्रभाव पुढील मुद्यांच्या आधारे जाणून घेता येईल :

१) एकेश्वरवाद :

भक्तीमार्गातील सर्वच संतांची प्रमुख एकच शिकवण होती, ती म्हणजे सर्व जगाचा एकच कर्ता एकच ईश्वर आहे. त्याची पूजा मात्र वेगवेगळ्या रुपात होते. वास्तविक एकेश्वरवादी तत्त्व ऋग्वेदाच्या उत्तरार्धात दिसते; परंतु

नंतरच्या काळात भारतात बहुदेववादाला चालना मिळाली. भक्तीकाळात मात्र संतांनी एकच ईश्वर मानून त्याचीच पूजा केली. एक ईश्वर असणे म्हणजे बंधुभावाच्या बाबीला चालना मिळण्यासारखेच आहे.

२) जातीय सलोखा :

भक्ती पंथाचा विकास मध्ययुगीन काळात मोठ्या प्रमाणात झाला. याकाळात भारतावर मुस्लिमांचे राज्य होते. यातूनच राजकीय संघर्षात काही शासकांनी धर्माला स्थान दिले. यातूनच धार्मिक द्वेष निर्माण झाला होता. भक्ती चळवळीतील संतांनी एकेश्वरवाद मानून राम-रहीम एकच आहेत असे प्रतिपादन केले. त्याचप्रमाणे कबीरासारख्या संतांनी दोन्हीही धर्मातील कर्मकांडांवर कडाडून हल्ला केला. संतांनी हिंदू समाजाला प्रेरणा तर दिली; परंतु त्याचबरोबर जातीय सलोख्याची शिकवण सुद्धा दिली.

३) वर्णभेदाला विरोध :

भक्ती पंथाचा भारतीय समाजावर हा सर्वात मोठा प्रभाव पडला. भक्ती पंथातील प्रत्येक संताने वर्णभेदाला पहिल्यापासूनच विरोध केला. वर्ण जन्मापासून न ठरता कर्माने ठरावा अशी भूमिका या संतांनी घेतल्याचे दिसते. जातीय भेदभाव त्यांना मान्य नव्हता. म्हणूनच कबीर ज्यांचे पालनपोषण मुस्लीम व्यक्तीकडून झाले होते ते रामानंदाचे शिष्य बनले. संत गोरोबा कुंभार, सावता माळी, चोखामेळा या कनिष्ठ जातीतील संतांनासुद्धा मान्यता मिळाली.

४) सदाचरणमय जीवनाचा मार्ग :

भक्तीमार्गातील संतांनी लोकांना सदाचरणमय जीवनाचा मार्ग सांगितला. सरळ - साधी व्यक्तीही भक्ती करून ईश्वराची प्राप्ती करू शकते. अगदी दगडाची मूर्ती पुजण्यापेक्षा, मंदिरात जाण्यापेक्षा तो स्वतःच्या घरात राहून मनन करून ईश्वराची उपासना करू शकतो अशी यांची शिकवण होती. कर्मकांड करण्याची आवश्यकता त्यांनी मानली नाही. अगदी सर्वच संतांनी प्रपंच करून अध्यात्म केला. त्याचप्रमाणे उपजीविकेच्या साधनासाठी दुसऱ्यावर अवलंबून राहण्यापेक्षा स्वतः मार्ग शोधले. स्वतः जातीपातीची बंधने तोडली आणि मग लोकांना यासाठी प्रेरित केले. भक्ती पंथातील संतांचे आचरण हे 'आधी केले मग सांगितले' या पद्धतीचे होते.

५) भक्तीवादाला चालना :

भारतीय तत्त्वज्ञानात मोक्षप्राप्तीचे तीन मार्ग सांगितलेले आहेत. ते ज्ञान, कर्म आणि भक्ती होत. या संतांनी भक्ती मार्गाचा स्वीकार केला. ईश्वर एकच आहे असे मानून मग तो कोणी सगुण स्वरुपात, कोणी निर्गुण स्वरुपात मानला. त्याच्या भक्तीत हे संत तल्लीन झाले. या संतांनी आपले सर्वस्व आपल्या ईश्वराला अर्पण केले. यांनी भक्तीसाठी लोकांनाही प्रेरित केले आणि नंतरच्या काळात भक्तीला अनन्यसाधारण महत्त्व प्राप्त झाले.

६) लोकसाहित्याचा विकास :

भक्तीकाळातील सर्वच संतांनी जनसामान्यांच्या भाषेचा उपयोग करून साहित्याची निर्मिती केली आणि त्याद्वारे लोकांना भक्ती करता प्रेरित केले. कबीर तर म्हणत की, 'संस्कृत ही विहिरीतल्या पाण्याप्रमाणे आहे तर जनसामान्यांच्या भाषा या नदीप्रवाहात वाहणाऱ्या जिवंत पाण्याप्रमाणे आहेत.' उत्तर भारतातील संतांनी हिंदीला माध्यम बनविले तर महाराष्ट्रातील संतांनी मराठीला आपले माध्यम बनविले. एकंदर भक्ती चळवळीच्या काळात या भाषेतील साहित्य मोठ्या प्रमाणावर निर्माण झाले.

७) आर्थिक लालसेपासून दूर :

भक्तीकाळातील पंथात ईश्वराप्रमाणेच गुरुलाही महत्त्व आहे; परंतु हा गुरु कसलीही अपेक्षा न करता उपदेश देणारा होता. त्याचप्रमाणे भक्ती चळवळीचा कर्मकांडाला विरोध होता म्हणून मंदिरे स्थापन करणे, मूर्त्या बनविणे या बाबी त्यांच्यासमोर गौण होत्या. त्याचप्रमाणे उपदेश करतानाही त्यांनी गरजेपेक्षा जास्त धनाची आवश्यकता

नाही असे प्रतिपादन केले. त्याचप्रमाणे भगवी वस्त्रे परिधान करून फिरण्यापेक्षा यांनी उपजीविकेची साधने निर्माण करून स्वतःचा चरितार्थ भागवून लोकांना उपदेश केला. याचा लोकांच्या मनावर चांगला परिणाम घडून आला.

८) राजकीय सत्तांना प्रेरणा :

मध्ययुगीन भारतात मुस्लिमांचे राज्य प्रस्थापित झाले आणि भारतीय समाजात एका प्रकारची ग्लानी निर्माण झाली. ती दूर करून भक्ती संतांनी भारतीयांना नवीन प्रेरणा दिली. यातूनच नवीन साहित्य निर्माण झाले. लोकांमध्ये संघटन वाढू लागले. संघटन वाढल्यानंतर लोकांना एक प्रकारे अस्तित्वाची जाणीव झाली आणि यातूनच महाराष्ट्रात मराठ्यांची सत्ता उदयाला आली. याविषयी मतभेद आहेत की, मराठ्यांच्या उदयामध्ये भक्ती चळवळीचा हात किती ? परंतु हे मान्य करावेच लागेल की या संतांनी महाराष्ट्रात मराठ्यांच्या उदयाची पार्श्वभूमी निर्माण केली. त्याचप्रमाणे शिखांची सत्तासुद्धा भक्ती आंदोलनाच्या प्रेरणेनेच उदयाला आली.

४.४.३ सुफी चळवळ आणि सामाजिक बदल :

'सुफी' हा शब्द ग्रीक आहे. त्याचा अर्थ 'ज्ञान'. ज्या व्यक्तींना प्रचंड ज्ञान आहे असे लोक म्हणजे सुफी लोक होय. काही लोकांनी 'सुफ' किंवा 'सफ' याचा अर्थ 'उंची वस्त्र किंवा लोकर' असा लावला आहे. सुफी लोक नेहमी लोकरीची वस्त्रे अंगावर घेतात यावरून त्यांना सुफी लोक संबोधण्यात येऊ लागले. याबरोबर गूढवादाचा पुरस्कार करणाऱ्या पंथालाही 'सुफी पंथ' म्हणतात.

'सुफी' चळवळ ही इस्लाम धर्मीयांची असून ती कधी चालू झाली याबद्दल मतभेद आहेत. सुफी पंथीय महंमद पैगंबरालाच प्रमुख मानतात. पैगंबराला दोन साक्षात्कार झाले. पहिल्या साक्षात्कारातून कुराणाची निर्मिती झाली. पैगंबराला दुसरा साक्षात्कार मृत्यूच्या वेळी झाला. त्यातून त्यांना जे स्फुरले, जो गूढवाद त्यांनी मांडला, त्याला 'सुफी तत्त्वज्ञान' म्हणतात. काही विद्वान, कुराण व सुफी यांचा समन्वय दाखविण्याचा प्रयत्न करतात, ते योग्य वाटत नाही.

अ) सूफी विचारधारा :

इस्लाम धर्माच्या प्रारंभीच्या अवस्थेत सूफी विचारधारेने निवृत्ती मार्गावर भर दिल्याचे आढळते. सर्व सांसारिक सुखे व लागेबांधे यांचा त्याग करून कठोर तपश्चर्येने ईश्वरी साक्षात्कार प्राप्त करणे हे सूफी विचारांचे मुख्य सूत्र होते. सर्वसंगपरित्याग व परमेश्वर चिंतन यावर मोठ्या प्रमाणावर सूफी संतांनी भर दिला. प्रारंभीच्या सूफी मंडळींमध्ये हसन, इब्राहिम बिन आदम हुजाईल बिन हयात व संतिण राबिया ही प्रमुख संत मंडळी आहेत.

ब) सूफी पंथाची तत्त्वे :

सूफी पंथाची तत्त्वे पुढीलप्रमाणे स्पष्ट करता येतील :

१) हजादिया तत्त्व :

हजादिया म्हणजे द्वैतवाद. द्वैतवादी मताप्रमाणे शून्यापासून सृष्टी निर्माण करणारा परमेश्वर व सृष्टी हे दोन्ही भिन्न प्रकार आहेत.

२) शाहुदिया तत्त्व :

शाहुदिया तत्त्वाप्रमाणे परमेश्वराचे सामर्थ्य अत्यंत उच्चकोटीचे असून त्याच्या पुढे सृष्टी म्हणजे सूर्यापुढे काजवा असे आहे. सृष्टी हा केवळ आरसा असून त्यावर परमेश्वराचे प्रतिबिंब पडलेले आहे.

३) वजुदिया तत्त्व :

वजुदिया म्हणजे अद्वैतवाद. वजुदिया हे तत्त्व नसून एक पंथ मानला जातो. या मतानुसार परमेश्वर हेच अंतिम सत्य असून सर्वत्र त्याचाच वास असतो.

अशी तीन वेगवेगळ्या स्वरुपाचा आशय व्यक्त करणारी तत्त्वे सूफीपंथात आढळून येत असल्याने, द्वैत विरुद्ध अद्वैत असा तात्त्विक संघर्ष आढळून येतो. त्या पंथात असलेल्या विचार स्वातंत्र्यामुळे कर्मठ मुस्लिमांना 'सूफी'

हे एक कोडे बनले. सूफी हे 'काफर' नसले तरी मुस्लीम धर्मातून बाजूला काढलेले आहेत असा समज बळावत चालला.

क) सूफी पंथातील कल्पना :

सूफी पंथातील बऱ्याच कल्पना या भारतातील धार्मिक पंथांशी मिळत्याजुळत्या आहेत. भारतातील धार्मिक पंथात गुरुभक्तीला जसे महत्त्वपूर्ण स्थान आहे तसेच स्थान हे सूफीपंथात आढळते. बाह्य धर्मांकडे सूफींनी विशेष लक्ष दिले नाही. त्यांनी गुरुमार्गाप्रमाणे गुरुभक्तीवर भर दिल्याचे आढळून येते. नामस्मरण, प्राणायाम व ध्यानधारणा या तिन्ही गोष्टींचे महात्म्य सूफी संतांनी विस्तारित स्वरुपात स्पष्ट केलेले आहे.

तिलावत म्हणजे नमाज, कुराण पठण, अवराय म्हणजे विशेष प्रार्थना नियमितपणे केली जावी यावर सूफींनी विशेष कटाक्ष दिलेला आहे. गायनाने परमेश्वराची आराधना म्हणजे समा आणि गुरुच्या पायांवर डोके ठेवून वंदन (सित्रया) या दोन प्रकारांमुळे सूफी संतांविषयी मुल्ला व मौलवी यांच्यामध्ये मोठ्या प्रमाणावर गैरसमज पसरले. वास्तविक दृष्टिकोनातून पाहिले तर, सूफी हे कट्टर मुस्लीम होते. त्यांच्या शिकवणीने, ग्रंथनिर्मितीने, मठसंस्थांनी आणि त्यांच्या गुरू शिष्य परंपरेमुळे इस्लाम धर्माची पाळेमूळे हिंदुस्थानात खोलवर रूजली गेली. त्याचे महत्त्व मुस्लीम राजांनी केलेल्या कामगिरीपेक्षा अधिक मोठे आहे असे मत 'सेतु माधवराव पगडी' यांनी व्यक्त केले.

ड) भारतातील प्रमुख सुफी संप्रदाय :

सुफी पंथाचे भारतात सहा संप्रदाय आहेत. ते खालीलप्रमाणे आहेत :

१) चिस्ती :

या संप्रदायाचे प्रमुख चिस्ती या गावात राहिले होते. यावरून या संप्रदायाला चिस्ती हे नाव पडले. चिस्ती हे गाव हेरातच्या जवळ होते. इ.स. ११९२ च्या सुमारास हा संप्रदाय भारतात मुईनुद्दीन सिज्जी याने आणला. या संप्रदायाचे प्रमुख केंद्र अजमेर येथे होते. या ठिकाणाहूनच या संप्रदायाचा पुढे इतर भागात प्रसार झाला.

२) सुहरावर्दी :

हा संप्रदाय भारतात तेराव्या शतकात बहाउद्दीन झंकारिया याने आणला. त्याने मुलतान येथे आपले पहिले केंद्र स्थापन केले. नंतर बंगालमध्ये जलाउद्दीन तब्रिझी याने एक शाखा स्थापन केली. जलालउद्दीन बुखारी याने गुजरातमध्ये शाखा काढली. सुहरावर्दी संप्रदायाचे मुलतानमधील लोक अतिशय डामडौलात राहत होते.

३) नक्शबंदिया :

या पंथाची स्थापना १२व्या शतकामध्ये आशियामध्ये केली गेली होती. मुहंमद बाकी बिला याने अकबराच्या काळात हा संप्रदाय भारतात आणला. तुर्की लोक आणि मुघल लोक यांच्या खोट्या धार्मिक समजुतीच्या विरूद्ध प्रतिक्रिया या संप्रदायाने व्यक्त केली. या संप्रदायाच्या नेतृत्वपदी असणाऱ्या व्यक्तींमध्ये सखोल ज्ञान आणि गूढवाद यावरील प्रभुत्व असणारे लोक होते. या संप्रदायाने ढोंगीपणाला विरोध केला.

४) कादिरिया :

भारतामध्ये हा संप्रदाय मुहंमद गौस याने आणला. १४८२ साली त्याने मठ स्थापन केले. या संप्रदायाचा प्रभाव सुरुवातीच्या काळात विशेष नव्हता; परंतु पुढे मोगलांच्या काळात याला महत्त्व आले. मुहंमद मीर हा शेख (गुरु) होता. मुहंमद मीर याच्या शिष्यांमध्ये दारा व जहानआरा हे प्रमुख होते.

५) शतारिया :

पंधराव्या शतकात हा संप्रदाय भारतात 'अब्द-अल्ला' याने आणला. तत्त्वज्ञान, आध्यात्मिक साधना, समाज प्रार्थना इत्यादींबद्दल या संप्रदायावर हिंदुंचा प्रभाव होता. या संप्रदायाचा गुढवादी संत मुहंमद गौस याचे बाबर, हुमायून व अकबराबरोबर जवळचे संबंध होते.

६) फिर्दोसिया :

याला भारतात आणण्याचे श्रेय बद्रुद्दिन याला मिळते. विशेषत: या पंथाचा प्रभाव बिहार प्रांतात पडलेला होतो. या संप्रदायाच्या मुख्य गुढवादी लोकात अहमद–इब्न–याह्या मानेरी याचा समावेश होतो. याचा कालखंड सुलतान तुघलकांच्या काळचा आहे. याला सुलतान तुघलक खूप मानत होता. या पंथाने नीतीमत्ता ही कर्मकांडापेक्षा महत्त्वाची मानली.

सुफी संप्रदायाचे प्रमुख सहा उपसंप्रदाय असले तरी सुफी संप्रदायाच्या दोन पंथांचाच फक्त हिंदूस्थानात जास्त प्रसार झाला होता. ते म्हणजे १) चिस्तीया संप्रदाय, २) सुऱ्हावर्दी संप्रदाय. महाराष्ट्र मात्र फक्त चिस्तीया संप्रदायाचाच प्रसार जास्त झाला. चिस्ती संप्रदायाची विस्तारीत माहिती पुढीलप्रमाणे देता येईल.

ई) चिस्ती संप्रदायातील काही महत्त्वाचे सूफी संत :

चिस्ती संप्रदायातील काही महत्त्वाचे सूफी संत यांच्याबद्दल पुढील मुद्यांच्या आधारे जाणून घेता येईल :

१) खाजा मुईनुद्दीन चिस्ती :

चिस्ती संप्रदायाची स्थापना हेरात या ठिकाणी खाजा अब्दुल चिस्ती याने केली. मात्र हिंदुस्थानात चिस्ती संप्रदाय आणण्याचे कार्य ख्वाजा मोईनउद्दीन चिस्ती याने केले. मोईनउद्दीन याचा जन्म मध्य आशियात ११४२ मध्ये झाला. लहानपणापासूनच त्याचा ईश्वर भक्तीकडे कल होता. त्याने समरकंद, बगदाद, मक्का या पवित्र तीर्थक्षेत्रांची यात्रा केली. इ.स. ११६१ साली लाहोर येथून येऊन अजमेर हे त्याने आपले मुख्य केंद्र बनवले. सर्वसामान्य लोकांची मोईनउद्दीन चिस्तीवर श्रद्धा बसली. हजारो लोक अजमेरची यात्रा करण्यात जीवनाचे साफल्य आहे, असे मानू लागले. आज देखील हजारो भाविक अजमेरच्या दर्ग्यात जाऊन मोईनउद्दीन चिस्तीच्या पवित्र कबरीवर चादर चढवितात. ख्वाजा मोईनउद्दीन चिस्तीचे अनेक शिष्य होते पण त्यात विशेषकरून शेख हमिदउद्दीन व शेख बखत्यार काफी यांना जास्त प्रसिद्धी मिळाली.

२) शेख पुरीनउद्दीन मसूद गंजेशाकर (इ.स. ११७५ ते १२६५) :

शेख पुरीनउद्दीन मसुद गंजेशाकर हा शेख काफीचा शिष्य होता. बाबा फरिद शंकरगंज या नावाने त्याला ओळखले जात असे. बाबा शंकरगंज हा अतिशय लोकप्रिय होता. शिष्यांचा सतत गराडा हे त्यांच्या व्यक्तिमत्त्वाचे वैशिष्ट्य होते. जेवढी पत आणि प्रतिष्ठा शंकरगंजाला मिळाली, तेवढी कोणत्याच सूफी संताला महाराष्ट्रात मिळाली नाही. त्याने समाजातील तळागातील व पीडित लोकांना जवळ करून अतिशय सहानुभूतीने वागवले. त्याने हजारो लोकांना साक्षात्काराचा मार्ग सांगितला. बाबा शंकरगंजांच्या मानवतावादी दृष्टिकोनामुळे हिंदू – मुस्लीम समाजात ऐक्य निर्माण झाले.

३) हजरत शेख निजामुद्दीन अवलिया (१२३८ ते १३३५) :

हजरत शेख निजामुद्दीन हे बाबा फरिदचे शिष्य व उत्तराधिकारी मानले जातात. इ. स. १२५८ साली दिल्ली येथे आल्यानंतर साठ वर्ष धर्मकार्यासाठी त्यांनी खर्ची घातली. त्या वेळेस सुलतानशाहीचा कालखंड होता. दिल्लीत अनेक सुलतान आले गेले पण शेख निजामुद्दीन यांनी कोणत्याही सुलतानाची कोणत्याही स्वरुपाची मदत घेतली नाही. सुलतानापाशी जाऊन आपल्याला काहीही मिळावयाचे नाही असा त्यांचा दृष्टिकोन होता. अल्लाउद्दीन खिलजीने त्यांना खास निमंत्रण दिले तरी देखील हजरतांनी त्यांना भेट दिली नाही. शेख निजामुद्दीन यांना कट्टर उलेमांचा तिटकारा होता. मात्र सर्वसाधारण जनतेमध्ये शेख निजामुद्दीन यांच्याबद्दल नितांत आदर होता. आध्यात्मिक जगतात शेख निजामुद्दीन यांचे अनन्य साधारण स्थान होते. चिस्ती संप्रदायाला लोकप्रियता मिळवून देण्याचे महत्कार्य शेख निजामुद्दीन यांनी केले. स्वतःच्या खर्चासाठी ते कधीही पैसा ठेवत नसत. 'मी ईश्वराचा पाहुणा आहे' असे त्यांनी कायम सांगितले. चिस्ती संप्रदायाच्या प्रसारात शेख निजामुद्दीन अवलिया यांचे स्थान अतिशय महत्त्वपूर्ण आहे.

४) शेख नासिरुक्काद्दीन महमूद :

शेख हजरत निजामुद्दीन यांचा वारसा पुढे चालविण्यात शेख नासिरुक्कादिन महमूद याचे स्थान अतिशय महत्त्वपूर्ण मानले जाते. 'दिल्ली का चिराग' या नावाने त्याला ओळखले जात असे. वयाच्या अवघ्या २५ व्या वर्षी तो सुफी संत बनला. निजामुद्दीन अवलियाच्या पहिल्या भेटीतच तो त्यांचा शिष्य बनला. अवलिया निजामुद्दीन यांनी केलेल्या उपदेशाप्रमाणे संपूर्ण आयुष्य जगण्याचे त्यांनी ठरविले. हजरत निजामुद्दीन यांच्या प्रमाणे तो कधीही सुलतानाला वा राज्यकर्त्यांना भेटायला गेला नाही. मुबारक या सुलतानाने त्याला मिरी मशिदीत नमाज पढायला सांगितले, पण शेख नासिरुक्काद्दीन महमूद यांनी तिथे नमाज पढायला नकार दिला. मोठे राजकीय संकट उभे राहिले पण त्याच वेळेला मुबारक यांचा मृत्यु झाल्याने त्यांच्यावरील संकट टळले. अखिल भारतीय कीर्ती प्राप्त करणारा तो एक महान सूफी संत होता.

५) शेख हमिदोद्दीन नगौरी (११९२–१२७४) :

शेख हमिदोद्दीन नगौरी यांनी नागोर या ठिकाणी चिस्ती संप्रदायाचे एक केंद्र स्थापन केले. नगौरी यांचे जीवन एखाद्या राजस्थानी शेतकऱ्याप्रमाणे होते. त्याने हिंदुस्तानी भाषा आत्मसात केली. त्यांनी जे फारसी भाषेत ग्रंथ लिहिले होते त्याचा अनुवाद हिंदी भाषेत करण्याचे कार्य त्यांच्या शिष्यांनी केले.

६) सय्यद मुहंमद गेझू दराज (१३२०–१४२२):

या सूफी संताचे कार्यक्षेत्र बहमनी राज्याची पहिली राजधानी गुलबर्गा हे होते. दौलताबाद येथे राहून त्यांनी चिस्ती संप्रदायाचा प्रसार दक्षिण भारतात केला.

सर्व चिस्ती संप्रदायातील सूफी संत हे उदारमतवादी विचाराचे होते. ईश्वराची उपासना व मनुष्याची सेवा हे त्यांचे ब्रीदवाक्य होते. अव्दैतवादावर त्यांचा विश्वास होता. संपत्तीची हाव नव्हती. संपत्ती गोळा करण्याकडे कल नव्हता. सदैव ईश्वराच्या नामस्मरणात तल्लीन राहाणे हे चिस्ती संप्रदायातील सूफी संतांनी आपले आद्य कर्तव्य मानले.

फ) सूफी पंथाची वैशिष्ट्ये :

सूफी पंथाची वैशिष्ट्ये पुढील मुद्यांच्या आधारे स्पष्ट करता येतील :

१) सुफी पंथाचा सिध्दांत :

सुफी पंथानी परमेश्वराला 'अल्ला' म्हटले आहे. इस्लाम धर्म आणि सुफी पंथ यांच्यात फरक आहे. इस्लाम धर्मात दिवसातून पाच वेळा नमाज पाडला जातो. सुफी पंथात नमाज पाडण्याची गरज नाही. विश्व ईश्वराची निर्मिती आहे. तो सर्वशक्तीमान आहे, अनंत आहे. त्याच्याशिवाय विश्वात कोणताही बदल होऊ शकत नाही. सुफी प्रेमाला अधिक महत्त्व देतात. आपल्यात प्रेम, जिव्हाळा असेल तरच ईश्वराची प्राप्ती होते असा सुफींचा एक सिध्दांत आहे. उदा. आई आपल्या मुलावर प्रेम करते, चिमणी पिलावर प्रेम करते तर गाय वासरावर प्रेम करते. या अशा प्रेमामधूनच ईश्वराची प्राप्ती होते.

विश्वात जी वस्तू निर्माण होते तिची निर्मिती ईश्वरानेच केलेली असते अशी सुफींची श्रध्दा आहे. आपणास कुटुंबाची कल्पना ईश्वरामुळेच येते.

२) योगसाधना (आत्मध्यान) :

परमेश्वराचा साक्षात्कार आत्मध्यान (चिंतन) केल्यास होऊ शकतो. प्रेमानेच आपल्याला ईश्वरापर्यंत जाता येते. सुफी पंथाचे असे मत आहे की, 'ईश्वराचे अस्तित्व आहे म्हणूनच सर्व घटना ईश्वराशी निगडित आहेत.' जीवन आणि परमात्मा हे भेद ते मानत नाहीत.

ईश्वर आणि साधक यांच्यात ईश्वराला प्रेमिका म्हटले आहे तर साधकाला प्रेमी म्हटले आहे. या दोन्ही संकल्पनेकडे सुफी लोक 'व्यापक' दृष्टिकोनातून पाहतात. सुख-दुःखात सहभागी होणे म्हणजेच साधक आणि ईश्वराचा सहभाग होय.

३) गुरुचे महत्त्व व अंतःकरण शुध्दी :

सुफी पंथात गुरुला अत्यंत महत्त्व आहे, ते गुरूला 'पीर' म्हणतात. तर शिष्याला मुरशिंद म्हणतात. 'मुरशिद शिष्य' यांना सुफी पंथात महत्त्वाचे स्थान आहे. व्यक्तीच्या अंतःकरणातच ईश्वराचे अस्तित्व आहे असे सुफी मानतात. त्याच ठिकाणी ईश्वर असतो. देवळात किंवा मंदिरात परमेश्वर नसतो. तो शुध्द अंतःकरणात असतो. ज्या व्यक्तीचे अंतःकरण शुध्द आहे, त्याला ईश्वर शोधण्याची गरज नाही. ज्याच्या अंतःकरणात ईश्वर असतो, त्याला 'अन्नल हक्क' म्हणतात. 'अन्नल हक्क' म्हणजे ईश्वराचं अस्तित्व माझ्यातच आहे; पण त्यासाठी अंतःकरण शुध्द असावे लागते.

४) जीव आणि परमात्मा :

सुफी पंथ जीव आणि परमात्मा यांना एकच मानतात. म्हणून शरीरातील जीव म्हणजे परमात्मा होय. म्हणून जीव आणि परमात्मा हे वेगळे नसून एकच आहेत.

५) काव्य-संगीताला महत्त्व :

सुफी पंथात संगीतास महत्त्व आहे. ताल व लय यामुळे आपल्या मनाची एकाग्रता निर्माण होते. त्यामुळे आपण ईश्वरापर्यंत जाऊ शकतो. सुफी गुरूनेही काव्य व संगीताचा आधार घेऊन सुफी पंथाचा प्रचार केला. सर्वसामान्य व्यक्तीच्या ठिकाणी धार्मिक जागृती करण्यासाठी चळवळ उभारली होती.

सुफी पंथाने अनेक प्रकारची काव्ये रचली. काव्यांच्या माध्यमातून ईश्वराची उपासना करतात. आजही हे काव्य अस्तित्वात आहे. त्यांनी काव्याला व संगीताला महत्त्वाचे स्थान दिले.

६) गुरुचे स्थान :

गुरुला ईश्वराचा साक्षात्कार झालेला असतो. तो विशिष्ट उद्दिष्टांपर्यंत गेलेला असतो. त्याला या मार्गाचा भरपूर अनुभव असतो. म्हणून तो मार्गदर्शन योग्यरितीने करू शकतो. सुफी पंथामध्ये गुरूला अत्यंत सन्मानाने व आदराने वागविण्यात येत होते. गुरूला 'शेख' म्हणतात.

७) सुफी पंथातील उदरनिर्वाहाची साधने :

अनुत्पादक जमीन लागवडीखाली आणणे आणि अनपेक्षित देणगी स्वीकारणे या साधनांचा सुफी लोकांनी चरितार्थाचे साधन म्हणून उपयोग केला. काही पंथात जीवन जगण्यासाठी शासनव्यवस्थेत नोकरी करण्याची परवानगी होती. हे गुढवादी लोक आपले वास्तव्य मठात करत असत. खानका, जमातखाना आणि झाविया असे मठांचे तीन प्रकार होते. खानका या प्रकारचे मठ आकाराने मोठे होते. यात प्रत्येक प्रवाशाची राहण्यासाठी वेगळी सोय करण्यात आली होती. जमातखाना व झाविया या प्रकारच्या मठात फक्त विशिष्ट शिष्यांचीच राहण्याची सोय केलेली असे.

८) मठाची व्यवस्था :

मठामध्ये नोकर, सहअध्यायी आणि मठप्रमुख असे लोक होते. ज्याचा समावेश सुफी पंथात करावयाचा होता त्याला ठिगळ लागलेला अंगरखा घालायला देत असत. या अंगरख्याला 'खिरका' असे म्हटले जात. सभासदांच्या डोक्यावरील सर्व केस काढण्यात येत असत. गुरु म्हणजे 'शेख'. याला आपला अंतःसमय जवळ आला आहे असे वाटू लागल्यावर हा आपला वारसदार नेमत असे.

९) दक्षिण सुफी पंथ आणि त्याचा प्रसार :

इ.स. नवव्या शतकात दक्षिण भारतात हा पंथ आला आणि त्याने राक्षसभुवन व गोणगाव येथे धर्मप्रसार केला असे सांगितले जाते. पुढे अल्लाउद्दीन गंजस्वा आणि मोमिन आरिक हे साधू १३ व्या शतकात दक्षिणेत आले. महाराष्ट्रातील सुफी केंद्रामध्ये पैठण हे महत्त्वाचे केंद्र होते. अहमदनगर जिल्ह्यात तीसगाव मढी येथे राहून शहारमजान याने निजामुद्दीनच्या सांगण्यावरून धर्मप्रसार केला असे म्हणतात.

१०) दहा सोपान किंवा पायऱ्या :

ईश्वरापर्यंत पोहोचण्यासाठी सुफी पंथाने १० सोपा किंवा पायऱ्या सांगितल्या आहेत. त्या पुढीलप्रमाणे :

i) लोब : (पश्चाताप) : पश्चातापाची भावना.

ii) वश : (उपोषण) : संकटे आले तरी ईश्वरासाठी काहीही करण्याची तयारी दाखविणे.

iii) जुहर : (करूणा) : दयाबुद्धी.

iv) फक्र : (दारिद्र्य) : ईश्वराकडे जाताना आपल्याकडील सर्व संपले तरी तो मार्ग सोडू नये.

v) सद्र : (संयम) : कितीही अडचणी आल्या तरी ईश्वराला स्मरून संयम राखायचा.

vi) शुक्र : (कृतज्ञता) : उपकाराची जाणीव.

vii) खौफ : (भीती) : वाईट कर्म करताना मनात भीती वाटली पाहिजे.

viii) रजा : (आशा करणे) : दुःखाच्या वातावरणात मुक्ती करून अपेक्षित पाहिजे ते मिळविणे.

ix) लवकूल : (समाधान) : जे काही आपल्याकडे आहे त्यात व्यक्तीने समाधान मानावे.

x) रिझा : (समर्पण) : जे काही मिळाले ते देवाला समर्पण करणे.

या दहा पायऱ्या चढून गेल्यास व्यक्तीला ईश्वराचा साक्षात्कार होऊ शकतो. सुफींनी धर्माच्या माध्यमातून चांगल्या व्यक्ती निर्माण करण्यासाठी या दहा सोपानांचा उपयोग केला.

ग) सूफी वादाचे मुख्य सिद्धांत :

डॉ. खलिफा अब्दुल हकीम सुफीवादाची वैशिष्ट्ये पुढीलप्रमाणे सांगतात :

१) मानव जीवनाचे मुख्य उद्दीष्ट अनुभवांच्या माध्यमातून सत्याप्रत पोहचणे व त्यात विलीन/एकरूप होणे.
२) प्रेमावर भर देऊन प्रेमातच सत्य व ज्ञानाचा शोध घेणे. प्रेमाला नैतिकता व धर्माचा आधार मानणे.
३) साऱ्या विश्वात एकच सत्ता/शक्ती असून विश्वातील निरनिराळी रूपे ही त्याच शक्तीची भिन्न-भिन्न अंगे आहेत.
४) तर्काच्या शिडीवरून सत्यापर्यंत पोहोचता येत नाही. त्यासाठी विशुद्ध बुद्धीची आवश्यकता आहे.
५) कोणत्याही एका वस्तूपासून निघालेल्या सर्व वस्तू मूळ वस्तूत समाविष्ट होण्यासाठी व्याकुळ असतात.

डॉ. कुके सुफीवादावर अधिक प्रकाश टाकताना म्हणतात;

१) सृष्टीतील प्रत्येक वस्तूची निर्मिती ही ईश्वरापासूनच होते. ईश्वराशिवाय कुणालाही अस्तित्त्व असू शकत नाही.
२) सत्याकडे जाणारा धर्मच खरा धर्म असून इतरांकडे जाणारा धर्म व्यर्थ आहे.
३) संसारात केवळ ईश्वराचेच अस्तित्व असून तो सर्वांत सामावलेला आहे.
४) प्रार्थना व ध्यान याद्वारेच परमेश्वराशी मिलन होते.
५) ईश्वरानेच पाप आणि पुण्याची रचना केलेली असल्याने त्यात भेद करणे उचित नाही.
६) आत्मा हा शरीररूपी पिंजऱ्यात कैद असतो. पिंजरा तुटल्यानंतरच आत्म्याची सुटका होऊ शकते.

वरील सिद्धांतावर आधारित सुफीवादाच्या पुढील श्रद्धा आहेत;

i) ईश्वर :

सुफी रहस्यवाद्यांनुसार ईश्वर एक आहे. आत्मा आणि शरीर यात कोणताही भेद नाही. आत्मा एक साधकाचे रूप असून तो ईश्वरापर्यंत पोहोचण्याचा प्रयत्न करतो. ईश्वर हाच सृष्टीचा निर्माता असून तो अनादि व सर्वशक्तिमान आहे. त्याच्यापर्यंत पोहोचण्याचे साधन प्रेम आहे.

ii) प्रेम :

सुफीवादात प्रेमाला विशेष महत्त्व आहे. किंबहुना प्रेम हा सुफीवादाचा मूलाधार आहे. सुफी संतांचे काव्य प्रेमभावनेने ओसंडून वाहताना दिसते. ईश्वराची प्राप्ती प्रेमाच्या माध्यमातूनच होऊ शकते. सुफी संत या श्रद्धेमुळेच प्रेमाच्या मदिरेत बेहोश होताना दिसतात.

iii) ईश्वर एक रमणी :

प्रत्येक सुफी साधक ईश्वराची कल्पना एका सुंदर स्त्रीच्या रूपात करतात व तिच्यावर अलौकिक प्रेम करतात. दुसऱ्या शब्दात सांगावयाचे झाल्यास ईश्वर व साधक यांचे संबंध प्रेमी व प्रेमिका यांच्यासारखे आहेत. प्रेमी आपल्या प्रेमिकेच्या प्राप्तीसाठी सर्वस्व पणाला लावतो.

iv) गुरूचे महत्त्व :

शंकराचार्यांच्या मते आत्मा आणि परमात्मा यांच्या मिलनात माया सर्वात मोठी अडचण आहे. सुफी रहस्यवादी ईश्वर आणि मनुष्याच्या मिलनात सैतानाला सर्वात मोठी अडचण मानतात. या सैतानापासुन संरक्षण देऊन सत्याचा मार्ग दाखविण्यासाठी सुफी गुरुची आवश्यकता प्रतिपादन करतात. गुरूच साधकाला सैतानापासून वाचवू शकतो.

v) जीव आणि ब्रह्म :

सुफींवर वेदांताचा प्रभाव होता. ते जीवालाच ब्रह्म मानतात. दुसऱ्या शब्दात सांगावयाचे झाल्यास अल्ला (ईश्वर) आणि बंदा (साधक) यात कोणतेही अंतर नाही. मनुष्य हा ईश्वराचे दुसरे रूप आहे. सुफी अद्वैतवादाने प्रभावित होते.

vi) अंत:करणाची शुद्धता :

सुफी अंत:करण किंवा हृदयाला आरसा मानतात. जर मन किंवा अंत:करण शुद्ध व स्वच्छ असेल तर त्यात उमटणारे ईश्वराचे प्रतिबिंबही स्पष्ट व स्वच्छ असेल.

vii) संगीताचे महत्त्व :

सुफी संत संगीताला अतिशय महत्त्व देतात. त्यांच्या मते संगीतामुळे मनाची एकाग्रता वाढून त्याचे उत्थान होण्यास मदत होते. संगीताच्या माध्यमातूनच साधना शक्य आहे.

सुफींच्या मते, जोपर्यंत मनुष्य ईश्वरापासून दूर राहतो तोपर्यंत त्याची दशा बका मानली जाते; परंतु तो तेव्हा ब्रह्म किंवा मोक्षात विलीन होण्याच्या अवस्थेत पोहोचतो तेव्हा दशा 'फना' मानली जाते.

शेख अल इस्लाम झकेरिया अन्सारी सुफीवादाचे वर्णन करताना म्हणतात, ''शुद्ध आत्म्याच्या माध्यमातून परमानंद आणि ईश्वरी कृपा प्राप्त करणे म्हणजे सुफीवाद''

ह) सुफी चळवळीचे महत्त्व :

मध्ययुगीन भारत आणि व्यापक इस्लामिक जगाच्या सांस्कृतिक, सामाजिक आणि धार्मिक इतिहासात सुफी चळवळीला खूप महत्त्व आहे.

१) आध्यात्मिक आणि गूढ परिमाण :

इस्लामच्या गूढ परिमाणात रुजलेल्या सूफीवादाने परमात्म्याचा अंतर्मन शोध आणि ईश्वराशी वैयक्तिक संबंध यावर जोर दिला. याने इस्लामिक प्रथेला पर्यायी आणि अधिक आध्यात्मिक दृष्टीकोन प्रदान केला, प्रेम, भक्ती आणि केवळ धार्मिक रीतिरिवाजांच्या ऐवजी ईश्वराचा प्रत्यक्ष अनुभव यावर लक्ष केंद्रित केले. या आध्यात्मिक पैलूने पारंपारिक धार्मिक सीमा ओलांडून विविध सामाजिक पार्श्वभूमीतील अनुयायांची विविध श्रेणी आकर्षित केली.

२) सामाजिक समरसता आणि समन्वय :

सामाजिक सौहार्द आणि धार्मिक सुसंवाद वाढवण्यामध्ये सूफीवादाचा सर्वात महत्त्वाचा प्रभाव होता. सुफी संतांनी अनेकदा वेगवेगळ्या धर्माच्या लोकांमध्ये प्रेम, सहिष्णुता आणि एकतेचा संदेश दिला. त्यांच्या शिकवणी आणि पद्धतींनी सर्वसमावेशकतेला प्रोत्साहन दिले, ज्यामुळे विविध सांस्कृतिक घटकांचे मिश्रण झाले आणि हिंदू धर्म, बौद्ध धर्म आणि स्थानिक परंपरा या घटकांचा समावेश करणारी समक्रमित संस्कृती निर्माण झाली.

३) इस्लामचा प्रसार :

सुफी चळवळीने भारतीय उपखंडात इस्लामचा प्रसार करण्यात महत्त्वपूर्ण भूमिका बजावली. सुफी संत आणि मिशनरी; ज्यांना सुफी गुरु किंवा पीर म्हणून ओळखले जात, त्यांनी त्यांच्या आध्यात्मिक प्रभावाचा आणि लौकिकाचा उपयोग इस्लामी शिकवणींचा प्रसार करण्यासाठी केला. वैयक्तिक अध्यात्मिक अनुभव आणि नैतिक आचरण यावर लक्ष केंद्रित करणाऱ्या त्यांच्या दृष्टीकोनाने जनतेला आवाहन केले आणि अनेकांना इस्लाम स्वीकारण्यास मदत केली.

४) सांस्कृतिक योगदान :

सुफी कविता, संगीत आणि कलेने मध्ययुगीन भारताचा सांस्कृतिक परिदृश्य समृद्ध केला. रुमी, हाफिज आणि रबिया अल-अदविया सारख्या सूफी कवींनी खोल आध्यात्मिक अंतर्दृष्टी आणि दैवी प्रेमाचा शोध व्यक्त करणारे श्लोक लिहिले. संगीत आणि नृत्य यांचा उपयोग अनेकदा अध्यात्मिक समाधी किंवा परमानंद (समा) करण्यासाठी माध्यम म्हणून केला जातो, ते सुफी पद्धतींचे अविभाज्य भाग बनले, ज्यामुळे या प्रदेशात शास्त्रीय संगीत आणि नृत्य प्रकारांच्या विकासास हातभार लागला.

५) खानकाह आणि दर्ग्यांची स्थापना :

सुफी संतांनी उपखंडात खानकाह (सूफी मठ) आणि दर्गा स्थापन केले. हे आध्यात्मिक शिक्षण, ध्यान आणि सांप्रदायिक मेळावे यासाठी केंद्रे बनली. दर्गा, जेथे आदरणीय सुफी संतांचे थडगे आहेत, ते सर्व धर्माच्या लोकांसाठी तीर्थक्षेत्र आणि भक्तीचे ठिकाण बनले आहे. तसेच ते आंतरधर्मीय सौहार्द आणि सामायिक आध्यात्मिकतेची भावना वाढवतात.

६) रुढिवादास प्रतिकार :

वैयक्तिक अनुभव आणि सार्वभौमिक प्रेमावर भर देऊन सूफीवाद, अनेकदा रुढिवादी धार्मिक स्थापनेच्या विरुद्ध उभा राहिला. सुफी संतांनी इस्लामिक शिकवणींच्या अधिक लवचिक आणि सर्वसमावेशक व्याख्येचा पाठपुरावा करून धार्मिक नियम आणि पदानुक्रमांच्या कठोरतेला आव्हान दिले. त्यांच्या शिकवणी सामान्य लोकांबरोबर प्रतिध्वनी करतात आणि कठोर व औपचारिक धार्मिक संरचनांना पर्याय देतात.

▷ ४.५ मध्ययुगीन भारतातील व्यापार :

मध्ययुगीन काळात मध्यमवर्गीय जनता मोठ्या प्रमाणात व्यापारी, वैद्य आणि हकीम (आयुर्वेदिक डॉक्टर) व इतर अधिकारी यासारख्या इतर व्यावसायिक वर्गातील होती. प्रदेशाच्या विकासासाठी कृषी आणि उद्योगाप्रमाणेच व्यापार व वाणिज्य हे नेहमीच महत्त्वाची भूमिका बजावते. अनादी काळापासून दळणवळण आणि वाहतुकीच्या प्रचंड अडचणी असूनही, काश्मीरचे पर्शिया आणि रोमसारख्या जगातील दूरच्या भागांशी व्यावसायिक संबंध होते. खोऱ्याची भौगोलिक जवळीक आणि संवाद मध्य आशियाशी जवळून जोडलेले होते, जे रेशीम मार्गाच्या शाखांद्वारे सुलभ होते, गुरांच्या वेगवेगळ्या दिशांमधून काश्मीर ओलांडत होते, सामान्यत: अधूनमधून आयोजित केलेल्या गुरांच्या मेळ्यांमध्ये होते.

४.५.१ सुलतानशाही काळातील अंतर्गत आणि परकीय व्यापार :

व्यापाराची मर्यादा आणि विक्रीच्या वस्तूंची विविधता यांची सुलतान काळात बरीच वाढ झाली. भारतामध्ये आयात केल्या जाणाऱ्या वस्तूंचे प्रामुख्याने तीन गटात वर्गीकरण करता येते. क्रयवस्तू, कच्चामाल आणि चैनीच्या वस्तू. क्रयवस्तूंमध्ये सोने, चांदी, घोडे यांचा समावेश होत असे तर कच्च्या मालात कच्चे रेशीम, तांबे, कथील, जस्त, शिसे, पारा, हस्तिदंत आणि पोवळे यांचा अंतर्भाव होत असे व चैनीच्या वस्तूंत उच्चप्रतिचे रेशीम कापड, मखमल, जर, रत्ने, सुगंधी द्रव्ये, मसाले, औषधे, चिनी मातीच्या वस्तू, युरोपियन दारु, आफ्रिकन गुलाम व इतर दुर्मीळ वस्तूंचा अंतर्भाव होत असे. भारतातून निर्यात होणाऱ्या वस्तूंत मसाले, नीळ, अफू, साखर, तांदूळ, अशा विविध वस्तूंचा अंतर्भाव होत असे. थोडक्यात, सुलतान काळात अंतर्गत आणि परकीय व्यापारात बरीच वाढ झाल्याने उद्योगांचा विकास झाला. उद्योगांचा विकास झाल्याने अनेक शहरे उदयाला आली त्याची माहिति पुढील मुद्यांच्या आधारे स्पष्ट करता येईल :

१) सुलतानशाहीकालीन अंतर्गत व्यापार :

सुलतानशाही काळातील साम्राज्याचा मोठा विस्तार, राजकीय स्थिरता, परकीय आक्रमणापासून संरक्षण या सर्व कारणांमुळे अंतर्गत व्यापारात वृद्धी घडून आली होती. सुलतानशाही काळातील व्यापार हा स्थानिक व मोठ्या स्तरावर चालत असे. स्तानिक स्थरामध्ये आठवडी बाजार, बाजारपेठा, मंडई या बाजारपेठा होत्या. तर मोठ्या स्तरावरील व्यापार हा बहुतांशपणे शहरी भागातून चालत असे.

सुलतानशाही काळातील अंतर्गत व्यापारी वस्तूंमध्ये गहू, सुती कापड, रेशीम, नारळ, गूळ, कापड, तांदूळ आदींचा समावेश होत असे. सुलतानशाहीकालीन अंतर्गत व्यापारासाठी दिल्ली, मुलतान, लाहोर, जैनपूर, पाटणा, आग्रा, अलाहाबाद ही शहरे प्रसिद्ध होती. या काळातील व्यापार हा सागरी, रस्ते मार्गाने चालत असे. तत्कालीन महामार्गामध्ये आग्रा-दिल्ली, पाटणा-दिल्ली, दिल्ली-लाहोर आर्दीचा समावेश होता.

सुलतानशाहीकालीन अंतर्गत व्यापार करण्यासाठी विविध साधनांचा उपयोग केला जात असे. घोडे, बैल, उंट ही व्यापाराची प्रमुख साधने होती. या सर्व सोयी सुविधेमुळे सुलतानशाही अंतर्गत व्यापार मोठ्या प्रमाणात विकसित झाला होता.

२) विदेशी व्यापार :

मध्ययुगीन काळात सागरी व्यापारावरील नियंत्रण ठेवण्याचे कार्य सागारीपट्ट्यात राहणारे मुसलमानच करीत असत. विशेषत: सुलतान कालखंडात विदेशी व्यापाराला अतिशय महत्त्व प्राप्त झालेले होते. विदेशी व्यापार सागरी मार्गानेच चालत असे. हा सागरी व्यापार हिंदी महासागरामध्ये आफ्रिकेच्या पूर्व किनाऱ्यापर्यंत चालत होता. बहुतांशी सर्व मालवाहतूक करणारी जहाजे व्यापाऱ्यांच्याच मालकीची असत, असे असले तरी, बरेचसे

व्यापारी जहाजाच्या मूळ मालकांना योग्य रक्कम देऊन परत पाठवित असत. खंबायत, मलबार, कोरोमंडलचा समुद्र किनारा व पश्चिम बंगालचा समुद्र किनारा हे सुलतान काळातील महत्त्वाचे व्यापारी मार्ग होते. तसेच कालिकत हे प्रमुख व्यापारी बंदर असलेल्या मलबार किनारा मुस्लीम व्यापाऱ्यांचे मुख्य व्यापारी केंद्र होते व ईस्ट इंडिज बेटातील वस्तू आफ्रिकन किनाऱ्यावर किंवा इराणच्या आखातात नेणारी जहाजे मलबार बंदरात थांबत असत.

३) पोर्तुगिजांचे व्यापाराला आव्हान :

सागरी व्यापारावर दीर्घकाळ वर्चस्व प्रस्थापित केलेल्या सुलतानशाहीला पहिले आव्हान पोर्तुगिजांनी दिले. अधिक चांगल्या दर्जाची जहाजे आणि मिशनरी वृत्तीची कळकळ आणि व्यापारविषयी आस्था यांनी भारलेला खलाशीवर्ग यामुळे अत्यंत थोड्या कालावधीत पोर्तुगिजांनी भारतातील तसेच ईस्ट इंडिज बेटावरील बऱ्याच बंदरांवर कब्जा मिळविला व या बंदरांचा उपयोग व्यापारवृद्धी तसेच सैनिकांची भरती करण्यासाठी केला. मोझांबिक पासून मलाक्का पर्यंतच्या हिंदी महासागरावर पोर्तुगीज व्यापाऱ्यांनी अधिपत्य प्रस्थापित केले. हिंदी महासागरामधून व्यापार करण्याचा आपला एकाधिकार आहे असाही दावा पोर्तुगिजांनी केला. खासगी व मुस्लीम व्यापाऱ्यांना हिंदी महासागरातून व्यापार करण्यासाठी पोर्तुगिजांची मान्यता मिळवावी लागत होती. विनापरवाना चाललेली जहाजे पोर्तुगिजांनी जप्त करण्याचे धोरण अमलात आणले. पोर्तुगिजांच्या यासर्व बाबी मुस्लीम व्यापाऱ्यांनी फार काळ सहन केल्या नाहीत. त्यांनी पोर्तुगिजांच्या व्यापारविषयक धोरणाला सर्वशक्तीनिशी विरोध केला. सतराव्या शतकाच्या सुरुवातीला पोर्तुगिजांच्या सागरी वर्चस्वाला डच आणि इंग्रज व्यापाऱ्यांनी आव्हान दिले. सुलतान सम्राटांनी मुस्लीम तसेच एतद्देशीय व्यापाऱ्यांच्या हितसंबंधाची जोपासना करण्यासाठी पोर्तुगीज व्यापाऱ्यांशी समेटाचे धोरण स्वीकारले. दिल्ली सुलतानशाही कालखंडात हिंदी महासागरावरील व्यापाराच्या बाबतीत अंतर्गत तसेच विदेशी वाहतूक पूर्णपणे सुलतानाच्या हाती होती. याउलट सुलतानशाही काळात हिंदी महासागराच्या व्यापाराच्या बाबतीतील वर्चस्वात पोर्तुगीज, डच, इंग्रज व मुसलमान यांचा वाटा होता.

४) विदेशी व्यापारातील अंतर्भूत वस्तू :

सुलतान कालीन व्यापार उदीमात परदेशाशी मोठ्या प्रमाणावर व्यापार चालत असे. यात अनेक जीवनावश्यक, चैनीच्या वस्तूंचा समावेश होता. औषधी द्रव्ये, मिरे, वेलची, दालचिनी, लवंग, जायपत्री, सुंठ, जीरे यांसारख्या मसाल्याच्या पदार्थांची युरोपात फार मोठी मागणी होती. यासर्व मसाल्यांच्या पदार्थातील 'काळी मिरी' हा पदार्थ म्हणजे भारत आणि पश्चिम युरोप यांच्यातील थेट व्यापाराचा ऐतिहासिक पायाच होता. युरोपमध्ये मांस, मासे, कोंबड्या, फळे, ब्रेड यांसारख्या अन्नपदार्थांमध्ये निरनिराळ्या मसाल्याचे पदार्थ मिसळून ते चविष्ट करण्याचा व ते टिकविण्याच्या पद्धतीने चांगलेच मूळ धरलेले होते. याचा परिणाम असा झाला की, युरोपियांचे मसाल्याच्या पदार्थावाचून अडू लागले. यामुळे युरोपच्या ईस्ट इंडिज बेटांच्या इतर भागाबरोबरच भारताशी चालणाऱ्या व्यापाराला मोठे उत्तेजन मिळाले.

५) सुलतान कालीन आयात-निर्यात समतोल :

सुलतानकालीन आयात-निर्यात समतोलाचा विचार करता असे आढळून येते की, आयातीपेक्षा निर्यातीचे प्रमाण जास्त होते व त्यात अत्यावश्यक वस्तूंचाच समावेश मोठ्या प्रमाणावर होता. आयातीच्या मुख्य वस्तूंमध्ये चैनीच्या वस्तू आणि मूठभर उच्चभ्रू लोकांच्या आवडीच्या वस्तू यांचाच अंतर्भाव असे. युरोपियन व्यापारी अधिक नफ्याच्या दृष्टीने अशा वस्तू आणीत असत त्यांना सुलतान कालखंडात भारतीयांकडून फारशी मागणी नसे. त्यामुळे भारतीयांचा परदेशाशी व्यापार, विशेषत: युरोपियन देशांशी चालणारा व्यापार दोन्ही बाजूने होणारी वस्तूची देवघेव असे न राहता मुख्यत्वे करून भारतीय वस्तूंची युरोपीय चांदीबरोबर होणारी अदलाबदल अशा स्वरुपाचा बनला. थोडक्यात, सुलतानकाळात आयातीपेक्षा निर्यात होणाऱ्या वस्तूंचे प्रमाण अधिक होते.

६) बंदरांचे तीन प्रकार :

सुलतानकालीन भारतात बंदरांचे सिंध प्रकार, गुजरात प्रकार आणि बंगाल प्रकार असे तीन प्रकार होते. सिंधू नदीच्या मुखाशी बसलेले लहरी बंदर हे सिंधमधील व्यापारीदृष्ट्या अतिशय महत्त्वाचे बंदर होते. अल्बरुनीने सर्वप्रथम या बंदराचा नावानिशी उल्लेख केलेला आहे. इब्न हकल आणि मासुदी यांच्या काळात संत्री, हस्तिदंत, औषधे, उंट व खंबायतमधील पादत्राणे या विविध वस्तू बंदरातून निरनिराळ्या देशात नेण्यात येत असत. सुलतान कालखंडात भारताचा येमेन, फरास आणि इतर देशांबरोबर असलेला व्यापार भरभराटीला आलेला होता. लहरी बंदर ठठ्ठा, मुलतान आणि लाहोर यांना जलमार्गाने जोडलेले होते तर अरबस्तान विशेषत: ऑरमुझ बरोबरचा निर्यात व्यापार सागरी मार्गाने चालत असे. पोर्तुगिजांच्या सागरी शक्तीला जेव्हा उतरती कळा लागली तेव्हा लहरी बंदराचे व्यापारी महत्त्व घटले. इंग्रज व्यापाऱ्यांनी तेथील व्यापार अंशत: चालू करण्याचा प्रयत्न जरी सतराव्या शतकात केलेला असला तरी सुलतानकाळात बहुतांश व्यापार हा काबूल आणि कंदहार मार्गे खुष्कीच्या मार्गाने चालविला गेला.

७) गुजरात बेट गट महत्त्वाचा :

बंदराच्या तीन प्रकारांपैकी, गुजरात गट अतिशय महत्त्वाचा असल्याचे मानले गेले. या गटातील प्रमुख सागरी बंदरे म्हणजे सुरत, भडोच आणि खंबायत ही होती. या बंदरातून अरेबियाबरोबर व्यापार करण्यात येत असे. तसेच आफ्रिका आणि अप्रत्यक्षपणे पश्चिमेकडे युरोप आणि पूर्वेकडे जाणारी मलाक्काची समुद्रधुनी येथे कापड, धातू, मसाले, चैनीच्या वस्तूंचा व्यापार केला जात असे. ही बंदरे जरी सुलतानांच्या ताब्यात असली तरी सागरी व्यापारावर पोर्तुगिजांचेच वर्चस्व होते. दिव आणि दमण ही व्यापारी बंदरे पोर्तुगिजांच्याच ताब्यात होती. दिव आणि दमन या बंदरांच्या आधारेच भडोच आणि सुरत येथील व्यापारावर नियंत्रण ठेवले जात होते. गुजरात गटातील दुसरे महत्त्वाचे बंदर म्हणजे सुरत, या बंदराला सोळाव्या शतकात विशेष महत्त्व प्राप्त झाले. सुरत हे भक्कम तटबंदी असलेले एक शहर होते. तटाच्या आत एक अभेद्य किल्ला होता. त्यामुळे सुरत बंदराला व्यापारी दृष्टिकोनातून अतिशय महत्त्व प्राप्त झाले.

८) इंग्रज व डचांचे वर्चस्व :

सतराव्या शतकाच्या सुरुवातीस डच आणि इंग्रज व्यापाऱ्यांनी सुरत बंदरात पक्का जम बसविलेला होता. डच आणि इंग्रजांच्या कंपन्या भारतीय वस्तू परदेशात जहाजाने पाठवित असत व परदेशातून आलेल्या वस्तू सुरत बंदरात उतरवित असत. सुरत येथूनच अंतर्गत व परराष्ट्रीय व्यापार चालत असे. अशा तऱ्हेने सुरत हे इंग्रज व डच कंपन्यांचे व्यापारी केंद्र बनले. सुलतान सम्राटांनी आपल्या व्यक्तिगत स्वार्थाच्या पूर्ततेसाठी इंग्रज, डच, पोर्तुगीज व्यापाऱ्यांना विशेष व्यापारी सवलती दिलेल्या होत्या.

वरील मुद्यांचा विचार करता असे नमूद करता येईल की, सुलतान राजवटीतील अनेक राज्यकर्त्यांनी व्यापार उद्दीम या घटकांकडे विशेष लक्ष दिले, मात्र अंतर्गत कलह, राजकीय अस्थैर्य, सततच्या होणाऱ्या लढाया यामुळे विदेशी व्यापाराकडे म्हणावे तसे लक्ष देण्यास सुलतान बादशाही असमर्थ ठरली.

४.५.२ मुघल काळातील अंतर्गत आणि परकीय व्यापार :

मुघल कालखंड हा भारताच्या इतिहासातील सर्वात समृद्ध असा कालखंड मानला जातो. याकाळात आर्थिक क्षेत्राचा मोठ्या प्रमाणावर विकास घडून आला. विशेषत: व्यापाराच्या क्षेत्रात मोठ्या प्रमाणावर प्रगती घडून आली. त्यामुळे मुघलकालीन व्यापाराचा आढावा घेणे योग्य ठरेल.

४.५.२.१ अंतर्गत व्यापार :

मुघलकालीन अर्थव्यवस्थेचे वैशिष्ट्य म्हणजे अंतर्गत व्यापाराच्या विकासात टप्प्याटप्प्याने होणारी वाढ होय. भारतातील व्यापार हा अत्यंत विशाल होता व संपूर्ण भारतात पसरलेला होता. शिवाय व्यापारी वर्ग सुसंघटित व व्यावसायिक होता. या अंतर्गत व्यापार विकासामध्ये अनेक कारणे होती. त्यात मोगल प्रशासनाच्या अमलाखालील देशाचे राजकीय एकीकरण आणि विशाल भूप्रदेशात कायदा व सुव्यवस्थेची अंमलबजावणी हे महत्त्वाचे कारण होते. हा व्यापार मुख्यतः सागरी किनाऱ्यावरील व्यापार, नद्यांच्या मार्गे होणारा व्यापार, खुष्कीच्या मार्गांनी होत असे. त्यात अनेक वस्तूंचे विनिमय होई. अन्नधान्य, डाळी, तूप, मीठ इत्यादी जीवनावश्यक गोष्टी अंतर्गत व्यापारात प्रमुख होत्या. प्रत्येक स्थानिक भागापर्यंत या वस्तू पोहोचविण्यासाठी सेठ, बोहरा, मोदी, बंजारा असा वाणिक वर्ग होता. हा वर्ग बऱ्हाणपूर, आग्रा, पंजाब, सिंध, कंदाहार, काबूल इत्यादी केंद्रांच्या आधारे व्यापार करत असे. या सर्व बाबींचा सविस्तर आढावा पुढील मुद्यांच्या आधारे घेता येईल :

अ) अंतर्गत व्यापार पद्धती :

मुघलकालीन भारतातील व्यापार तीन प्रकारचा होता. हा सागरी किनारा, नदी मार्ग, खुष्कीच्या मार्गाच्या आधारे चाले. त्यातून एक व्यापारी जाळे निर्माण होवून व्यापाराचा विकास झाला. या व्यापारात मुघल राज्यकर्त्यांनीही आर्थिक मदत केली. त्या मदतीचा फायदा व्यापाऱ्यांना झालाच; परंतु राजकोषात वाढ होण्यासही मदत झाली. अंतर्गत व्यापारी पद्धतीमुळे समाजातील सर्व घटकांची दैनंदिन गरजेची पूर्तता होत असे. या सर्व पद्धती पुढीलप्रमाणे :

१) सागरी किनाऱ्यावरील व्यापार :

सागरी किनाऱ्यावरील अंतर्गत व्यापार हा अधिक सोपा, सुरक्षित व फायदेशीर होता. प्रवासाची व दळणवळणाची साधने अप्रगत असल्यामुळे मुख्यतः व्यापारी अंतर्गत व्यापारासाठी सागरी किनाऱ्यांचा वापर करीत असे. किनाऱ्यावरील व्यापारात समुद्री चाच्यांकडून नेहमी धोका असे, पण सर्व भागामध्ये असा धोका होता असे नाही. सागरी किनारी व्यापारामध्येच असलेल्या चाच्यांच्या हल्ल्यांपासून संरक्षण करण्यासाठी व्यापारी जहाजे नेहमी एखाद्या मार्गदर्शकाच्या संरक्षणाखाली जात असत. हा व्यापार सप्टेंबरपासून मे पर्यंत मोठ्या प्रमाणात चालत असे. कारण त्या काळात मान्सून सर्वसाधारणपणे बंद होत असे आणि क्वचितच जोराचा पाऊस पडल्यामुळे वाहतूक विस्कळीत होत नसे. अनेक ठिकाणी संरक्षक गलबते असल्यामुळे सागरी किनाऱ्यावरील व्यापाराला संरक्षण मिळत असे.

२) खुष्कीच्या मार्गाने व्यापार :

मुघलकाळातील सर्वात जास्त अंतर्गत व्यापार हा खुष्कीच्या मार्गाने होत असे. अनेक राज्यकर्त्यांनी रस्त्यांच्या सुधारणा करून या व्यापाराला चालना देण्याचा प्रयत्न केला होता. या व्यापारातून लहान-लहान गावापर्यंत तांदूळ, पीठ, दही, दूध, फळे, भाजीपाला, साखर, तेल, शेळ्या, मेंढ्या, कोंबड्या, कबुतरे पोहोचवली जात. या व्यापारामध्ये स्थानिक व्यापारी केंद्रे व स्थाने निर्माण केली होती. त्या स्थानकांची माहिती पुढील घटकातून घेता येईल :

i) हाट व पेठा :

स्थानिक व्यापारामध्ये हाट व पेठांची महत्त्वपूर्ण भूमिका होती. हे मुख्यतः नियमित बाजार होते. त्यात ग्रामीण व निम्न शहरी भागातील दैनंदिन गरजांच्या पूर्ततेसाठी उपाययोजना केल्या जात. काही पेठा या विशेष वस्तूंसाठी प्रसिद्ध होत्या. उदाहरणार्थ, गुजरातमधील स्थानिक पेठा, तलम कापडासाठी, तर पंजाबमधील स्थानिक हाट या अन्नधान्याच्या विक्रीसाठी प्रसिद्ध होत्या. या केंद्रीय व्यापारी घटकांशी सलग्न असून किंवा अतिधनाढ्य व्यापारी लहान-लहान भागात आपले व्यापारी नेमून व्यापार चालवत असत.

ii) सराय :

सराय अंतर्गत व्यापारात मुख्यतः विश्रामगृह म्हणून वापरत; परंतु साम्राज्याच्या विस्ताराबरोबर सरायांना महत्त्व प्राप्त झाल्यामुळे त्यांचा वापर अंतर्गत व्यापारासाठी होऊ लागला. शेरशहा सुरच्या काळात १७०० सराय असल्याचा उल्लेख कागदपत्रांमध्ये मिळतो. या सरायांना व्यापारी धमनी म्हणून उल्लेखले जाई. मुघलकाळात अंतर्गत व्यापाराला चालना मिळावी म्हणून दोन-दोन किलोमीटरवर सराय बांधल्या जात, असा ऐन-ए-अकबरीमध्ये अबुल फजलने उल्लेख केलेला आहे.

iii) कसबा :

सरायांचे व्यापारीदृष्ट्या विस्तृत रूप म्हणजे कसबा होय. कसबा निम्नशहरी भागात अंतर्गत व्यापाराला चालना देत असत. यात विदेशी व्यापारी येवून मालविक्री करत असत. त्यात प्रामुख्याने अरबी व्यापारी खजुर, सुकामेवा, बदाम, अक्रोड, उंची मद्य चैनीच्या वस्तू विकत असत. मलबारचा किनारा व विशाखापट्टण या बंदरातून माल कसबापर्यंत पोहोचवून अरबी व्यापारी मालविक्री करत असत.

३) नद्यांच्या मार्गे होणारा व्यापार :

मुघलकाळामध्ये सिंधू, गंगा, तापी या नद्या व त्यांच्या चंबळ, शोण आणि वोग्रा या उपनद्यातून अंतर्गत व्यापार चालत असे. या व्यापारामुळे उत्तर भारतातील व्यापाराला चालना मिळाली होती. अनेक नद्यांचा व्यापार हा बंगालच्या त्रिभुज प्रदेशाशी सलग्नित होता. निरनिराळी भरभराट पावणारी औद्योगिक केंद्रे नद्यांच्या किनारी वसलेली होती. उदा. दिल्ली, आग्रा, अलाहाबाद, जौतपूर ढाका. सोनारगाव ही सर्व नदीकिनारीच वसली आहेत. त्याचप्रमाणे सागरी बंदरामधून उतरवला जाणारा परदेशी माल बंगाल, बिहार व गुजरातमधील हाट व पेठा, कसबा, सरायपर्यंत पोहोचवला जात असे.

ब) अंतर्गत दळणवळणाची साधने :

वाहतूक व संपर्काची कार्यक्षम व्यवस्था, देशातील व्यापार आणि उद्योगधंदे यांना उत्तेजन मिळवण्यास व वाढ होण्यास कारणीभूत होते. व्यापार व संपर्क व्यवस्था जितक्या कार्यक्षमतेने ठेवली जाईल, त्यावरून व्यापार व उद्योगधंदे यांचा देशातील परिस्थितीचा अंदाज लावता येतो. मुघलराज्यातील तत्कालीन साधनांवरून आपल्याला असे दिसून येते की, निरनिराळी औद्योगिक केंद्रे, व्यापारी केंद्रे व साम्राज्यातील बंदरे यांना जोडणाऱ्या रस्त्यांचे एक मोठे जाळेच पसरलेले होते. बैलगाड्या, बैल, घोडे, खेचर, उंट, डोली किंवा पालखी या साधनांतून वस्तू वाहतूक होत असे. बंजारा वर्गाकडे १५००-१६०० बैल असत. त्यावर सराय व हाट, पेठांपर्यंत वस्तू पोहोचविण्याचा उल्लेख तुझुक-ए-जहांगिरीमध्ये मिळतो.

क) अंतर्गत व्यापाराची केंद्रे :

नद्यांच्या संगमावर, जलमार्गावर, यात्रेच्या ठिकाणी, कच्चा माल जेथे उपलब्ध असेल अशा ठिकाणी औद्योगिक व्यापारी केंद्रांची वाढ झाली. त्यात काबूल, कंदाहर, मुलतान, लाहोर ही वायव्येकडील ठिकाणे, दिल्ली, आग्रा, इलाहाबाद, जौतपूर व लखनौ ही मध्यभागातील केंद्रे, सिंधमध्ये ठठ्ठा आणि भक्कर, दक्षिणेत बऱ्हाणपूर, एलियपूर आणि उज्जैनी, ओरिसातील कटक आणि बालासोर, बंगालमधील सोनारगाव आणि ढाक्का ही मुघलकाळात भरभराटीला आलेली व्यापारी केंद्रे होती. लाहोर पूर्वी फक्त लहानशे ग्राम होते; परंतु वायव्य भागात केंद्रस्थानी आल्यामुळे त्याच्या व्यापारी विकासात वाढ झाली. या व्यापारी केंद्रात विदेशी व्यापारी हे माल संरक्षक म्हणून ठेवत असत. अशी अंतर्गत व्यापारी केंद्राची वाढ मुघलकाळात होत राहिली.

ड) व्यापारी जमाती व व्यापारी वणिक वर्ग :

भारतातील व्यापारी वर्ग हा कोण्या एका जातीचा किंवा धर्माचा नव्हता. गुजराती व्यापारांमध्ये हिंदू, जैन आणि मुसलमान सामील होते. राजस्थानमध्ये ओसवाल, माहेश्वरी आणि अग्रवाल हे मारवाडी म्हणून संबोधले जाऊ लागले. या व्यापारी वर्णिक वर्गात खालील व्यापारी प्रमुख होते.

i) कारवानी व्यापारी वर्ग :

जे व्यापारी धान्याचा व्यापार करीत, त्यांना कारवानी असे म्हणत. कारवानी व्यापाराला नायक या नावाने संबोधले जाई. हा वर्ग ग्रामीण भागापर्यंत धान्याचा व इतर जीवनावश्यक वस्तूंचा पुरवठा करीत असे.

ii) चेट्टी व्यापारी :

मुघलकाळामध्ये अतिश्रीमंत व्यापारी वर्ग म्हणून चेट्टी व्यापाराचा उल्लेख होतो. कोरोमंडल किनाऱ्यावरील मलयचेट्टी, काशी विरण्णा आणि सुनका रामा चेट्टी यांना अतिश्रीमंत व्यापारात गणले जाई. त्यांचा अंतर्गत भागाबरोबर भारताबाहेरही व्यापार होता. आग्रा, दिल्ली बालासोर भागात हे व्यापारी थाटामाटात राहात असत.

iii) तुज्जार–ए–खास (व्यापारी समूह) :

मुघलकाळामध्ये संघात व्यापार करणाऱ्या वर्गात तुज्जार–ए–खास हा व्यापारी वर्ग प्रमुख होता. लुटारूंचा धोका टळावा हा सांघिक व्यापार करण्याचा हेतू होता. त्यात मारवाडी, अरब, जैन, माहेश्वरी, ओसवाल असे अनेक व्यापारी होते. अन्नधान्य, तलम कापड, शाही वस्तू, सोने, चांदी, हिरे या वस्तूंची विक्री करण्यामध्ये हा वर्ग खास होता. विरजी वोहरा या सुरतच्या तुज्जार–ए–खास सदस्याचा मृत्यू झाला, तेव्हा मागे तो ५५ लाख रूपये रोख व प्रचंड माल टाकून गेला होता. त्यातून या वर्गाची व्यापारी विस्ताराची कल्पना येते.

iv) महाजन व सर्राफ (श्राफ) :

मुघलकालीन उत्तर भारतामध्ये महाजन व सर्राफ व्यापारामध्ये महत्त्वाची भूमिका निभावत अनेक व्यापारांना अधिक मदत देण्यात या वर्गाचा मोठा हात असे. शिवाय व्यापारी वर्गाकडून टक्केवारीमधून व्यापारी मालाची रक्कम हा वर्ग वसुल करी. हुंडी व सोने, चांदी गहाण ठेवून माल विक्रीला हा वर्ग प्राधान्य देत असे.

ई) हुंडी व नाण्यांचा वापर :

देशाच्या एका भागातून दुसऱ्या भागात पैसा पाठविण्याची सुलभ सोय असलेल्या वित्तीय प्रणालीमुळे मालाच्या वाहतुकीला चालना मिळाली. हे कार्य हुंडीद्वारे होत असे. हुंडी हे एक असे पतपत्र होते, जे एका निश्चित कालावधीनंतर सवलतीसह देय असे. हुंडीमध्ये बहुतांशी विमा राशीचा समावेश असे. विमा दर हा मालाची किंमत व गंतव्य स्थान, वाहतुकीची स्थाने इत्यादींवर निर्भर असे. मुद्रा विनिमयाचा व्यवसाय करणारे सराफ हे हुंडीच्या कारभाराचे तज्ज्ञ असत. शिवाय अंतर्गत व्यापारात वस्तुविनिमयही मोठ्या प्रमाणात होई. त्याचबरोबर शाहरूखी, दिव्हम, दाम, रूपया, मुहर, टंका, सिक्का, फुलूस अशा सोन्याच्या, चांदीच्या, तांब्याच्या नाण्यांचा वापर अंतर्गत व्यापारात केला जात असे.

वरील सर्व मुद्यांवरून असे स्पष्ट होते की, मुघलकाळात अंतर्गत व्यापार भरभराटीला आला होता. नदीच्या मार्गे, खुष्कीच्या मार्गे, सागरी किनाऱ्या मार्गे हा व्यापार होत असे. त्या व्यापारात दैनंदिन गरजा भागवणाऱ्या वस्तूंचा समावेश होता. या वस्तू चेट्टी, बंजारा, तुज्जार–ए–खास व्यापारी समूह हाट व पेठा, कसबा, सराय म्हणून विकत असे. त्यातून टप्प्याटप्प्याने व्यापारी केंद्रे ही विकसित झाली. थोडक्यात, मुघलकालीन अंतर्गत व्यापारामुळे मुघलसाम्राज्याच्या राजकोषात वाढ झाली.

४.५.२.२ परकीय व्यापार :

या काळात अंतर्गत व्यापाराबरोबरच परकीय किंवा विदेशी व्यापारसुद्धा मोठ्या प्रमाणात प्रचलित होता. हा परकीय व्यापार, आग्नेय आशियातील देश, चीन, मध्य आशिया त्याचप्रमाणे पाश्चात्य राष्ट्रांबरोबरसुद्धा मोठ्या प्रमाणात सुरू होता. याच काळात भारतात व्यापार करण्यासाठी अनेक विदेशी व्यापारी संस्था स्थापन झाल्या होत्या. या काळात बाहेरील व्यापार हा स्थलमार्ग आणि सागरीमार्ग या दोन्हीही मार्गांनी चालत असे. स्थलमार्ग हा बीजिंगमधून निघून मध्य आशियात जात असे. भारतीय व्यापारी मार्ग त्या मार्गाला लाहोर या ठिकाणी जाऊन मिळत असत. सागरी मार्गाने चालणाऱ्या व्यापारात या काळात चार ठिकाणे प्रमुख होती. त्यात खंबायत, मलबार, कोरोमंडलचा समुद्र किनारा आणि बंगालचा समुद्र किनारा यांचा समावेश होतो. या सर्व व्यापारी बंदरांवर शासनाचे नियंत्रण राहात असे.

या काळात आयात होणाऱ्या वस्तूंमध्ये सोने, चांदी, घोडे, कच्चे रेशीम, तांबे, कथील, जस्त, शिसे, हस्तिदंत, रेशीम, मखमल, जर, रत्ने, सुगंधी द्रव्ये, मसाले, औषधे, चिनी मातीची भांडी, युरोपियन दारू, आफ्रिकन गुलाम आणि इतर दुर्मिळ वस्तू इत्यादींचा समावेश होत असे. भारतातून निर्यात होणाऱ्या वस्तूंमध्ये सुती कापड, मसाल्याचे पदार्थ, नीळ, अफू, साखर, तांदूळ व रेशीम कापड. आयात होणाऱ्या वस्तूंपेक्षा निर्यात होणाऱ्या वस्तूंचे प्रमाण जास्त असून व्यापाराचे संतुलन भारताच्या बाजूने झुकणारे होते. म्हणजेच हा व्यापार भारताला परवडणारा होता. म्हणूनच प्रत्येक युरोपियन प्रवासी या व्यापाराविषयी तक्रार व्यक्त करत होता.

▷ ४.६ युरोपियन लोकांचे आगमन :

युरोपियन शोधाच्या युगाची सुरुवात पोर्तुगीज मार्गनिर्देशनापासून झाली, जिथे प्रिन्स हेन्री मार्गनिर्देशनाने पोर्तुगालमध्ये सागरी शाळा सुरू केली. या तांत्रिक आणि वैज्ञानिक शोधाच्या परिणामी, पोर्तुगालने सर्वात प्रगत जहाजे विकसित केली, ज्यात कॅरॅव्हल, कॅरॅक आणि गॅलिओन यांचा समावेश होता, जिथे इतिहासात प्रथमच सागरी मार्गनिर्देशन शक्य झाले. पोर्तुगीज साम्राज्याने याचे नेतृत्व केले आणि पृथ्वीचा बहुतेक भाग शोधून काढला तसेच पूर्व आणि पश्चिमेपर्यंत सागरी मार्ग शोधले, जसे की केप ऑफ गुड होप मार्ग भारताकडे जाणारा सागरी मार्ग शोधण्यासाठी केलेला उल्लेखनीय प्रवास होय.

४.६.१ मध्ययुगीन भारतात युरोपियन आगमनाची कारणे :

मध्ययुगीन भारतात युरोपीय लोकांचे आगमन बहुआयामी प्रेरणांमुळे झाले ज्याने व्यापार स्थापन करण्यासाठी, प्रदेशांचा विस्तार करण्यासाठी आणि प्रभाव पाडण्याच्या त्यांच्या प्रयत्नांना आकार दिला. या काळात युरोपीय राष्ट्रांना भारतीय उपखंडाकडे नेणारे अनेक आकर्षक घटक एकत्र आले.

१) व्यापार संधी :

किफायतशीर व्यापार संभावनांचा पाठपुरावा केल्याने युरोपियन अन्वेषणाला चालना मिळाली. मसाले, कापड आणि इतर मौल्यवान वस्तूंसाठी भारताच्या प्रतिष्ठेमुळे या वस्तूंपर्यंत थेट प्रवेश मिळवणाऱ्या युरोपियन व्यापाऱ्यांना आकर्षित केले. अरब मध्यस्थांना मागे टाकून व्यापारी मार्ग प्रस्थापित करण्याच्या इच्छेने आफ्रिकेतील सुरुवातीच्या पोर्तुगीज प्रवासांना भारतापर्यंत पोहोचण्यास चालना दिली.

२) अन्वेषण आणि विस्तार :

अन्वेषण युगाने युरोपियन राष्ट्रांना नवीन प्रदेश आणि संसाधने शोधण्यास प्रेरित केले. भारताची समजली जाणारी संपत्ती आणि सामरिक महत्त्व यामुळे मोहिमांना त्यांच्या प्रदेशांचा विस्तार करण्यास आणि वर्चस्व प्रस्थापित

करण्यास प्रवृत्त केले. पोर्तुगाल, स्पेन, इंग्लंड, फ्रान्स आणि नेदरलँड्स सारख्या प्रतिस्पर्धी सत्तानी या प्रदेशावर नियंत्रण मिळविण्यासाठी प्रयत्न केले.

३) धार्मिक उत्साह आणि मिशनरी उपक्रम :

धार्मिक उत्साह विशेषत: ख्रिश्चन धर्माचा प्रसार, भारतातील युरोपियन प्रयत्नांमध्ये गुंतलेला आहे. ख्रिश्चन धर्माचा प्रचार करण्याच्या इच्छेने प्रेरित पोर्तुगीज त्यांच्या व्यापार मोहिमांद्वारे मिशनरी कार्यात गुंतले. धार्मिक प्रेरणांचा अनेकदा राजकीय संबंधांवर आणि स्थानिक लोकसंख्येशी संवादांवर प्रभाव पडला.

४) तांत्रिक प्रगती :

मार्गनिर्देशन, जहाज बांधणी आणि कार्टोग्राफीमधील तांत्रिक नवकल्पनांनी युरोपियन शोधकांना लांब-अंतराच्या प्रवासाला सुरुवात करण्यास सक्षम केले. सुधारित होकायंत्र आणि अधिक बळकट जहाजे यासारख्या प्रगतीमुळे मार्गनिर्देशन सुलभ झाले, ज्यामुळे ते विशाल महासागर पार करून भारतासारख्या दूरच्या प्रदेशात पोहोचू शकले.

५) भारतातील भू-राजकीय अस्थिरता आणि विखंडन :

भारतीय राज्यकर्त्यांमधील अंतर्गत कलह आणि राजकीय विभाजनामुळे युरोपियन सत्तांनी शोषण केलेल्या असुरक्षा निर्माण केल्या. स्थानिक शत्रुत्व आणि काही विशिष्ट प्रदेशांमधील मतभेदांमुळे युरोपियन लोकांना पाय रोवण्याची परवानगी मिळाली, अनेकदा त्यांच्या स्वत: च्या फायद्यासाठी त्यांनी या विभागांचा फायदा घेतला.

६) वर्चस्व आणि प्रभावासाठी स्पर्धा :

युरोपीय राष्ट्रांनी व्यापारात वर्चस्व मिळवण्यासाठी आणि भारतीय प्रदेशांवर नियंत्रण ठेवण्यासाठी आपापसात जोरदार स्पर्धा केली. या स्पर्धेने आक्रमक विस्तारवादी धोरणे आणली, ज्यामुळे संघर्ष आणि भारतात वसाहतवादी तळांची स्थापना झाली.

७) आर्थिक महत्त्वाकांक्षा आणि संपत्ती संपादन :

युरोपियन विस्तारासाठी आर्थिक प्रेरणा केंद्रस्थानी होत्या. मौल्यवान संसाधनांमध्ये प्रवेश करणे, किफायतशीर व्यापारावर मक्तेदारी प्रस्थापित करणे आणि भारतीय बाजारपेठांशी थेट संलग्नतेद्वारे संपत्ती मिळविण्याची शक्यता त्यांच्या आगमनामागे एक प्रेरक शक्ती म्हणून काम करते.

८) धोरणात्मक महत्त्व आणि आशियाई बाजारपेठांमध्ये प्रवेश :

भारताच्या भौगोलिक स्थितीमुळे ते व्यापक आशियाई बाजारपेठांमध्ये प्रवेश करण्यासाठी एक महत्त्वपूर्ण केंद्र बनले. भारतीय व्यापार मार्गावरील नियंत्रणामुळे युरोपीय सत्तांना धोरणात्मक फायदे मिळाले, ज्यामुळे या प्रदेशावर वर्चस्व राखण्यात त्यांचे स्वारस्य वाढले.

९) सांस्कृतिक आणि बौद्धिक कुतूहल :

आर्थिक आणि राजकीय हेतूंसोबतच, युरोपियन शोधक बौद्धिक कुतूहल आणि त्यांच्या मोहिमेदरम्यान आलेल्या नवीन संस्कृती, चालीरीती आणि नैसर्गिक घटना समजून घेण्याच्या आणि दस्तऐवजीकरण करण्याच्या इच्छेने प्रेरित होते.

४.६.२ प्रमुख युरोपियन सत्ता :

भारतातील मध्ययुगीन काळात अनेक युरोपीय सत्तांनी व्यापार संबंध प्रस्थापित करण्याचा आणि प्रदेशात त्यांचा प्रभाव वाढवण्याचा प्रयत्न केला. मध्ययुगीन भारतात सामील असलेल्या प्रमुख युरोपीय सत्ता पुढीलप्रमाणे आहेत :

१) पोर्तुगीज :

१५ व्या शतकाच्या उत्तरार्धात भारतात आलेल्या पहिल्या युरोपीय लोकांपैकी पोर्तुगीज होते. १४९८ मध्ये वास्को द गामाच्या यशस्वी सागरी मार्गाने पोर्तुगीज व्यापाराचे दरवाजे उघडले. अल्फोन्सो डी अल्बुकर्कच्या

नेतृत्वाखाली, पोर्तुगीजांनी गोव्यात मजबूत उपस्थिती प्रस्थापित केली, १५१० मध्ये ते ताब्यात घेतले. त्यांनी दीव आणि दमणसह पश्चिम आणि पूर्व किनारपट्टीवरील मोक्याच्या बंदरांवरही नियंत्रण ठेवले.

२) डच :

डच ईस्ट इंडिया कंपनीने १७ व्या शतकाच्या सुरुवातीला भारतात आपले कार्य सुरू केले. त्यांनी कोरोमंडल किनारा आणि मलबार किनारपट्टीवर व्यापारी चौक्या आणि कारखाने स्थापन केले. डच लोकांनी मसाल्याच्या व्यापार मार्गांवर नियंत्रण मिळवण्याचा प्रयत्न केला आणि पोर्तुगीज व ब्रिटीशांशी संघर्ष केला. तथापि १८ व्या शतकात त्यांचा प्रभाव कमी झाला.

३) ब्रिटिश :

१६०० मध्ये सनद मिळविलेल्या इंग्लिश ईस्ट इंडिया कंपनीने मध्ययुगीन भारतात महत्त्वपूर्ण भूमिका बजावली. सुरुवातीला व्यापारावर लक्ष केंद्रित करून, इंग्रजांनी हळूहळू स्थानिक राज्यकर्त्यांशी करार आणि युती करून आपला प्रभाव वाढवला. १७५७ मधील प्लासीची लढाई एक महत्त्वपूर्ण वळण ठरली, ज्यामुळे ब्रिटिश ईस्ट इंडिया कंपनीला बंगालवर राजकीय नियंत्रण प्रस्थापित करता आले. त्यानंतरच्या ब्रिटीश राजाच्या स्थापनेमुळे ब्रिटीश प्रभाव आणखी मजबूत झाला.

४) फ्रेंच :

१६६४ मध्ये स्थापन झालेल्या फ्रेंच ईस्ट इंडिया कंपनीचा उद्देश हिंदी महासागरातील व्यापारात डच आणि इंग्रजांशी स्पर्धा करणे हा होता. त्यांनी व्यापारी चौकी आणि किल्ले स्थापन केले, विशेषत: कोरोमंडल किनाऱ्यावरील पाँडिचेरीमध्ये ते प्रभावी बनले. भारतातील अँग्लो-फ्रेंच शत्रुत्व, ज्याला कर्नाटक युद्धे म्हणून ओळखले जाते, त्यात प्रादेशिक नियंत्रणावरून संघर्ष झाला. १७६० मध्ये वांडीवॉशच्या लढाईत त्यांचा पराभव झाल्यानंतर फ्रेंच प्रभाव कमी झाला.

६) डॅनिश :

डच आणि इंग्रजी कंपन्यांच्या तुलनेत डॅनिश ईस्ट इंडिया कंपनी जरी लहान असली तरी भारतात त्यांचे अस्तित्व होते. त्यांनी कोरोमंडल किनाऱ्यावर ट्रँकेबारसारख्या व्यापारी चौक्या स्थापन केल्या. भारतातील डॅनिशचा प्रभाव कालांतराने कमी होत गेला आणि १९व्या शतकाच्या सुरुवातीला त्यांनी आपली भारतीय मालमत्ता ब्रिटिशांना विकली.

❋❋❋

सरावासाठी प्रश्न

प्र. १. दीर्घोत्तरी प्रश्न.

१) मध्ययुगीन भारताच्या संदर्भात सामाजिक गतिशीलता आणि सामाजिक स्तरीकरणाची संकल्पना स्पष्ट करा.
२) दिल्ली सुलतानशाही अंतर्गत सामाजिक गतिशीलता विशद करा.
३) दिल्ली सुलतानशाही अंतर्गत सामाजिक स्तरीकरणाबद्दल तपशीलवार स्पष्टीकरण द्या.
४) मुघल साम्राज्याच्या अंतर्गत सामाजिक गतिशीलतेबद्दल तपशीलवार माहिती सांगा.
५) मुघल साम्राज्याच्या अंतर्गत सामाजिक स्तरीकरणाबद्दल विवेचन करा.
६) मध्ययुगीन भारतातील प्रशासकीय वर्गाचा उदय स्पष्ट करा.
७) मध्ययुगीन भारतातील व्यापारी वर्गाबद्दल माहिती सांगा.
८) मध्ययुगीन भारतातील कृषी प्रणालीबद्दल थोडक्यात माहिती द्या.
९) दिल्ली सुलतानशाहीच्या काळातील शैक्षणिक संस्थांबद्दल आढावा घ्या.
१०) मुघल काळातील शैक्षणिक संस्थांबद्दल तपशीलवार माहिती सांगा.
११) मध्ययुगीन भारतातील धर्माबद्दल थोडक्यात माहिती सांगा.
१२) भक्ती चळवळीबद्दल सविस्तर आढावा घ्या.
१३) मध्ययुगीन काळातील भक्ती चळवळीचे महत्त्व स्पष्ट करा.
१४) मध्ययुगीन भारतातील सूफी चळवळ आणि सामाजिक बदल याबद्दल थोडक्यात माहिती सांगा.
१५) सुलतानशाही काळातील अंतर्गत आणि बाह्य व्यापाराविषयी सविस्तर आढावा घ्या.
१६) मुघल काळातील अंतर्गत आणि बाह्य व्यापार स्पष्ट करा.
१७) भारतातील मुघलांच्या अधिपत्याखालील व्यापाराचे स्वरूप स्पष्ट करा.
१८) मध्ययुगीन भारतात युरोपियन आगमनाची कारणे स्पष्ट करा.

प्र. २. टिपा लिहा.

१) दिल्ली सुलतानशाही अंतर्गत सामाजिक गतिशीलता.
२) दिल्ली सुलतानशाही अंतर्गत सामाजिक स्तरीकरण.
३) दिल्ली सुलतानशाही अंतर्गत स्त्रियांची स्थिती.
४) मुघल साम्राज्याच्या अंतर्गत सामाजिक गतिशीलता.
५) मुघल साम्राज्याअंतर्गत सामाजिक स्तरीकरण.
६) मुघल साम्राज्याअंतर्गत स्त्रियांची स्थिती.
७) प्रशासकीय वर्गाचा उदय.
८) मध्ययुगीन भारतातील व्यापारी वर्ग.
९) शैक्षणिक संस्था.
१०) धर्म आणि सामाजिक बदल.
११) सुफी चळवळ आणि सामाजिक बदल.
१२) सुलतानशाही काळातील व्यापार.
१३) मुघल काळातील व्यापार.
१४) प्रमुख युरोपियन सत्ता.

❋ ❋ ❋

NOTES

www.ingramcontent.com/pod-product-compliance
Lightning Source LLC
LaVergne TN
LVHW082039051026
849532LV00011B/3411